பாரதி ஆய்வுகள்

பாரதி ஆய்வுகள்

க. கைலாசபதி (1933-1982)

தமிழின் தலையாய மார்க்சிய இலக்கிய விமர்சகராக மதிக்கப்படும் கைலாசபதி, மலேசியாவின் கோலாலம்பூரில் பிறந்தவர். தாய்: தில்லைநாயகி; தந்தை: இளையதம்பி கனகசபாபதி.

கோலாலம்பூரில் தொடக்கக் கல்வி பயின்ற கைலாசபதி, இரண்டாம் உலகப் போரின் முடிவில் சொந்த ஊரான யாழ்ப்பாணம் திரும்பினார். யாழ்ப்பாணம் இந்துக் கல்லூரியில் இடைநிலை படித்த காலத்தில் மு. கார்த்திகேசன் தொடர்பினால் மார்க்சியத்தின்பால் ஈர்க்கப்பட்டார். பின்னர் கொழும்பு ராயல் கல்லூரியிலும் பேராதனைப் பல்கலைக் கழகத்திலும் படித்தார். பட்டம் பெற்றதும், 1957இல் கொழும்பு *தினகரன்* நாளிதழில் உதவியாசிரியரானார். 1958 முதல் 1961 வரை அதன் ஆசிரியராகக் கைலாசபதி இருந்த காலத்தில் *தினகரன்* ஈழத்து இலக்கியச் சூழலில் பெருந்தாக்கத்தை ஏற்படுத்தியது; முற்போக்கு இலக்கிய இயக்கம் காலூன்றுவதற்கும் காரணமானது. 1961இல் பேராதனைப் பல்கலைக்கழகத்தில் ஆசிரியப் பணியைத் தொடங்கிய கைலாசபதி, 1963இல் இங்கிலாந்தின் பர்மிங்ஹாம் பல்கலைக்கழகத்தில் சேர்ந்து, புகழ்பெற்ற மார்க்சிய அறிஞர் ஜார்ஜ் தாம்சன் மேற்பார்வையில் பிஎச்.டி. பட்டம் பெற்றார். இந்த ஆய்வேட்டை ஆக்ஸ்போர்டு பல்கலைக்கழகப் பதிப்பகம் நூலாக வெளியிட்டது. 1966இல் இலங்கைக்குத் திரும்பிய கைலாசபதி, பேராதனையிலும் கொழும்புவிலும் பணியாற்றியபின் 1974இல் யாழ்ப்பாணப் பல்கலைக்கழகம் நிறுவப்பட்டபொழுது அதன் தலைவராகவும் பேராசிரியராகவும் அமர்ந்து, அதன் வளர்ச்சியில் முக்கியப் பங்காற்றினார்.

ஐயோவா பல்கலைக்கழகப் படைப்பெழுத்துத் திட்டத்தின் ஃபெல்லோவாகவும் கலிபோர்னியா (பெர்க்லி) பல்கலைக்கழகத்தின் வருகைப் பேராசிரியராகவும் விளங்கிய கைலாசபதி, சீன அரசின் அழைப்பின்பேரில் சீனாவிற்கும் பயணம் மேற்கொண்டார்.

1982 டிசம்பரில் கைலாசபதி நோயுற்றுக் காலமானார்.

மனைவி: சர்வமங்களம். மகள்கள்: சுமங்களா, பவித்ரா.

கைலாசபதி நூல்கள்

இரு மகாகவிகள் (1962)
பண்டைத் தமிழர் வாழ்வும் வழிபாடும் (1966)
தமிழ் நாவல் இலக்கியம் (1968)
Tamil Heroic Poetry (1968)
ஒப்பியல் இலக்கியம் (1969)
அடியும் முடியும் (1970)
கவிதை நயம் (இணையாசிரியர்: இ. முருகையன்) (1970)
இலக்கியமும் திறனாய்வும் (1972)
சமூகவியலும் இலக்கியமும் (1979)
மக்கள் சீனம்: காட்சியும் கருத்தும்
(இணையாசிரியர்: சர்வமங்களம் கைலாசபதி) (1979)
திறனாய்வுப் பிரச்சனைகள்: க.நா.சு. குழு பற்றிய ஆய்வு (1980)
நவீன இலக்கியத்தின் அடிப்படைகள் (1980)
இலக்கியச் சிந்தனைகள் (1983)
பாரதி ஆய்வுகள் (1984)
ஈழத்து இலக்கிய முன்னோடிகள் (1986)
On Art and Literature (1986)
On Bharati (1987)
சர்வதேச அரசியல் நிகழ்வுகள் பற்றி, 1979–1982 (1992)
நாவலர் பற்றி கைலாசபதி (2005)

க. கைலாசபதி

பாரதி ஆய்வுகள்

காலச்சுவடு பதிப்பகம்

அன்பார்ந்த வாசகருக்கு,

வணக்கம்.

காலச்சுவடு நூலை வாங்கியமைக்கு நன்றி.

நூலின் உள்ளடக்கம், உருவாக்கம், அட்டைப்படம் இன்ன பிற அம்சங்கள் பற்றிய உங்கள் கருத்துகளையும் ஆலோசனைகளையும் காலச்சுவடு வரவேற்கிறது. தகவல், எழுத்து, வாக்கியப் பிழைகள் தென்பட்டால் கட்டாயம் தெரிவித்து உதவுங்கள். நூல் தயாரிப்பில் கடும் குறைபாடு இருப்பின் மாற்றுப் பிரதி உங்களுக்குக் கிடைக்கக் காலச்சுவடு ஏற்பாடு செய்யும்.

மின்னஞ்சல்: publisher@kalachuvadu.com

காலச்சுவடு நாகர்கோவில் தலைமையகத்துக்கும் கடிதம் அனுப்பலாம்.

தங்கள்
எஸ்.ஆர். சுந்தரம் (கண்ணன்)
பதிப்பாளர் – நிர்வாக இயக்குநர்

பாரதி ஆய்வுகள் ♦ கட்டுரைகள் ♦ ஆசிரியர்: க. கைலாசபதி ♦ © சரவமங்களம் கைலாசபதி ♦ முதல் பதிப்பு: 1984 ♦ காலச்சுவடு முதல் பதிப்பு: நவம்பர் 2018 ♦ வெளியீடு: காலச்சுவடு பப்ளிகேஷன்ஸ் (பி) லிட்., 669, கே.பி. சாலை, நாகர்கோவில் 629001

காலச்சுவடு வெளியீடு: 834

paarati aayvukaL ♦ Essays ♦ K. Kailasapathy ♦ © sarvamangalam Kailasapathy ♦ Language: Tamil ♦ First Edition: 1984 ♦ Kalachuvadu First Edition: November 2018 ♦ Size: Demy 1 x 8 ♦ Paper: 18.6 kg maplitho ♦ Pages: 232

Published by Kalachuvadu Publications Pvt. Ltd., 669, K.P. Road, Nagercoil 629001, India ♦ Phone: 91-4652-278525 ♦ mail: publications @kalachuvadu.com ♦ Wrapper printed at Print Specialities, Chennai 600014 ❖ Printed at Mani Offset, Chennai 600077

ISBN: 978-93-86820-54-9

11/2018/S.No.834, kcp 2101, 18.6 (1) ILL

பொருளடக்கம்

முகவுரை

முன்னுரை

1. பாரதியார்: பழமையும் புதுமையும்	17
2. பாரதியும் யுகமாற்றமும்	22
3. சிந்துக்குத் தந்தை	25
4. பாரதியும் சுந்தரம் பிள்ளையும்	58
5. பாரதியும் மேனாட்டுக் கவிஞரும்	79
6. பாரதி வகுத்த தனிப்பாதை	101
7. பாரதிக்கு முன்...	106
8. பாரதியும் வேதமரபும்	113
9. பாரதியாரின் கண்ணன் பாட்டு	118
10. பாரதி நூல்களும் பாடபேத ஆராய்ச்சியும் - சில குறிப்புகள்	124
11. பாரதி நூற்றாண்டை நோக்கி...	148
12. பாரதி ஆய்வுகள்: வளர்ச்சியும் வக்கிரங்களும்	156
13. பாரதி நூல் பதிப்புகள்	162
14. பாரதியார் கவிதையும் தமிழ்ப் புலமையும்	168
15. பாரதியின் சமகாலத்தவரும் பாரதி பரம்பரையினரும்	172
16. இலங்கை கண்ட பாரதி	177

17. ஈழத்துத் தமிழ்க் கவிதையில் பாரதியின் தாக்கம் 187
18. சிறு சஞ்சிகைகளில் பாரதி ஆய்வுகள் 197
19. பாரதியின் புரட்சி 201
20. முற்போக்காளரின் பாரதி ஆய்வுகள் 209
21. பாரதியியலுக்கு ஒரு பங்களிப்பு 217
22. பாரதி கண்ட இயக்கவியல் 224

காலச்சுவடு வெளியீடாக வந்த
க. கைலாசபதியின் அனைத்து நூல்களையும்
மேற்பார்த்து உதவிய முனைவர் ப. சரவணனுக்கு நன்றி.

பதிப்புரை

"... பழந்தமிழ்ச் செய்யுள்களையும் சில வேளைகளில் சிற்சில நாட்டார் பாடல்களையும் எடுத்துக்கொண்டு அவற்றுக்குச் சோடனை செய்து கதையளந்து கதாப்பிரசங்க முறையில் விளக்கம் கூறுவதே பெரும்பாலான தமிழறிஞர்களின் புலமை வெளிப்பாடாகவும் பொழுதுபோக்காகவும் இருந்து வந்திருப்பதைப் போலவே, பாரதி நூல்களைப் பொறுத்தவரையிலும் பொருள் விளக்க விவரணக் கட்டுரைகளே பெருவாரியாக வெளிவந்திருக்கின்றன. பாரதியின் வாழ்க்கையையும் உலக நோக்கையும் முழுமையான ஆய்வுக்குரியனவாகக் கருதிச் செயற்பட்டு வந்திருப்பவர்கள் விரலில் எண்ணிவிடக் கூடியவர்கள். அதாவது வரலாறு, அரசியல், பொருளியல், அழகியல், உளவியல், சமூகவியல் முதலிய துறைகளின் உதவியுடன் பாரதியியல் என்று கூறத்தக்க ஆய்வுப் பரப்பை உருவாக்கியவர்கள் வெகுசிலரே."

பேராசிரியர் கைலாசபதி *மல்லிகை* என்ற சஞ்சிகையில், தனது மரணத்திறகு ஒரு மாதம் முன்னர் (நவம்பர் 1982) திரு. சிதம்பர ரகுநாதனின் *பாரதி: சில பார்வைகள்* என்ற நூலுக்கு எழுதிய மதிப்புரையில் மேற்கண்டவாறு குறிப்பிட்டிருந்தார். "பாரதியியலுக்கு ஒரு பங்களிப்பு" என்று தலைப்பிடப்பட்ட அம்மதிப்புரையின் மேற்கண்ட பகுதியில் பாரதியியல் என்னும் ஆய்வுப் பரப்பை உருவாக்கிய ஒரு சிலர் எனக்

கைலாசபதி குறிப்பிடுபவர்களில் முக்கியமான ஒருவராக அவரே அமைந்துள்ளார். பாரதியியல் என்ற சொற்றொடரும் அவராலேயே முதன்முதல் கையாளப்பட்டது எனலாம்.

பாரதியியலில் அளவற்ற ஆர்வமும் அக்கறையும் கொண்டிருந்த கைலாசபதி பாரதியியலில் பல புதிய ஆக்கபூர்வமான கருத்துக்களைக் கூறியவர்; ஆய்வு நெறிகளை உருவாக்கியவர். அவற்றுள் ஒன்று பாரதி நூல்களுக்கு ஆராய்ச்சிப் பதிப்பு வெளியிட வேண்டுமென்பதாகும். மூலபாடத் திறனாய்வுக் கண்ணோட்டத்தில் பாரதியின் எழுத்துக்களுக்கு – குறிப்பாகக் கவிதைகளுக்கு – ஆதாரபூர்வமான ஆராய்ச்சிப் பதிப்பு வெளியிட வேண்டுமென அடிக்கடி வற்புறுத்திவந்தார். இக்கருத்தினை அவரளவு அழுத்தமாக வற்புறுத்தியவர் வேறெவருமில்லை. இந்நூலில் இடம்பெறும் 'பாரதி நூல்களும் பாடபேத ஆராய்ச்சியும் : சில குறிப்புகள்' , 'பாரதி நூற்றாண்டை நோக்கிச் செய்ய வேண்டியவை - செய்யக் கூடியவை' , 'பாரதி நூல் பதிப்புகள், முதலிய கட்டுரைகள் இது தொடர்பான அவர் கருத்துக்களைத் தெரிவிப்பனவாகும்.

பாரதியியல் ஆழமாகவும் ஆராய்ச்சி நேர்மையுடனும் அமைவதற்குப் பாரதியாரது ஆதாரபூர்வமான வாழ்க்கை வரலாறு எழுதப்பட வேண்டும் என்பதும் கைலாசபதி வற்புறுத்திய இன்னொரு கருத்தாகும். அறுதியிட்டுக் கூறும் வகையில் ஆதாரங்களின் அடிப்படையில் நிறுவப்படும் பாரதி வாழ்க்கைச் சரிதம் இல்லாவிடின் அரங்கின்றி வட்டாடுவதாகவே பாரதி ஆய்வு முயற்சிகள் அமையும் என்றும் அவர் குறிப்பிட்டார்.

பாரதி ஆய்வில் கைலாசபதி பதித்த இன்னோர் தடம் பாரதியின் கண்ணோட்டத்துக்கும் கவிதாநெறிக்கும் ஊற்றுக்கண்ணாக இருந்தவற்றைத் துருவி ஆராய்ந்தமையாகும். 'சிந்துக்குத் தந்தை', 'பாரதியும் மேனாட்டுக் கவிஞரும்', 'பாரதியும் வேத மரபும்' முதலிய கட்டுரைகள் குறிப்பிடத்தக்கன. 1982ஆம் ஆண்டு பெப்ருவரி மாதம் யாழ்ப்பாணப் பல்கலைக்கழகத் தமிழ்த் துறையினரால் ஒழுங்குசெய்யப்பட்ட "பாரதி : முன்னும் பின்னும்" என்ற கருத்தரங்கத் தொடரில், "பாரதி ஊற்றுக்களும் ஓட்டங்களும்" என்ற தலைப்பில் அவர் ஆய்வுரை ஒன்று நிகழ்த்தினார். இதனைத் தனி நூலாகவே எழுதுவதற்கு அவர் திட்டமிட்டிருந்தார். பாரதியின் ஊற்றுக்கண்களை விரிவாக விளக்கிய அவ்வாய்வு சிறுகட்டுரையாகவேனும் எழுத்து வடிவம் பெறாமற்போனது பாரதியிலுக்கு ஓர் இழப்பேயாகும். பாரதியைத் தக்கபடி இனங்கண்டுகொள்ள உதவும் இவ்வாய்வுகளினால் பாரதியியலே ஒரு புதிய பரிமாணம் பெற்றது.

இதுவரை வெளிவந்த பாரதி ஆய்வுகளை வகைப்படுத்தி மதிப்பிடும் முயற்சிகளிலும் கைலாசபதி அவ்வப்போது ஈடுபட்டுள்ளார். குறிப்பாக 1981, 1982ஆம் ஆண்டுகளில் எழுதிய பெரும்பாலான கட்டுரைகள் இவ்வகையில் அமைந்தனவே. நூல் மதிப்புரைகள் போன்று அமைந்த இக்கட்டுரைகள் சமீபகாலத்தில் வெளிவந்த சில பாரதி தொடர்பான நூல்களின் அடி ஆழத்தை அலசுவதுடன், அவற்றின் அணுகுமுறையை நெறிப்படுத்திய சமூக அரசியற் காரணிகளையும் கோடுகாட்டுகின்றன. "பாரதி ஆய்வுகள் : வளர்ச்சியும் வக்கிரங்களும்," "முற்போக்காளரின் பாரதி ஆய்வுகள்" போன்ற கட்டுரைகள் உதாரணங்களாகும். மேலே குறிப்பிட்ட கருத்தரங்குத் தொடரில் "பாரதி : தாக்கங்களும் தரிசனங்களும்" என்ற தலைப்பில் இறுதி ஆய்வுரையைத் தாமே ஆற்றுவதற்கும் அவர் திட்டமிட்டிருந்தார். ஆனால் பாரதியியல் தனது பங்களிப்பாளரைப் பறிகொடுத்துவிட்டது.

பேராசிரியர் கைலாசபதியின் முதலாவது நூலும் பாரதி பற்றியதே. பாரதியையும் ரவீந்திரநாத் தாகூரையும் ஒப்பிட்டு ஆராயும் இரு மகாகவிகள் என்ற அந்த நூல் 1962இல் வெளிவந்தது. அண்மையில் பாரதி பற்றிய தமது ஆய்வுகளைத் தொகுத்து 'பாரதி ஆய்வுகள்' என்ற தலைப்பில் அவர் நூல் ஒன்று வெளியிட விரும்பினார். எனவே இந்நூலின் தலைப்பும் ஏற்கெனவே கைலாசபதியினால் தீர்மானிக்கப்பட்டதாகும்.

இந்நூலில் பேராசிரியர் கைலாசபதி பல்வேறு சந்தர்ப்பங்களில் பல்வேறு தேவைகளுக்காக எழுதிய இருபத்தி இரண்டு கட்டுரைகள் அடங்கியுள்ளன. இக்கட்டுரைகள் கடந்த இருபத்தியேழு வருடங்களில் (1955-1982) அவ்வப்போது எழுதப்பட்டவை. கைலாசபதியின் பாரதி பற்றிய கருத்துக்கள் அனைத்தையும் ஒருசேரத் தொகுக்கும் முகமாகவே எல்லாக் கட்டுரைகளையும் ஒன்றாகப் பதிப்பித்தோம். இதனாலேயே ஒப்பியல் இலக்கியம் என்ற நூலில் இடம்பெற்ற மூன்று கட்டுரைகளும், 'பாரதி நூல்களும் பாடபேத ஆராய்ச்சியும் : சில குறிப்புகள்' என்ற சிறு பிரசுரமும் இந்நூற் தொகுப்பில் இடம்பெற நேர்ந்தது. இக்கட்டுரைகளிற் சில மிக நீண்டவை. சிலவோ மிகக் குறுகியவை. சில ஆராய்ச்சி பூர்வமானவை; ஆதாரங்களை அடுக்குபவை. சில சுருக்கக் குறிப்புகளாக அமைபவை. எவ்வாறாயினும் இவற்றில் பெரும்பாலான கட்டுரைகள் பாரதி ஆய்வில் புத்தொளியைப் பாய்ச்சியவை என்பதில் ஐயமில்லை.

கைலாசபதியின் பெரும்பாலான ஆராய்ச்சிக் கட்டுரைகள் அல்லது நூல்கள் முதலிற் சிறு கட்டுரைகளாகவே உருப்பெறுதல்

வழக்கம். பின்னர் குறிப்பிட்ட பொருள் பற்றிய கருத்து விரிவடையும்போது அவை விரிவான கட்டுரைகளாக அமையும். இதனால் சில சமயங்களில் ஒரே தலைப்பில் ஒன்றுக்கு மேற்பட்ட சஞ்சிகைகளில் அவரது கட்டுரைகள் வெளிவந்திருப்பது போலத் தோன்றலாம். ஆனால், அவை மூலத்திலிருந்து எவ்வாறாயினும் விரிந்து உருப்பெற்றிருப்பது படிப்போருக்கு விளங்கும். *இரு மகாகவிகள், தமிழ் நாவல் இலக்கியம், பண்டைத் தமிழர் வாழ்வும் வழிபாடும், ஒப்பியல் இலக்கியம், அடியும் முடியும், இலக்கியமும் சமூகவியலும்* போன்ற அவரது நூல்கள் இத்தகைய வரன்முறையிலேயே உருப்பெற்றனவாகும். இந்நூலிலுள்ள கட்டுரைகள் சிலவற்றிற்கும் இத்தகைய வரன்முறை உண்டு. அத்தகைய கட்டுரைகளின் இறுதி வடிவங்களையே இந்நூலில் சேர்த்துள்ளோம். கைலாசபதியின் பாரதி பற்றிய கண்ணோட்டமும் கருத்தும் விரிவடைந்த முறையை அறிய விரும்புவோர்க்கு உதவியாக விவரங்களைக் கீழே தருகிறோம்:

1. சிந்துக்குத் தந்தை . இது முதலில் *1967*ஆம் ஆண்டு *அறிவுச் சுடர்* என்ற சஞ்சிகையில் வெளிவந்த பின்னரே *1969*ஆம் ஆண்டு வெளிவந்த 'ஒப்பியல் இலக்கிய'த்தில் விரிந்த வடிவில் சேர்க்கப்பட்டது.

2. பாரதியும் சுந்தரம் பிள்ளையும் . இதுவும் *தினகரன்* பத்திரிகையில் *1967*ஆம் ஆண்டு செப்டம்பர் மாதம் வெளிவந்தது. பின்னரே 'ஒப்பியல் இலக்கிய'த்தில் சேர்க்கப்பட்டது.

3. பாரதியும் மேனாட்டுக் கவிஞரும் . *தினகரன்* பத்திரிகையில் *1966*ஆம் ஆண்டு செப்டம்பர் *6*ஆம் திகதி மிக மிகச் சுருங்கிய வடிவில் வெளிவந்தது. பின்னர் 'ஒப்பியல் இலக்கிய'த்தில் விரிவாக எழுதிச் சேர்க்கப்பட்டது. (இவ்வடிவமே இந்நூலிலும் இடம் பெறுவது.) இக்கட்டுரையின் மேலும் விரிவான ஆங்கில வடிவம் *Westen Influences on Bharathi* என்ற தலைப்பில் யாழப்பாணப் பல்கலைக்கழகத்திலிருந்து வெளியாகும் *Journal of South Asian Studies (Vol.3)* என்ற சஞ்சிகையில் *1982*இல் வெளியாகியது.

4. பாரதி நூல்களும் பாடபேத ஆராய்ச்சியும் : சில குறிப்புகள். யாழ்ப்பாணத்திலிருந்து வெளிவந்த *கலைக்கண்* என்னும் சஞ்சிகையின் பாரதி மலரில் நான்கு கட்டுரைகளாக வெளிவந்தது. *1974*இல் விரித்து எழுதப்பட்டுக் கலைக்கண் வெளியீடாகப் பிரசுரிக்கப்பட்டது. *1980*இல் இலக்கியச் சிந்தனை வெளியீடாகவும் அமைந்தது. (இதுவே இங்கு இடம் பெறுவது.) இக்கட்டுரையின் பகுதிகள் வேறிடங்களிலும் வெளிவந்துள்ளன. *1982* ஜனவரி மாத *குமரி மலரில்* 'பாரதி நூல்களும் பாடபேத ஆராய்ச்சியும்' என்ற தலைப்பில் இக்கட்டுரையின் முதலிரு

பகுதிகள் வெளிவந்தன. 1982ஆம் ஆண்டு ஆகஸ்ட் மாதம் பிரசுரமான *அறிஞர்கள் பார்வையில் பாரதி* என்ற நூலிலும் இக்கட்டுரை சுருக்கமாக இடம்பெற்றது.

இந்நூலில் இடம்பெறும் கட்டுரைகளைக் கால ஒழுங்கில் வரிசைப்படுத்தியுள்ளோம். இலங்கையில் கைலாசபதி பல்கலைக்கழக மாணவராக இருந்தபோது 1955ஆம் ஆண்டு எழுதிய 'பாரதியார் : பழமையும் புதுமையும்' என்பது முதற் கட்டுரையாக அமைகிறது. பாரதி பற்றிய கைலாசபதியின் கருத்து விரிவடைந்ததை மாத்திரமன்றி, பொதுவான அவரது இலக்கிய நோக்கு, அணுகுமுறை என்பவற்றில் ஏற்பட்ட வளர்ச்சியையும் இனங்காணுவதற்குக் காலரீதியான ஒழுங்கு பயன்படும் என எண்ணுகிறோம்.

இந்நூற் தொகுப்பின்போது சில பயன்மிகு ஆலோசனைகளை வழங்கிய கலாநிதி என். சண்முகரத்தினம், கலாநிதி எஸ். சுசீந்திர ராஜா ஆகியோருக்கு எமது நன்றிகள். இந்நூல் வெளிவருவதன் மூலம் பேராசிரியர் கைலாசபதியின் பாரதி ஆய்வுகளைத் தமிழுலகம் தக்கபடி இனம் காணும் என நம்புகிறோம்.

சித்திரலேகா மௌனகுரு

15.8.1983 **எம்.ஏ. நுஃமான்**

முன்னுரை

பாரதியின் நூற்றாண்டு விழாக் கொண்டாடும் வேளையில், தானும் ஒரு பாரதி நூல் வெளியிட வேண்டும் என்று என் கணவர் அடிக்கடிச் சொன்னார். அந்நூலுக்கு 'பாரதி ஆய்வுகள்' என்ற தலைப்பையும் யோசித்து வைத்திருந்தார். அதனை எழுதத் தொடங்காமலேயே போய்விட்டார்.

அவர் பல்வேறு சந்தர்ப்பங்களில் எழுதிய பாரதி கட்டுரைகள் இந்நூலில் இடம்பெறுகின்றன. என் கணவரின் பழைய மாணவர்களும், பின்னர் அவருடன் கடமையாற்றியவர்களுமான திருமதி சித்திரலேகா மௌனகுரு, திரு. எம்.ஏ. நுஃமான் இருவரும் இந்நூலுக்குத் தொகுப்பாசிரியர்களாக இருந்து பெரிதும் உதவினார்கள். அவர்கள் தங்களுடைய ஆராய்ச்சிகளுக்கு மத்தியில் இதற்கும் நேரம் ஒதுக்கி உற்சாகத்துடன் செயல்பட்டனர். அவர்கள் இப்பதிப்பைத் தயாரிக்கும்பொழுது காட்டிய செம்மை நாட்டத் திறனைக் கண்டு, என் கணவர் இருந்திருந்தால் எவ்வளவு பெருமைப்பட்டிருப்பார் என்று எண்ணாமல் இருக்க முடியவில்லை. அவர்களுக்கு என் நன்றி.

என் கணவர் எழுதிய கட்டுரைகளெல்லாம் நூல் வடிவுபெற வேண்டும் என்று அடிக்கடி என்னை உற்சாகப்படுத்திவரும் நண்பர்கள் எல்லோரும் இந்நூலை வரவேற்பார்கள் என்று நம்புகிறேன்.

சென்ற மாதம் கொழும்பில் நடைபெற்ற இனக் கலவரத்தின் போது எங்கள் வீடும் எரிந்துபோன நிலையில் இக்கட்டுரைகளைக் காப்பாற்றிப் பாதுகாத்துத் தமிழ்நாடு எடுத்து வந்ததே ஒரு தனிக் கதை. இம்முயற்சியில் எனக்கு உதவியவர்களுக்கு எப்படி நன்றி சொல்வதென்று தெரியவில்லை.

என் கணவரது முதல் நூலான *இரு மகாகவிகள்* என்ற பாரதி நூலை வெளியிட்ட நியூ செஞ்சுரி புக் ஹவுஸ் பிரைவேட் லிமிடெட் நிறுவனமே இந்நூலையும் வெளியிடுவது எனக்கு மகிழ்ச்சியை அளிக்கிறது. அவர்களுக்கும் என் நன்றி.

30.8.1983 சர்வமங்களம் கைலாசபதி

(முதல் பதிப்பின் முன்னுரை)

1

பாரதியார்: பழமையும் புதுமையும்

நவீன தமிழ் இலக்கிய உலகில் பாரதியார் எல்லாத் துறைகளிலும் வழிகாட்டியாக விளங்குகிறார் என்பது எவரும் மறுக்க முடியாத உண்மையாகும். புதுமைக்கு வழிகாட்டினார் பாரதியார்; புதுமையிற் புதுமை காண முற்பட்டனர் பாரதி பரம்பரையினர். பாரதியாரின் படைப்புகளைக் கூர்ந்து நோக்கி, அவர் படைப்புக்களிலே – சிந்தனா வளர்ச்சிப்பாதையிலே – அவருக்கேற்பட்ட மனப்போராட்டங்களை அறிய முற்படுவதே இக்கட்டுரையின் நோக்கமாகும்.

பாரதியாரின் மனப்போராட்டங்களையும் கவிதா வளர்ச்சியையும் ஒருவாறு விளங்கிக் கொள்வதற்கு, நாம் பாரதி கவிதா உலகில் அடியெடுத்து வைத்த கால நிலைமையை அவதானிக்க வேண்டும். பத்தொன்பதாம் நூற்றாண்டின் பிற்பகுதியில் தமிழ் நாட்டுச் சிந்தனா உலகில் சிறு சிறு சலனங்கள் ஏற்படுவதைக் காணலாம். ஒட்டியுலர்ந்து உடல் சுருங்கி மயங்கி வீழ்ந்திருந்த தமிழிலக்கியம், மேல்நாட்டுக் கல்வியென்ற ஜீவசத்துப் பெற்றுத் தெம்பு பெறத் தொடங்கியது.

1891இல் பேராசிரியர் சுந்தரம் பிள்ளையின் *மனோன்மணீயம்* வெளிவந்தது. 1901இல் வி.கே. சூரியநாராயண சாஸ்திரியாரின் *தனிப்பாசுரத் தொகை – 1* வெளிவந்தது. இக்காலப் பகுதியில்தான் பி.ஆர். ராஜமையர் எழுதிய *கமலாம்பாள் சரித்திரம்* வெளிவந்தது. ஆங்கிலக் கல்வியினால் உந்தப்பட்டுத்

தமிழிலும் உயர்ந்த இலக்கியம் படைக்க வேண்டுமென்ற விருப்பத்தினாலே இவர்கள் இவற்றைப் படைத்தனர். எனினும் கூர்ந்து நோக்கின் இந்நூல்களிலேயே பழமைக்கும் புதுமைக்கும் நிகழும் போராட்டத்தைக் கண்டு கொள்ளலாம்.

இத்தகைய சூழ்நிலையில்தான் பாரதி கவிதா உலகில் அடியெடுத்து வைக்கிறார். ஆரம்ப காலத்தில் பாரதியார் பல "மடல்களும் உலாக்களும் தனிப்பாடல்களும்" பாடினார் என்று அவரது வாழ்க்கை வரலாறொன்று கூறுகின்றது *(மகாகவி பாரதியார்,* வ.ரா.). இவைகளெல்லாம் இப்பொழுது மறைந்து போய்விட்டதாகக் கொள்ள வேண்டியிருக்கிறது. அண்ணாமலை ரெட்டியாரைப் பின்பற்றிப் பாடியதாகக் கொள்ளப்படும் *காவடிச்சிந்தில்* ஒரு சரணம் மட்டும் கிடைத்திருக்கிறது *(பாரதி தமிழ்,* பெ. தூரன்).

பச்சைத் திருமால் வீரன்
அலங் காரன் கௌமாரன் – ஒளிர்
பன்னிரு திண்புயப் பாரன் – அடி
பணி சுப்பிரமணியர்க் கருள்
அணிமிக்குயா் தமிழைத் தரு
பத்தர்க் கெளியசிங் காரன் – எழில்
பண்ணு மணாசலத் தூரன் . . .

இத்தகைய பாடல்கள்தான் பாரதியார் கவிபாட ஆரம்பித்த காலத்தில் பெருவழக்காயிருந்தன. பாரதியும் தனது காலத்திற்கேற்பப் பாடினார் என்று கொள்ளுதல் பொருந்தும். இதைப்போலவே *1906*இல் வேல்ஸ் இளவரசர் இந்தியாவிற்கு வந்தபொழுது நல்வரவு கூறிப் பாடிய பாடலும் அக்காலப் பாரதியின் போக்கை நமக்குக் காட்டுகின்றது.

வருக செல்வ வாழ்கமன் னீயே
வட மேற்றிசைக்கண் மாப்பெருந் தொலையினோர்
பொற்சிறு தீவகப் புரவலன் பயந்த
நற்றவப் புதல்வ நல்வரவுனதே . . .

என்று தொடங்கிச் செல்லும் ஆசிரியப்பாவிலே தேசியகவி பாரதியை எப்படிக் காண முடியும்? பாரதி விழிப்படையாத காலம் என்று கொள்ளுவோம்.

பாரதியின் கவிதா வளர்ச்சியை மூன்று பெரும் பிரிவுகளாகப் பிரிக்கலாம். பாரதியாரின் வாழ்க்கையில் ஏற்பட்ட சம்பவங்களுக்கேற்ப அவரது கருத்தும் உணர்வும் பதம் பண்ணப்பட்டு வந்திருக்கின்றன.

*1905*இல் காசியில் நடைபெற்ற காங்கிரசு மாநாட்டுக்குப் பாரதியார் சென்றிருந்ததாகச் செல்லம்மா பாரதி எழுதியுள்ளார்

(பாரதியார் சரித்திரம், செல்லம்மா பாரதி). அக்காலத்தில் நிதானக் கட்சியாருக்கும் தீவிரவாதிகளுக்கும் கருத்து வேற்றுமை பலமாகி காங்கிரசில் குழப்பம் நிலவியது. வங்காளத்தில் தீவிரவாதிகள் மேலோங்கி நின்றனர். பாரதியார் இத்தீவிர இயக்கத்தினால் கவரப்பட்டுத் திலகர் வழிக்குத் தமிழ்நாட்டில் ஆதரவு தேட முனைந்தார். அதே சமயம் டம்டம் என்னுமிடத்தில் விவேகானந்தரின் சிஷ்யை சகோதரி நிவேதிதா தேவியைக் கண்டு ஞானமார்க்கத்தில் உபதேசமும் பெற்றார். பாரதியின் மனப் போராட்டத்தைத் தெளிவாக இங்கே காணமுடிகிறது. தீவிரவாதி களினால் பாரதியார் கவரப்பட்ட மனோநிலையிலேதான்

> "வீர சுதந்திரம் வேண்டி நின்றார் பின்னர்
> வேறொன்று கொள்வாரோ..."

> "வந்தே மாதரமென்று வணங்கிய பின்
> மாயத்தை வணங்குவரோ"

என்று ஆவேசத்துடன் பாடுகிறார்.

> விதந்தரு கோடியின்னல்
> விளைந்தெனை யணைத்திட்டாலும்
> சுதந்திரதேவி! நின்னைத்
> தொழுதிடல் மறக்கிலேனே...

என்பதுதான் இக்காலத்தில் பாரதியின் பேச்சும் மூச்சுமாக இருந்தது. அரசியல் விழிப்புக் காரணமாகச், சமுதாய உணர்வும் அதன் காரணமாகத் தனி-மனித-நல நாட்டமும் பெற்றார் பாரதி.

> "நெஞ்சு பொறுக்குதில்லையே..."

> "விடுதலை! விடுதலை...!"

> "ஆடுவோமே பள்ளுப் பாடுவோமே..."

> "பாரத சமுதாயம் வாழ்கவே..."

என்பன போன்ற பாடல்களெல்லாம் இந்தத் தனி-மனித - நல நாட்டத்தினால் பாடப்பட்டனவேயாகும். இத்துடன் பாரதியின் முதலாம் கவிதை வாழ்வு முடிவடைகிறது என்று நாம் கொள்ளலாம்.

ஏனெனில்; அரசியலிலும் சமுதாயத்திலும் ஏற்பட்ட விழிப்பை மட்டும் - புதிய சக்திகளை மட்டும் - பாடுவதில் பாரதியார் திருப்தியடையவில்லை. வடமொழியில் பாரதியார் வேதாகம புராணங்களைப் படித்திருந்தார். தமிழில் கம்பனையும் வள்ளுவரையும் தாயுமானவரையும் நன்கு கற்றிருக்கிறார். இதனால் சிறுவயதிலே பாரதிக்குப் பழைய செல்வங்களில்

– மரபில் – மனம் பதிந்துவிட்டது. பிராமணக் குடும்பத்தில் பிறந்தவராதலால் வருணாச்சிரம தருமம், வேதப்பயிற்சி, வடமொழிப் பற்று, புராண இதிகாசப் பயிற்சி முதலியன பாரதியார் சிறுவயதிற் பெற்ற பாரம்பரியமாகும். ஆங்கிலக் கல்வி, வடநாட்டு யாத்திரை, பத்திரிகைத் தொழில் இவற்றால் அரசியல் விழிப்பு, சமுதாய உணர்வு, புதுமைப்பித்து முதலியவற்றைப் பெற்றார். இவ்விரண்டு அநுபவங்களும் இக்காலத்தில் பாரதியார் நெஞ்சில் மோதிப்புரண்டு வெற்றிகாணப் போட்டியிட்டன. இது பாரதியின் வாழ்க்கை அமைந்த முறையில் தவிர்க்க முடியாத தொன்றாகும் *(Bharathi's Poems, Dr. Kamil Zvelebil).*

தனது நாட்டுச் சமூக மாற்றங்களையும், அரசியல் ஏற்ற இறக்கங்களையும், தான் ஊறித்திளைத்திருந்த பழைய பாரம்பரியத்துடன் இணைத்து அமைதிகாண விரும்பினார் பாரதியார்; அதற்காக முயற்சியும் செய்தார். இம்முயற்சியை மிகத் தெளிவாக நாம் பாரதியின் இலக்கிய அமைப்புகளில் காணமுடிகிறது. புதிய ஆத்திசூடி இத்தகையதொரு முயற்சியாகும் *(Bharathi's Poems, Dr. Kamil Zvelebil).*

வில்லேந்திய வீரன் அர்ச்சுனன், பொறுமை பூண்ட தருமன், துகிலுரியப்பட்ட பாஞ்சாலி, லீலைபுரியும் மாயன், அண்டம் முழுவதும் கைப்பந்துபோல் உருட்டும் அன்னை பராசக்தி, இவர்கள் யாவரும், பாரதிக்குப் புதிய பொருளுடன் தோற்றமளிக்கின்றனர். இக்காலப் பகுதியை, பாரதியாரின் அதி உன்னதமான படைப்புக் காலமாக நாம் கொள்ளலாம். கோகுலத்து மாயனுக்கும் தெருவில் விளையாடும் பிள்ளைக்கும் முடிச்சுப் போடும் பொழுதும், யமுனைக் கரையில் விளையாடியவனுக்கும் எங்கிருந்தோ வந்த இடைச்சாதி வேலைக்காரனுக்கும் தொடர்பு காட்டும் பொழுதும் பாரதி நெஞ்சில் – உணர்வில் பழமையும் புதுமையும் வெற்றி தோல்வியின்றிப் போரிடுகின்றன. பாரதியின் மனப்போராட்டம் விழாநிலை யடைகின்றது. *பாஞ்சாலி சபதத்தில்,*

> ஆயிரங்கள் ஆன – நீதி
> அவையுணர்ந்த தருமன்
> தேயம் வைத்திழந்தான் – சீச்சீ
> சிறியர் செய்கை செய்தான் . . .

என்று ஒரு கட்டத்தில் சீறும் பாரதியார்,

> தருமத்தின் வாழ்வதனைச் சூதுகவ்வும்
> தருமமறுபடியும் வெல்லு மென்னும்
> இயற்கை மருமத்தை . . .

கூறிச் சமாதானமடைகிறார் போலும்.

கட்டுப்பட்டுக் கிடக்கும் பாரததேசத்தை மானபங்கப் படுத்தப்பட்ட பாஞ்சாலியாகக் கண்டு பாரதி நவீன காவிய மொன்றை ஏறத்தாழ 2,500 அடிகளில் பாடியிருக்கிறார் என்பது உண்மைதான். எனினும் பாரதியின் கவிதா வளர்ச்சியில் *பாஞ்சாலி சபதம்* போதியளவு முன்னேற்றத்தைக் காட்டுவதாகக் கொள்ள முடியாது. *கண்ணன் பாட்டு, புதிய ஆத்திசூடி,* சில தனிப்பாடல்கள் முதலியவற்றில் அற்புதமான முறையில் பழைய மானசீகக் கருத்துக்களையும் உணர்வையும் தரவல்ல புதிய பாடல்களைப் பாடியிருக்கிறார். ஆனால் காவிய மெனத் தகும் பெரியதொரு படைப்பில் அந்தளவிற்குப் புதுமையைப் பெய்திருக்கிறார் என்று கொள்வதற்கில்லை. தான் கண்முன் கண்டு அநுபவித்த அரசியல் – சமூக விழிப்பை, பழைய காலத்துச் சம்பவங்களுடன் ஒப்பிட்டு மனஅமைதி காணுவதில் ஓரளவு வெற்றி பெறுகிறாரே தவிர தனிப்பாடல்கள், கண்ணன் பாட்டு முதலியவற்றில் கண்ட புதுமைகளைத் திரட்டி காவியத்தில், காவியத்தின் கட்டுக்கோப்பிற்கியைந்த புதுமை வரியில் வெற்றி பெறுகிறார் என்பதற்கில்லை. இத்துடன் பாரதி நெஞ்சிலே இருந்த பழமை புதுமை போராட்டம் குறைகிறது. பழமை கனிந்த மனோநிலை யேற்பட்டுவிடுகிறது. இரண்டாவது காலப் பகுதியும் முடிவடைகிறது.

அடுத்த மூன்றாவது காலப்பகுதியில் வேதாந்தம் பாரதியார் வாழ்வில் நன்றாகப் பற்றுகிறது. வேதாந்தப் பாடல்களும் *குயில் பாட்டும்* பிறக்கிறது. மனத்தின் அமைதி கண்ட பாரதியார் தாயுமானவர், இராமலிங்க சுவாமிகள் போல ஆத்மார்த்தப் பாடல்கள் பாடுகிறார்.

அத்து வைத நிலை கண்டால்
மரண முண்டோ . . .

என்று பாடுகிறார் பாரதியார். அதற்கிடையில் அவருக்கு மரணம் வந்தே விடுகிறது.

Ceylon University Magazine, Sept. 1955

2

பாரதியும் யுகமாற்றமும்

மனிதனுக்கு மனிதன் உள்ள உறவையும், மனிதனுக்கும் இயற்கைக்கும் உள்ள உறவையும் அடிநிலையாகக் கொள்வதே கவிதை. இந்த உறவின் தாற்பரியத்தையும், மர்மத்தையும் ஊடுருவிக் காணவே பெரும்பாலான கவிஞர்கள் விழைகின்றனர். இவ்வாறு விழையும் பொழுது தமக்குப் பற்றுக்கோடாகச் சில எண்ணங்களையும், உணர்வுகளையும், நம்பிக்கையையும் கொண்டு 'அடிமுடி' தேடுகின்றார்கள். காலத்தாற் பிந்திய கவிஞர்கள் பழைய இலக்கியங்களைப் பற்றுக்கோடாகக் கொள்வதும் இயல்பே. பழைய கற்பனைகள் சிலவற்றைத் தமது காலத்து அறிவு நிலையை யொட்டிப் புதுமெருகூட்டுவது முண்டு. மகாகவிஞன் ஒருவனோ பழைய கல்லை வயிரமணியாக்கிப் பழைய செம்பைக் கட்டித் தங்கமெனச் செய்து விடுகின்றான்.

மகாகவி பாரதி படைப்புகளிலே இத்தயைதொரு ரசவாதத்தைக் காணலாம். ***கலி*** என்னும் சொல் பழைய இதிகாசங்களிலும், காவியங்களிலும் காணப்படுவது. கலிபுருடன் தேவர்களில் ஒருவன்.

"ஞாலத்தைப் புன் நெறியிலாழ்த்தும் இருங்கலி" என்று *நளவெண்பா* கூறும். கலி என்னும் கருதுகோள் புராணக் கதைச் சார்பானதாகும்; அது ஒரு பழ மரபுக்கதை (*myth*). வியாதி, பகை, பசி, தீமை முதலியனவெல்லாம் கலியின் பீடிப்பால் இவ்வுலகில் நின்று நிலவுவன என்பது இப்புராணக்கதையின் கரு. கலியாட்சி செய்யும் காலம் இதுவாதலால்

இதனைக் கலியுகமென்றும். இதனையடுத்துப் பேரின்பம் நிறையும் கிருதயுகம் தோன்றும் என்பதும் புராணக்கதையின் செய்தி. "திரியும் கலியுகம் நீங்கித் தேவர்கள் தாமும் புகுத்து, பெரிய கிருதயுகம் பற்றிப் பேரின்ப வெள்ளம் பெருக"ப் பாடுகிறார் நம்மாழ்வார்.

பழமரபுக் கதைகள் பெரும்பாலும் இல்பொருட் கதைகளே; அவை வெறும் கற்பனைக் கதைகள். ஆயினும் அவை மனிதனது சில சிந்தனைகள், நம்பிக்கைகள் முதலியவற்றின் சின்னமாக மிளிர்கின்றன. உதாரணமாகக் கிரேக்க இதிகாசங்களிலும், பௌராணிகக் கதைகளிலும் புரொமிதியஸ் *(Prometheus)* என்னும் பாத்திரம் வளர்க்கப்பட்டுள்ளது. தேவர்களிடமிருந்து நெருப்பைத் திருடி மானிடர்க்குக் கொடுத்தான் என்பதற்காகத் தேவர்கள் அவனைக் கட்டிச் சிறைப்படுத்தினர் என்பது புராணக்கதை. எனினும் பிற்காலக் கிரேக்கர்கள் புரொமிதியசை மனித புத்தியின் சின்னமாகவே கருதி விளக்கங் கொடுத்தனர். "மானுடன் தன்னைக் கட்டிய தளையெல்லாம் சிதறுக" என்று தேவரையே எதிர்த்த சக்தியாகப் புரொமிதியஸ் கதையைக் கொண்டனர். இந்தப் பௌராணிகக் கதையை அடித்தளமாகக் கொண்டே ஆங்கிலக் கவிஞன் ஷெல்லி தனது காப்பியமான *கட்டறுத்த புரொமிதியஸ் (Prometheus Unbound)* என்பதனைப் படைத்தான். அது மானிடத்தின் வெற்றியைக் கூற எழுந்த மகத்தான நவ காவியமாம்.

கலியுகம் பற்றிய பழைய உணர்வைப் பாரதியார் நூதனமான வேகத்துடன் தனது கவிதைகளிற் கையாண்டுள்ளார். அறம், மறம் என்ற கோட்பாட்டிற்குள் அடங்கியிருந்த அக்கதைக்கு அரசியல், சமூக அர்த்தத்தைப் பெய்தார் அவர். தனது காலத்து அடிமை, மிடிமை, மடமை, வறுமை, கொடுமை முதலியவற்றின் சின்னமாகவும் கலியை அமைத்தார். "விடுதலை" என்றொரு வசனகவிதை – நாடகம் எழுதியுள்ளார் பாரதி. கலிமுடிவு காலத்தைச் சித்திரிக்க முனையும் அப்பாட்டிலே மானிடத்தின் எதிர்கால வெற்றியைப் பாடுகிறார் அவர்.

மதியின் வலிமையால்
மானுடன் ஓங்கு
மானுடச்சாதி ஒன்று;
மனத்திலும் உயிரிலும்
தொழிலிலும் ஒன்றேயாகும்

என்று கலியின் வீழ்ச்சி மானிடத்தின் வெற்றி எழுச்சி என்பதனைக் கோடிட்டுக் காட்டுகிறார். ஜார் சக்கரவர்த்தியின் வீழ்ச்சியைப் பற்றிக் கூறவந்தவர் அவனது அழிவைக் கலியின் அழிவாகக் காண்பதிலிருந்தே, எத்துணை அரசியல் உத்வேகத்துடனும்

உள்ளுணர்வுடனும், பழைய கருத்தைக் கையாளுகின்றார் என்பது புலனாகின்றது.

இடிப்பட்ட சுவர்போல கலி விழுந்தான்
கிருதயுகம் எழுக மாதோ!

நாட்டு மக்கள் நலமுற்று வாழவும், நானிலத்தவர் மேனிலை எய்தவும் பாட்டுப் பாடிய கவிஞர், மீட்டும் மீட்டும் கலியின் அழிவையும் நவயுகத்தின் தோற்றத்தையும் குறிப்பிடுகின்றார். பாரதியைப் பொறுத்தளவில் இக்கதையானது ஓர் இலக்கியக் குறியீடாக *(motif)* அமைந்துவிட்டது எனலாம். அதாவது அவரது உருவற்ற, சொல்லுக்கு அடங்காத, சில உணர்வுகளுக்கும் கனவுகளுக்கும் இந்தக் கதை உருவங்கொடுத்தது எனலாம்.

துயர்கள் தொலைந்திடுக!
தொலையா இன்பம் விளைந்திடுக!

என்று பொதுப்படையாகப் பாடிய புலவன் அதற்கு மரபு வழி வந்த உருவம் கொடுக்குமுகமாக,

வீழ்க கலியின் வலி யெல்லாம்!
கிருதயுகந்தான் மேவுகவே.

என்றும்,

பொய்க்குங் கலியைநான் கொன்று
பூலோகத்தார் கண் முன்னே
மெய்க்குங் கிருத யுகத்தினையே
கொணர்வேன், தெய்வ விதியிஃதே

என்றும் அசைக்க முடியாத தன்னம்பிக்கையோடு பாடினார். சுருங்கச் சொன்னால் கிருதயுகம் என்பதற்குள், கவிஞர் எமது காலத்து லட்சியங்கள் யாவற்றையும் அடக்கி விடுகின்றார். அதன் காரணமாகவே ரஷ்யாவில் நடந்ததை "யுகப் புரட்சி" என்று வருணித்தார். மண்ணுலகில் விண்ணுலகைக் காணல் வேண்டும் எனத் துடித்த மகாகவிக்குப் பழைமைகள் யாவும் கலியாயும் புதுமைகள் யாவும் கிருதமாகவும் உருமாறின. பாரதியார் கவிதைகளிற் காணப்படும் ஆன்மிகத் துடிப்பின் உயிர் இங்குதானிருக்கிறது. இருள் – ஒளி, அஞ்ஞானம் – மெஞ்ஞானம், பழமை – புதுமை, கிழக்கு – மேற்கு முதலிய பலதரப்பட்ட முரண்பாடுகளைச் சமய வழி வந்த பிரயோகங்களில் வெளிப்படுத்தினார் அவர். அதிலே வெற்றியும் தோல்வியும் கலந்தே ஏற்பட்டது. ஆனால் பெருவெற்றி புதுமைக்கே.

***வீரகேசரி,* நவம்பர் 1, 1966**

3

சிந்துக்குத் தந்தை

இருபதாம் நூற்றாண்டுத் தமிழ்க் கவிதை யுலகின் தலைமகன் பாரதி. புதுமைக் கவி, புரட்சிக் கவி, தேசிய கவி, மறுமலர்ச்சிக் கவி, மக்கள் கவி என்றெல்லாம் பாராட்டப்பெறும் அவன் நவயுகத்தை நாவாரக் கூவியழைத்தான். பாரதியுடன் இருபதாம் நூற்றாண்டு எமது இலக்கியத்திற் புகுகின்றது. எனினும் பாரதியின் புதுமையைப் பலவாறு எடுத்துக்காட்டும் இரசிகரும், இலக்கிய வரலாற்றாசிரியரும் அவனுக்கு முன்னோடிகளாக இருந்து கவிவளமூட்டிய இலக்கியக் கர்த்தாக்களை எடுத்துக்காட்டுவது குறைவு. பழமையைப் பழமையாகவும், புதுமையைப் புதுமையாகவும் காணும் எமது இலக்கிய வரலாற்றாசிரியர் ஏற்படுத்தி யுள்ள வரலாற்றுக் குருட்டுணர்வின் பிரதிபலிப்பு இதுவெனலாம். பாரதியின் புதுமைப் பண்பின் ஆழத்தையும் இயல்பையும் அறிந்துகொள்வதற்கு அவரது சகபாடிகளையும் முன்னோடிகளையும் சேர்த்துத் தெரிந்துகொள்ளல் அத்தியாவசியம்.

முதலிலே பாரதியார் காலத்துச் சமுதாய சூழலையும் இலக்கியக் கர்த்தாக்களின் மனோ நிலையையும் சிறிது நோக்குதல் வேண்டும். 1882இல் எட்டயபுரத்திலே பாரதி பிறந்த வேளையில், இந்தியாவின் பிரதான நகரங்களில் மத்தியதர வர்க்கத்தினர் குறிப்பிடத்தக்களவு முதிர்ச்சி

பெற்றிருந்தனர். பத்தொன்பதாம் நூற்றாண்டின் நடுப்பகுதியிலிருந்து ஆங்கிலேயே அரசாங்கமே திட்டமிட்டு ஆங்கிலக் கல்வியையும் கல்வி முறையையும் பரப்பத் தொடங்கியது. பன்னெடுங் காலமாகத் தேங்கிக் கிடந்த ஹிந்து சமுதாயம் – முகலாயப் படையெடுப்பு, பிற ஆக்கிரமிப்புகள் முதலியவற்றால் அதிகம் பாதிக்கப்படாதிருந்த ஹிந்து சமுதாயம் – ஆங்கிலேயராட்சியில் முற்று முழுதான மாற்றம் பெறத் தொடங்கியிருந்தது. இருவகையில் ஆங்கிலேயராட்சி 'புதியதொரு' சமூகம் தோன்றக்கூடிய வாய்ப்பை ஏற்படுத்தியது. ஒன்று: ஆங்கிலக் கல்வியின் பயனாய் உடலுழைப்பற்ற மதிப்பான துரைத்தன உத்தியோகம் பெற்று வசதியுடன் வாழும் வழி சில இந்தியருக்குக் கிட்டியது. இரண்டாவது: ஆங்கிலேயரது பொருளாதாரச் 'சுரண்டல்' முறையைப் பின்பற்றிச் சில இந்தியர்கள் "முற்றிலும் புதிய வகையான உழைப்புக்குத் தம்மைத் தகுதியாக்கியும், தேவையான பொறியியல் அறிவைப் பெற்றும்" கைத்தொழில் முறையில் முன்னேறும் வாய்ப்பைக் கண்டனர். இவ்விரண்டு வகைப் போக்கின் தருக்கரீதியான வளர்ச்சியே இந்திய புத்திசீவிகளும் இந்திய பூர்ஷ்வாக்களுமாவர். பாரதிக்குப் பருவந் தெரிந்த காலத்திலிருந்தே இவ்விரு போக்குகளும் அவனை எதிர்நோக்கி வந்துள்ளன. தொடக்கத்தில் இரண்டையும் பாரதி வெறுத்தான். இது ஆழ்ந்து கவனிக்க வேண்டியது. ஏனெனில், பாரதியைப் பிற சமகாலப் புலவரின்றும் வேறுபடுத்தும் அடிப்படைக் காரணங்களில் இதுவும் ஒன்று. துரைத்தன உத்தியோகத்தர்களை "தாதர்கள்," "சேவகர்" என்று அலட்சியமாகக் குறிப்பிட்டான். தொழில் முறையால் முன்னுக்கு வர விழைபவர்கள் படக்கூடிய பாட்டைப் பாரதி தனது தந்தையின் வாழ்க்கைச் சோதனை யிலிருந்து நன்கறிந்தவன். முதலாண்மைக் கொள்கையின் இயக்கப்பாட்டை அறியமாட்டாத பாரதியின் தந்தை சின்னசாமி அய்யர், அப்பாவித்தனமாக உள்ளூரில் மூலதனம் திரட்டிக் கைத்தொழில் துறையில் இறங்கினார்; 1890இல் எட்டயபுரத்திலே பஞ்சாலை ஒன்றை நிறுவினார்; முடிவு நாசம்தான். பாரதி இந்நிகழ்ச்சியைத் தனக்கேயுரிய முறையில் *சுயசரிதையிற்* குறிப்பிடுகின்றான்:

    ஈங்கி தற்கிடை யெந்தை பெருந்துயர்
        எய்தி நின்றனன், தீய வறுமையான்;
    ஓங்கி நின்ற பெருஞ்செல்வம் யாவையும்
        ஊணர் செய்த சதியில் இழந்தனன்,
    பாங்கின் நின்று புகழ்ச்சிகள் பேசிய
        பண்டை நண்பர்கள் கைநெகிழ்த் தேகினர்;
    வாங்கி யுய்ந்த கிளைஞரும் தாதரும்
        வாழ்வு தேய்ந்தபின் யாது மதிப்பரோ?

இப்பாட்டில் **ஊணர்** என்றது விதேசிய ஆங்கிலேயரை. வ.உ. சிதம்பரம் பிள்ளை கப்பலோட்ட முயன்றகாலை பல்வேறு சூழ்ச்சிகளினால் அச் சுதேசிய முயற்சியை வெள்ளைக்காரக் கம்பெனிகள் முறியடித்தது போலவே பாரதியாரின் தந்தையும் முதலாளித்துவ பொருளாதார அமைப்பின் இயக்க விதியான மத்ஸ நியாயத்துக்கு (சின்ன மீனைப் பெரிய மீன் விழுங்குதல்) பலியாகிறார் என்பது தெளிவு. இத்தகைய நேர்வுகள் பாரதியைத் தொடக்கத்திலிருந்தே ஆங்கிலேயர் விரோதியாக்கிவிட்டிருந்தன. துன்பமும் துயரமும் வாட்டப் பாரதியாரின் தந்தை மரணமடைந்தபோது கவிஞருக்கு வயது பதினாறு.

மேற்கூறிய நிகழ்ச்சிகளின் பயனாகவும் தொடர்பாகவுமே அக்கால ஆங்கிலக் கல்வி முறையைப் பாரதி வெறுத்தான் என்று கருத இடமுண்டு. பாரதி காலத்துப் புகழ்பூத்த எழுத்தாளரும் இலக்கிய ஆசிரியர்களும் முற்கூறிய துரைத்தன மனோபாவமும் ஆங்கிலரைப் பின்பற்றி முன்னேற வேண்டும் என்ற நம்பிக்கையும் உடையராயிருந்தனர். ஆங்கிலக் கல்வி இத்தகைய மனப்போக்கு உடையவர்களை உருவாக்கும் என்று மக்காலே, எல்பின்ஸ்டன் முதலிய பிரபல ஆட்சியாளர் எதிர்பார்த்திருந்தனர். இந்திய தேசிய மறுமலர்ச்சியின் உடனிகழ்ச்சியாகத் தோன்றிய "புதிய" இலக்கியங்களைப் படைத்தோரிற் பெரும்பாலானவர்கள் ஆங்கிலக் கல்வி கற்ற மத்தியதர வர்க்கத்தினரே. அதாவது தமது ஆங்கிலக் கல்வித் தகுதியால் புத்திசீவிகளாக வாழ்ந்தவர்கள். தமது வர்க்க இயல்பு காரணமாக இவர்கள் பலவிதமான போலிச் சடங்குகள், ஆசாரங்களில் அதிகம் பக்தி சிரத்தையற்றவராய், பிரச்சினைகளை வாழ்க்கையின் தேவை கருதி நோக்கினர். அந்த வகையில் அவர்கள் வெளிப்படையான பயனீட்டுக் கொள்கையாளர் எனலாம்.

தாம் கற்ற ஆங்கில மொழி – இலக்கியத்தில் மட்டுமன்றி, உலகமெங்களும் நவீன வாழ்க்கை, உரைநடையையே சிறப்பிக்கிறது என இவர்கள் கண்டனர். தமது வாழ்க்கை நிலையோடொட்டிய அதற்கு இன்றியமையாத புதிய எண்ணங்களும் இலட்சியங்களும் கருத்துப் படிவங்களும் எளிய தெளிவான உரைநடை மூலமாகவே நடமாடுகின்றன என்றறிந்தனர். சென்ற நூற்றாண்டின் நடுப்பகுதியிலே சமயத்துறையிலும் சமூகத்துறையிலும் இலட்சிய வேகத்துடன் முன்னின்றுழைத்த ஆறுமுக நாவலர் போன்றவர்கள் உரைநடையின் முக்கியத்துவத்தை நன்றாக உணர்ந்திருந்தனர். நாவலர் தமது யுகத்துக்கும் அதற்கேற்ற சாதனத்துக்கும் உள்ள தொடர்பைப் பூரணமாக உணர்ந்திருந்தார். ஈழநாட்டுப் புலவர் சோமசுந்தரனார் பாடியுள்ளதுபோல், செய்யுள் நடையிலேயே பயின்று வந்த தமிழணங்கிற்கு,

வன்னநடை வழங்குநடை வசனநடை
யெனப்பயிற்றி வைத்த ஆசான்

நல்லை நகர் நாவலர், அக்காரணத்தினாலேயே "வசன நடை கைவந்த வல்லாளர்" ஆனார். 'வழங்கும் வசன நடை'க்கு ஆதர்ஷமாக விளங்கும் நாவலர், செய்யுள் இயற்ற முனைந்தபோது சம்பிரதாய முறைப்படி *"சீர் பூத்த கருவி நூல்..."* என்று தொடங்குவது போன்ற பழைய நடையில் அமைந்தவற்றையே பாடினார். கதிரை முருகன் மேல் சில கீர்த்தனங்கள் பாடியுள்ளா ரெனினும், பொதுவாக அவர் செய்யுட்கள் அக்காலத்தில் கவி பாடிய மகாவித்துவான் மீனாட்சிசுந்தரம் பிள்ளை, வித்துவான் தியாகராச செட்டியார் முதலியோர் செய்யுட்களைப் போலச் செய்யப்பட்டவையே.

பாரதி காலத்தில் வாழ்ந்த மிகப் பெரும் வித்துவான்கள் மாத்திரமன்றி முற்கூறிய ஆங்கிலக் கல்வி பயின்ற நவீனர்களும் பழைய பந்தாக் கவிகளையே பாடுபவராயிருந்தனர். உதாரணமாக, பாரதியின் இளமைத் தோழனாக இருந்த நாவலர் சோமசுந்தர பாரதியார் நிரம்பிய ஆங்கிலப் புலமை பெற்றவர்; நவீன வாழ்வியல் தெரிந்தவர்; பல்லாண்டுகள் வழக்கறிஞராகத் தொழில் பார்த்தவர். தற்காலத் தமிழில் புதுக்கவிதைகள் அரிதாயுள்ளன என்றுணர்ந்து இந்த நூற்றாண்டின் தொடக்கத்திலிருந்தே உரையும் செய்யுளும் எழுதி வந்தவர். புதுக்கவிகளாக அன்னார் படைத்தவற்றுள் 'மாரி வாயில்,' 'மங்கலக் குறிச்சிப் பொங்கல் நிகழ்ச்சி' என்பன வித்துவான்களும் வியந்து பாராட்டியவை. ஆனால் காய்தல் உவத்தலின்றிப் பார்க்கும் ஒருவர் அவற்றைப் பழந்தமிழ்ச் செய்யுட்கள் எனக் கருதினால் வியப்பிருக்காது. இப்பனுவல்களில் சோமசுந்தர பாரதியாரது ஆழ்ந்த தமிழ்ப் புலமை சுடர்விடுகிறது. ஆனால் அவை தற்காலத் தமிழால் ஆனவையல்ல. 'பொங்கல் நிகழ்ச்சிப் பாடலை' 1909ஆம் ஆண்டில் எழுதத் தொடங்கினார். அதுபற்றி முன்னுரையில் (1947) கூறப் படுவதாவது:

> முன் எழுதியவற்றுட் சிலவற்றைப் பொருத்தம் நோக்கித் திருத்தியும் அமைத்தது இத்தாழிசைக் கொச்சகச் செய்யுள். இப்பாக்களை வண்ண வகை எனக் கொள்ளினும் இழுக்கில்லை ... இது அகத்திணைச் செய்யுளாதலின், இதில் 'சுட்டி ஒருவர் பெயர் கொளப் பெறார்' ஆயினர். இச்செய்யுள் அகப்பகுதியில், 'நிகழ்ந்தது கூறி நிலையல்' எனும் துறையின் தலைவி கூற்றாகும். இது தொல்காப்பியர் கூறும் 'சேரி மொழியாற் செவ்விதிற் கிளந்து, ஓதல்

 க. கைலாசபதி

வேண்டாது குறித்தது தோன்றும்' புலன்வகையாகும். 'விருந்து' வகை எனினும் பொருந்தும்.

சான்றோர் செய்யுட்களுக்கு, நச்சினார்க்கினியர், பேராசிரியர் முதலிய இடைக்கால உரையாசிரியர் விளக்கங் கூறுவதுபோல, தமது புதுமைக் கவிக்கு இத்துணை விளக்கம் அவசியமெனக் கருதுகிறார் கணக்காயர். நூலுக்கு முகவுரை வழங்கிய கரந்தைத் தமிழ்ச் சங்கப் புலவர் நீ. கந்தசாமிப் பிள்ளை கூறுவதுபோல, "இப்பாக்களில் சொல்லில் நொய்மையும் பொருள் எளிமையும் காணவில்லை." ஒரு பானைச் சோற்றுக்கு ஒரு அவிழ் பதம் என்பதுபோல் கணக்காயர் போன்று "தமிழிலும் ஆங்கிலத்திலும் பல அரிய அறிவினிக்கும் நூல்கள் இயற்றியோர்" இத்தகைய பழைய நடையையே போற்றினர் என்பதற்கு இப்பனுவல் சிறந்த சான்று. ஆயினும் இன்னுமோர் உதாரணம் பார்ப்போம். வெள்ளகால் சுப்பிரமணிய முதலியார் (1857–1947) உயர்தர வேலையிலிருந்தவர்; பழுத்த ஆங்கிலப் புலமை பெற்றிருந்தவர்; ஹேபர்ட் ஸபென்ஸர் ஆங்கிலத்தில் கல்வியைப் பற்றி எழுதிய கட்டுரையை மொழிபெயர்த்தவர். ஆயினும் அவர் பாடிய *கோம்பி விருத்தம், நெல்லைச் சிலேடை வெண்பா* என்பன மரபுவழி வித்துவான்கள் வியந்தவை. கணிதநூற் பேராசிரியராயும் விஞ்ஞானத் துறையில் ஈடுபாடுடையவராயும் விளங்கிய பூண்டி அரங்கநாத முதலியார் *கச்சிக் கலம்பகம்* பாடி அரங் கேற்றினார்.

இவ்வுதாரணங்கள் ஒரு பெரும் உண்மையை எமக்குணர்த்து கின்றன. *தமிழ் நாவல் இலக்கியம்* என்ற நூலில் நான் வேறொரு தொடர்பிற் கூறியிருப்பது இங்குப் பொருத்தமாகத் தோன்றுகிறது:

> புதுமையான கருத்துக்களை வசனமாக எழுத முனைந்த அறிஞர் பலர் தமிழ்க் கவிதை எழுதிய போதிலும் பல்லுடைக்கும் கடின நடையிலே மரபு வழிவந்த பாடல்களையே பாடினர். அதுவரை எடுப்பார் கைப்பிள்ளையாக இருந்துவந்த வசனத்தை இவர்கள் தன்னம்பிக்கையுடன் கையாண்டனர்; அதன் எஜமானராயினர். கவிதையோ பாரம்பரியச் சிறப்புடையதாகலின், அதனைப் பயபக்தியுடன் அணுகினர். கவிதை இவர்களை அடிமை கொண்டது. இவர்களிற் பெரும்பாலோர் கவிதையை ஓர் அளவுகோல் கொண்டும் உரைநடையைப் பிறிதோர் அளவுகோல் கொண்டும் மதிப்பிட்டனர். இவ்வீரடிநிலை

இன்றுவரை காணப்படுகிறதெனலாம். பழந்தமிழ்க் கவிதைப்பற்று உள்ளவராகவும், தேவை யேற்படின் தாமும் அந்தாதி, கலம்பகம் முதலிய பிரபந்தங்கள் பாடும் ஆற்றல் பெற்றவராகவும் இருந்த இவர்களது முக்கியமான படைப்புக்கள் கவிதையாகவன்றி உரைநடையிலமைந்தமை கவனிக்கற்பாலது.

மேற்கூறியவர்களுக்குக் கவிதை சொகுசாகவும் இன்பப் பொருளாகவும் இருந்தது. அதே சமயத்தில் இவர்களிற் பெரும்பாலானோர் பழந்தமிழ்க் கவிதைகளை அவற்றிற் காணப்படும் அறவியற் கருத்துக்களுக்காகவே போற்றினர் என்று எண்ணத் தோன்றுகிறது. அந்நிய ஆதிக்கத்தின் விளைவாக ஏற்பட்டுக்கொண்டிருந்த பாரதூரமான சமுதாய மாற்றங்கள் மக்களது ஒழுகலாறுகளைப் பாதிக்கத் தொடங்கியிருந்தன. ஈரடி நிலையிருந்த இக்கல்விமான்கள் பண்டைய நீதி நூல்களைத் துணையாகவும் புகலிடமாகவும் கொண்டனர். மாதவையா எழுதிய *பத்மாவதி சரித்திரம்* போன்ற நாவலில் இதனைக் கண்டு தெளியலாம்.

இனி, வேறு சிலர் ஆங்கிலக் கவிதைகளைப்போலத் தமிழிலும் இயற்றிப் 'புதுமை' காண விழைந்தனர். இவர்களுக்கு எடுத்துக்காட்டாகப் பரிதிமாற் கலைஞர் எனத் தமது பெயரை மாற்றியமைத்துக் கொண்ட வி.கோ. சூரியநாராயண சாஸ்திரியாரைக் கொள்ளலாம். இத்தாலிய இலக்கியத்தினின்று பதினாறாம் நூற்றாண்டில் ஆங்கிலத்துக்கு இடம் பெயர்ந்த 'சொனெற்' (sonnet) என்னும் செய்யுள் வடிவத்தை அவர் தமிழிற்கு அறிமுகப்படுத்த முனைந்தார். *தனிப் பாசுரத் தொகை* என்ற தொகுதி வெளிவந்தது. டாக்டர் போப்பையரின் பாராட்டுரை அதற்குக் கிடைத்தது. ஆனால் 11.7.1901இல் போப்பையர் எழுதிய அணிந்துரை பொருளாழம் மிகுந்த கேள்விகளைக் கொண்டதாயிருந்தது. பரிதிமாற் கலைஞர் இப்பாசுரங்களைப் படைத்துக்கொண்டிருக்கும்போது பாரதிக்குப் பதினாறாம் பிராயம் தாண்டியிருந்தது. கவியுலகிற் சஞ்சரிக்கத் தொடங்கிவிட்டார். முதலில் போப்பையரின் கருத்தைப் பார்ப்போம். பாராட்டுரை ஆங்கிலத்திலுள்ளது.

> ... இத்தொகுதியில் மறுபிரசுரம் செய்யப்பெற்றுள்ள நாற்பத்தொரு குறுந் தமிழ்ச் செய்யுட்கள் பொதுவாக இசைநயமும் கலைமெருகும் உடையன; இவற்றிற் கூறப்படும் உணர்வு சுவையும் கட்டுரை வன்மையும் பெற்றுத் திகழ்கின்றது ...

ஆங்கில இலக்கியம் குறிப்பாக ஆங்கிலக் கவிதை காலந்தோறும் எல்லாப் படிநிலைகளிலுமுள்ள மக்களை ஈர்த்து அவர்தம் உள்ளங்களைப் பிணித்திருக்கும் தன்மையை நோக்குங்கால், தமிழ்க் கவிதை தனக்குரிய மிகப் புனிதமான கடமையில் அநாவசியமாகத் தவறியுள்ளது என்றே எண்ணத் துணிகின்றோம். அதன் நலம் பாராட்டுவோர் மிகச் சிலரே; தமிழ்கூறு நல்லுலகத்தின் பெருந்தொகையான பொதுமக்களது நெஞ்சைத் தமிழ்க் கவிதை என்றும் கவர்ந்துள்ளதா? இன்று கவர்கின்றதா? இனியும் கவருமா? ஒப்புநோக்குமிடத்துக் காணப்படும் இக் கேள்விக்குக் காரணங்கள் பல கூறக் கூடும்; நாம் அந்நியர் என்ற வகையில் பணிவுடனேயே இக் கருத்தைத் தெரிவிக்க முனைகிறோம். அதாவது, ஒப்பற்ற தனிச் சிறப்பியல்புகளும் நேர்த்தியுமிருந்தும் பொதுமக்கள் தேவைக்கு இயைந்த எளிமையும் பொருள் தெளிவும் அதனிடத்துப் பொதுவாகக் குறைவே.

இத்தொடர்பில் தமிழ்க் கவிதை அரசி தந்த கடைசிப் பெரும் படையலான *நீதிநெறி விளக்கம்* என்னும் நூலை நோக்குங்கள். பொதுமக்களுக்கு விஷயங்களைக் கூற முன்வந்து முயன்றால் தமிழில் சாதிக்கக் கூடியவற்றை அந்நூலிலுள்ள பல செய்யுட்கள் காட்டுகின்றன.

மேனாட்டுத் தமிழறிஞருள் தலைசிறந்து விளங்கிய போப்பையரை மொழிநூற் புலவராகவும் மொழி பெயர்ப்பாசிரியராகவுமே பெரும்பாலானோர் அறிந்திருக் கின்றனர். இவ்வணிந்துரை மூலம் நுணித்தாராயும் இலக்கியத் திறனாய்வாளராகவும் அவர் எமக்குக் காட்சியளிக்கின்றார். கிறித்துவ வேதாகமத்தைத் திறம்படத் தமிழ் மக்களிடையே பரப்புவதற்காகத் தொடக்கத்திலே தமிழைக் கற்ற போப் அவர்கள் தமிழ்க் காதலரானார் என்பது விஷயமறிந்தவர்க்குப் புதிய தகவலன்று. தமிழ்க் கவிதை மேலுள்ள காதல்பற்றிச் சில "கசப்பான" உண்மைகளை அணிந்துரையிற் குறிப்பிட்டுள்ளார். எளிமையும், பொருட்டெளிவும், பொதுமக்களும் சுவைக்கவல்ல தன்மையும் வரலாற்றுச் சிறப்பு மிக்க தமிழ்க் கவிதையிற் காணப்படவில்லை என்பதும், குமரகுருபரசுவாமிகள் இயற்றிய *நீதிநெறி விளக்கம்* போன்ற நூல்கள் முற்கூறிய அம்சங்களைக் கொண்டு விளங்குவன என்பதும் போப்பையரது கருத்து. அவர்

இவ்வாறு எழுதிய காலத்தில் உயர்ந்த நிலையிலிருந்த தமிழர் எவராவது இவ்வாறு கூறியிருப்பர் என்று கூற முடியவில்லை. நாம் ஏலவே பார்த்தது போல அவர்கள் 'யமகம் திரிபு அந்தாதி' பாடிக்கொண்டிருந்தவரே. போப்பையர் கூறிய கருத்துக்களுக்குத் தலையசைத்து அவற்றையே ஆணித்தரமாகக் கூறுவது போல இருக்கிறது பாரதியின் பின்வரும் கூற்று. யாவருக்கும் நன்கு பழக்கமான மேற்கோள்தான்:

> எளிய பதங்கள், எளிய நடை, எளிதில் அறிந்து கொள்ளக்கூடிய சந்தம், பொது ஜனங்கள் விரும்பும் மெட்டு இவற்றினையுடைய காவியம் ஒன்று தற்காலத்தில் செய்து தருவோன் நமது தாய் மொழிக்குப் புதிய உயிர் தருவோனாகின்றான்.

'ஆலையில்லா ஊருக்கு இலுப்பைப் பூ சர்க்கரை' என்பதற்கிணங்க, கிடைத்தவற்றுட் சிறந்ததான *தனிப் பாசுரத் தொகையைப்* பாராட்டினார் போப். ஆயினும், 'சொனெற்' பாவகையைப் பின்பற்றி எழுத முயன்ற சாஸ்திரியார் விரும்பத்தக்களவு வெற்றிபெறவில்லை என்பதை ஒளிவுமறைவின்றிக் கூறினார். 'சொனெற்' என்ற பதினான்கடிப் பாடல் சிறிய அளவினதாயினும், ஐரோப்பிய இலக்கிய மேதைகள் பலராற் கையாளப்பெற்றுப் பண் கனிந்து இனிய பாடலாக அமைந்தது; இறுக்கமும் செறிவும் பரிபூரணமாக உள்ளதாய்த் திகழ்வது. பெரும்பாலான சொனெற் பாக்களிலே முதல் எட்டு அடிகளில் பாடற் பொருள் அறிமுகம் செய்யப்பட்டுத் தடையோ, கேள்வியோ, ஐயமோ, பிரச்சினையோ எழுப்பப்படுகின்றன. இறுதி ஆறடிகள் விடை பகர்ந்து, கருத்தமைதி கண்டு முடிவடைகின்றன. இப்பண்பினையே மனத்திருத்திப் போப்பையர் சாஸ்திரியாரது பாசுரங்களைப் பற்றிப் பின்வருமாறு கூறியுள்ளார்: " . . . அதுமட்டுமன்றிக் கவிப் பொருளுக்கும் இறுதியில் அழுத்தம் பெறும் கருத்துக்கும் இருக்க வேண்டிய ஒருமைப்பாடு குறைபட்டுள்ளது என்றே கூறவேண்டும். இவ்விடர்ப்பாட்டை இன்றைய நிலையில் முற்றாக நீக்க முடியுமோ என்பது சந்தேகமே."

இன்னுமொன்று, ஐரோப்பிய மொழிகளிலே 'சொனெற்' சிறப்பாகக் காதற் கவியாகவே வளர்ந்தது. *முத்தொள்ளாயிரம், நந்திக்கலம்பகம்* முதலிய நூல்களிலும் *நற்றிணை, நெடுந்தொகை* முதலிய தொகை நூல்களிலும் உள்ள அகத்திணைப் பாக்கள் போன்றன அவை. ஆங்கிலக் கவிஞன் மில்டன் (1603–1674) அவ்வடிவத்தைத் தான் கூறிய அரசியல், அறவியற் கருத்துப் படிவங்களுக்கு வாகனமாகப் பயன்படுத்தினா னெனினும், அது அடிப்படையில் தனிநிலை உணர்ச்சிப் பாடலே. ஆனால் எமது

கலைஞரோ அதனைப் புறத்திணைக் காஞ்சிப் பொருளுக்குப் பயன்படுத்தினர். அறிவின் துணைகொண்டு வசனங்களை யாப்பமைதிக்குள் அடுக்கியது போல இருக்கிறது அவரது பாசுரம். செயற்கையும் படாடோபமும் போலியுணர்ச்சியும் வெளிப்படையாகவே தோன்றுகின்றன. ஒருதாரணம்:

பரிதியே! நாடொறும் பண்பி னிளங்கதிர்
அருநில மகட்கண் டண்ணல்புன் னகையென
எங்கணும் வீசுபு பொங்குகளி செய்வோய்!
நண்பகல் வெம்மை நனிகொடி தெனினுங்
காலைமா லையுநின் கதிர்நலம் புகழ்வர்
உலகின் கண்ணே! உறுமண்டே வரசே!
உன்னரு ளின்றற மாதிய வியலா;
பண்டை யிரவின் பாழ்த்தனி யாட்சியில்
வானம் வறக்கும்; தீனஞ் சிறக்கும்;
ஞான மிறக்கும்; மானம் பறக்கும்;
உயிர்க ளுயங்கும்; பயிர்க டியங்கும்.
தினந்தொழி னின்மகார் செயப்பணி தலைவா!
என்கொல்? நின்கருணை யென்கொல்?
நன்குற வாற்று நாத! விண் மணியே.

சூரியனைப் பற்றிச் சில பொதுச் செய்திகளைக் கடின நடையிற் கூறியுள்ளாரேயன்றி அவர் உள்ளத்தின் வெள்ளப்பெருக்கு கவிதையாக அமையவில்லை என்பது விளக்க வேண்டாத் தெளிபொருள். சூரியனைப் பற்றிய இக்கட்டுரையோடு பாரதி யாரின் சில அடிகளை ஒப்புநோக்கினால் விஷயம் தானாகவே தெளிவாகும். தமது பாத்திரம் ஒன்றன் வாயிலாகச் சூரியனை வருணிக்கிறார்:

அடிவானத் தேஅங்கு பரிதிக் கோளம்
    அளப்பரிய விரைவினொடு சுழலக் காண்பாய்;
இடிவானத் தொளிமின்னல் பத்துக் கோடி
    எடுத்தவற்றை ஒன்றுபட உருக்கு வார்த்து,
முடிவான வட்டத்தைக் காளி ஆங்கே,
    மொய்குழலாய் சுற்றுவதன் மொய்ம்பு காணாய்,
வடிவான தொன்றாகத் தகடி ரண்டு
    வட்டமுறச் சுழலுவதை வளைந்து காண்பாய்.

பாரதியின் தனித்தன்மையும் மேதாவிலாசமும் அடிதோறும் துள்ளிக் குதிக்கின்றன. இவ்விரு பாடல்களையும் அருகருகே வைத்துப் பார்த்தால் முந்தியது பல நூற்றாண்டுகளுக்கு முன்னர் இயற்றப்பட்டதாகத் தோன்றும். ஆனால் உண்மையில் இரண்டிற்கும் இடையே சுமார் பன்னிரண்டு ஆண்டுகள்தாம் உள்ளன. பாரதியார் *பாஞ்சாலி சபதத்தை* 1912இல் பாடினார்.

ஆனாலும் இவ்விஷயத்தில் நாம் சாஸ்திரியார் மீது அளவுக்கு மீறிக் கண்டிப்பாக இருக்கத் தேவையில்லை.

ஏனெனில், தமிழில் மாத்திரமன்றிப் பிற இந்திய மொழிகளிலும் முதன் முயற்சியாளர்கள் ஆங்கிலம், பிரெஞ்சு முதலிய மொழிகளிலிருந்து இலக்கிய உருவங்களை எடுத்துப் பரிசீலனை செய்து பார்த்திருக்கின்றனர். உதாரணமாக, நவீன வங்க இலக்கியத்தின் முன்னோடிகளில் ஒருவரான மைக்கேல் மதுசூதன தத்தர் (1824–1873) கல்கத்தா இந்துக் கல்லூரியில் மாணவனாக இருந்த காலத்தில் ஆங்கிலத்திலே 'சொனெற்' பாக்கள் எழுதியவர். அவர் இயற்றி வெளியிட்ட இறுதி நூலும் நூற்று இரண்டு (102) சொனெற் பாக்களைக் கொண்ட தொகையே. *சதுர் தஸ்பதீ கவிதாவலீ* (பதினான்கு அடிப்பாக்கள்) என்றே அத்தொகைக்குப் பெயருமிட்டிருந்தார். வங்காள இலக்கிய விமர்சகர்கள் கூறுவனவற்றைப் பார்க்கும்போது பரிதிமாற் கலைஞரினும் மதுசூதன தத்தர் பேராற்றலுடன் புதிய பாவகையைக் கையாண்டார் போலத் தெரிகிறது.

எட்டயபுரத்திலே கவிதைப் பாலைவனத்தில் வாழ்ந்த பாரதியார் ஷெல்லி முதலிய ஆங்கிலக் கவிகளைப் படித்த வராதலால், பொதுவான இப்போக்கிற்கு விலக்கின்றிச் 'சொனெற்' பாவுடனே பத்திரிகை உலகை எட்டிப் பார்த்திருக்கிறார். மதுரையிலிருந்து வெளிவந்த *விவேகபாநு* பத்திரிகையின் 1904 ஜூலை மாத இதழில் *தனிமையிரக்கம்* என்ற பாடல் (சொனெற்) கடின நடையில் வெளிவந்தது. கடின நடையாயிருப்பினும் சாஸ்திரியாரது பாடலினும் உணர்ச்சி மிகுந்ததாகவே உள்ளது.

குயிலினாய்! நின்னொடு குலவியின் கலவி
பயில்வதிற் கழித்த பன்னாள் நினைந்துபின்
இன்றெனக் கிடையே எண்ணில் யோசனைப்படும்
குன்றமும் வனமும் கொழிதிரைப் புனலும்
மேவிடப் புரிந்த விதியையும் நினைந்தால்
பாவியேன் நெஞ்சம் பகீரெனல் அரிதோ ?
கலங்கரை விளக்கொரு காவதம் கோடியா
மலங்குமோர் சிறிய மரக்கலம் போன்றேன்
முடம்படு தினங்காள்! முன்னர்யான் அவளுடன்
உடம்பொடும் உயிரென உற்றுவாழ் நாட்களில்
வளியென பறந்தநீர் மற்றியான் எனாது
கிளியினைப் பிரிந்துழிக் கிரியெனக் கிடக்கும்
செயலையென் இயம்புவல் சிவனே
மயலையிற் றென்றெவர் வகுப்பரங் கவட்கே.

புலவர் கந்தசாமிக் கவிராயர் நடாத்திய பத்திரிகைக்கு அனுப்பிய இக் கன்னி முயற்சியைக் கடினமான பண்டித நடையில் எழுதியிருப்பது உண்மையே. ஆனாலும், பிற்காலத்தில் அவர் எழுதிய *குயில் பாட்டு, சுயசரிதை* முதலிய பாடல்களின்

தோற்றத்தை இதிற் சந்தேகத்திற்கு இடமின்றிக் காணக்கூடியதாக இருக்கிறது. அதற்கும் மேலாக, கவிஞனது உள்ளத்தைக் காண்கிறோம். பாரதி தன்னுணர்ச்சிக் கவி என்பது இதில் நிரூபணமாகிறது. குயில், விதி, நெஞ்சம், பாவியேன், குலவி முதலிய சொற்கள் பிற்காலக் கவிதைகளில் பாரதியாரால் வழங்கப் பட்டிருக்கும் வேகத்தை அறிபவருக்கு இப்பாடல் இனிக்கும்.

மேற்கூறிய பாடலை மட்டுமன்றி **யான், சந்திரிகை** முதலிய கவிதைகளையும் 'சொனெற்' பாக்களாக எழுதியுள்ளார் பாரதி. அவை பற்றியும் வெகு விரைவிலேயே அத்தகைய முயற்சிகளிலிருந்து அவர் 'விடுதலை' பெற்றது பற்றியும் சற்றுப் பின்னர் கவனிப்போம். இவ்விடத்தில் நாம் மனங்கொள்ள வேண்டியது ஒன்றுதான். பாரதியாரது சமகாலப் புலவரிடத்துக் காணப்படும் இரு பண்புகளாம் பழந்தமிழ் நடையும், ஆங்கில வாடையும் தொடக்கத்தில் தவிர்க்க முடியாதபடி பாரதியிடத்துங் காணப்படுகின்றன. ஆனால் மற்றையோர் தொடர்ந்து அப் பண்புகளுக்கு உருவங்கொடுத்துக்கொண்டிருக்க, பாரதியோ மின்னல் வேகத்தில் புதுப் பிறவி பெற்றவன் போல் தனிப் பாதை யொன்றை வகுத்துக்கொள்கிறான். இதிலேதான் அவன் தனது சகபாடிகளிலிருந்து விலகி, முன்னோடிகள் சிலரைச் சார்ந்து கொள்கின்றான்.

இம்மாற்றம் நூற்றுக்கு நூறு வீதம் திடுமெனத் தோன்றியது அல்ல; முற்று முழுதான படிமுறை வளர்ச்சியுமல்ல; இரண்டும் கலந்த தனிச்சிறப்பான நிலையெனலாம். நாம் ஏலவே பார்த்ததுபோல, தனது தந்தைக்கு நிகழ்ந்த பேரிடியும் அதற்கு முழுக் காரணமாக இருந்த அந்நியப் பொருளாதார அமுக்கமும் பாரதியைப் பதினைந்தாம் பதினாறாம் வயதிலேயே 'வெள்ளைக்கார விரோதி' ஆக்கியிருந்தன. நண்பர் சிதம்பர ரகுநாதன் குறிப்பிட்டுள்ளது போல், "பாரதியின தேசபக்திக்கான அடிப்படை அவனது 15ஆவது வயதிலேயே இதயத்தில் பதிந்து விட்டது என்று நாம் திட்டவட்டமாகக் கொள்ளலாம். எனினும் இதயத்தின் அடியாழத்தில் பதிந்த அந்த அடிப்படைமீது அவனது உள்ளத்தில் தேசபக்தி ... சுபகிருது ஆண்டில், 1902ஆம் ஆண்டில் அல்லது 1903 தொடக்கத்தில், ஆழமாகக் குடிகொள்ளத் தொடங்கியது ..." ('பாரதி: தேசபக்தியின் தோற்றம்,' *தாமரை*, செப். 1967).

இத் தேசபக்தியைத் தத்துவ தரிசனம் போலத் தனக்கேயுரிய பாணியில் பாரதி எழுதியுள்ளான். 1909இல் வெளிவந்த *ஜன்மபூமி* என்ற நூலுக்கு (*ஸ்வதேச கீதங்கள் – இரண்டாம்*

பாகம்) புதுவையிலிருந்து எழுதிய முகவுரையில் பின்னோக்கிப் பார்க்கிறான்:

> சூரியன் உதித்தவுடனே சேதனப் பிரகிருதி மட்டுமேயன்றி அசேதனப் பிரகிருதியும் புதிய ஜீவனையும் உற்சாகத்தையும் பெற்றுத் திகழ்கின்றன. இவற்றினையொப்பவே, நாட்டில் ஓர் புதிய ஆதர்சம் – ஓர் கிளர்ச்சி – ஓர் மார்க்கம் தோன்றுமேயானால் மேன்மக்களின் நெஞ்சமனைத்தும் இரவியை நோக்கித் திரும்பும் சூரியகாந்த மலர்போல அவ்வாதர்சத்தை நோக்கித் திரும்புகின்றன. சென்ற சுபகிருது வருஷத்திலே பாரத நாட்டில் சர்வ சுபங்களுக்கும் மூலாதாரமாகிய "தேசபக்தி" என்ற நவீன மார்க்கம் தோன்றியது. நல்லோர்களின் சிந்தையெல்லாம் உடனே புளகிதமாயின. நல்லோருடைய குணங் களிலே குறையுடையவனாகிய யானும் தேவியினது கிருபையால் அப்புதிய சுடரினிடத்து அன்பு பூண்டேன்... மாதாவும் அதனை அங்கீகாரம் செய்து கொண்டாள்.

இவ்வரிகள் நூலுக்கு முகவுரையாக மாத்திரமல்லாது கவிஞனது பிரகடனமாகவும் அமைந்துள்ளன. 1902ஆம் ஆண்டிற்கும் 1905ஆம் ஆண்டில் நிவேதிதா அம்மையாரைச் சந்தித்த நிகழ்ச்சிகளும் இடையில் பாரதி வெகு துரிதமாக நவீன மார்க்கத்தால் – தேசபக்தியால் – ஆகர்ஷிக்கப்பட்டு விட்டான். இதுவே கவிதையிற் காணும் புரட்சிக்குக் காரணம். இது ஆழ்ந்து கவனிக்க வேண்டியது. கவிதா வாழ்வின் ஆரம்பத்தில் எல்லோரையும் போலவே ஆங்கில சொனெற் முறையைப் பின்பற்றியும், 'சங்க' யாப்பான அகவற்பாவைக் கருவியாகக் கொண்டும் சொந்த விவகாரங்களைச் சம்பிரதாயமான முறையில் பாடுகிறான். அக்காலப் பாடல் தலைப்புகளே இவ்வுண்மையை எடுத்துக்காட்டுகின்றன. *சந்திரிகை, யான், தனிமையிரக்கம்* முதலியன தனது மன உளைவுகளைக் கவிப்பொருளாகக் கவிஞர் கொண்டாடுவதைக் காட்டி நிற்கின்றன. ஆனால் நவீன மார்க்கத்தைத் தழுவியவுடனேயே "தன்னை" மறந்து, தனக்கு அப்பாற்பட்டு விரிந்து பரந்த புறஉலகுடன் தன்னைப் பிரிக்க முடியாதபடி பிணைத்துக்கொள்கிறான். இறை பக்தியைப் பாடிய மாணிக்கவாசகர்,

அற்புத மான அமுத தாரைகள்
எற்புத் துளைதொறும் ஏற்றினன் . . . . .

என்றார். பாரதியாருக்குத் தேசபக்தி அவ்வாறே இருந்தது. நாவுக்கரசர் பாடினார்:

தன்னை மறந்தாள் தன் நாமம் கெட்டாள்;
தலைப்பட்டாள் நங்கை தலைவன் தாளே

என்று. அதுபோலப் பாரதியாரும் தனிமை இரக்கங்களையெல்லாம் உதறித் தள்ளிவிட்டுத் தன்னையும் தனது கவிமலர்களையும் தலைவிக்குச் சமர்ப்பித்தார். அந்தக் கணத்திலேயே அகவல், சொனெற் முதலிய யாப்பு எல்லைகள் மறைந்து புதிய உத்வேக கீதங்கள் உருப்பெறத் தொடங்கிவிட்டன. பழைய இறை பக்தர்களின் குதூகல உணர்ச்சியும், “நாமார்க்குங் குடியல்லோம்; நமனை அஞ்சோம்” என்ற ஆன்ம வீரமும் அவரது வார்த்தைகளில் பொதுளத் தொடங்கின. தனிமையிலிருந்து நெஞ்சொடு புலம்பிய நிலைபோய் உள்ளக் களிப்பையும் உறுதியையும் உலகை நோக்கி உரத்துக் கூவும் உளப்பாங்கு தோன்றியது. அந்நிலையில் தாயுமானவர் ‘ஆனந்தக் களிப்பு’ மெட்டில் அதுகாலவரை கேட்காத புதுயுகக் குரல் ஒலித்தது. “வந்தே மாதர மென்போம்” என்ற கீதத்தை அறியாதவர் இலர். இப்பொழுது அச்சிலுள்ள பாரதி கவிதைத் தொகுதிகளில் இடம் பெறாத பா ஒன்றை மட்டும் உதாரணங் காட்டுவோம்; **‘வந்தே மாதரம்’** கீதத்தின் ஆறாவது சரணம் அது.

தேவிநம் பாரதபூமி – எங்கள்
    தீமைகள் யாவையுந் தீர்த்தருள் செய்வாள்
ஆவியுடல் பொருள் மூன்றும் – அந்த
    அன்னை பொற் றாளினுக் கர்ப்பிதமாக்கி.

நவீன மார்க்கத்தைக் கடைப்பிடித்த பின், பாரதி பாட்டுக்கள் பாடினான்; அவனது சகபாடிகள் செய்யுட்கள் எழுதினர். “வந்தே மாதர கீதத்”தைப் பாடுவதற்கு முன்பே, 1905 செப்டம்பர் 14ஆம் தேதி சென்னைக் கடற்கரையில் நடந்த சுதேசிய மாணவர் பொதுக்கூட்டத்தில பாரதி “வங்கமே வாழிய” என்ற தலைப்பில் சில கீதங்கள் பாடியிருக்கிறான். பாரதியார் பாடி வெளிவந்த முதலாவது தேசாவேசப் பாடல் இதுவேயாகும். இவை யாவற்றையும் சேர்த்துப் பார்க்கும்போது ஒருண்மை புலப்படுகிறது. நவீன மார்க்கத்தை ஏற்றுக்கொண்ட பாரதி, கவிதையை மக்களோடு தொடர்புகொண்டு, உரையாடி உறவாடும் சாதனமாகப் பயன்படுத்தினான். படுத்தவும், அதன் பண்பும் பணியும் பயனும் மாறின. தனது சகபாடிகளினின்றும் வெகுதூரம் பிரிந்து சென்றுவிட்டான். ஆகவே இறுதி ஆய்வில் இலக்கியத்தின் உள்ளடக்கமே உருவத்தை நிர்ணயிக்கிறது என்னும் கூற்றுக்குப் பாரதியின் பரிணாமம் மறுக்கவொண்ணாச் சான்று பகர்கிறது.

ஆயினும், இந்தச் சந்தர்ப்பத்தில் சிக்கல் நிறைந்த தாக்கப்பட்டுள்ள அப்பிரச்சினைக்குள் நாம் இறங்க வேண்டிய தில்லை. பரிதிமாற் கலைஞர், சோமசுந்தர பாரதியார், சுப்பிரமணிய முதலியார், இராகவையங்கார் முதலியோர் தொல்காப்பியரின் கட்டளையையும் ஷேக்ஸ்பியரின் மேதமையையும் எண்ணிப் பெரும்பாடுபட்டுத் தமிழகத்து அறிஞரும், வெள்ளைக்காரப் பேராசிரியர்களும் ஒருங்கே பாராட்டக்கூடிய செய்யுட்களை எழுத முயன்றுகொண்டிருந்தபோது கூழுக்குப் பாடிய தமிழ்க் கிழவியைப் போல முன்னின்று கேட்போருக்குப் பாடிப் பரவசமடைந்தான் பாரதி. இதனால் கவிதைக்குரிய புராதனப் பண்பு ஒன்றை மீட்டும் எமக்கு உணர்த்தினான் பாரதி. நான் பிறிதோரிடத்திலே கூறியுள்ளதைப் போல், *(நெடும் பகல்: முருகையன் கவிதைகள், 1967)* "காகிதத்தில் எழுதியோ, அச்சடித்தோ மனத்திற்குள் ஒருவர் முணுமுணுப்பதல்ல கவிதை. பாடப்பட வேண்டும்; அதுதான் பாட்டு. பாட்டென்றால் இசை தழுவியுமிருக்கும்; தழுவாமலுமிருக்கலாம். ஆனால் ஓசை நயமிருக்கும். சாதாரண மனிதர், உரைநடையைக் கொண்டு தமது கருத்துக்களையும் உணர்வுகளையும் புலப்படுத்துவது போலக் கவிஞன் செய்யுளைத் துணை கொண்டு பிறருடன் உரையாடுகிறான். உயர் கவிகளுக்குரிய ஓர் இலக்கணம் அது. பாரதியார் செய்த அதி முக்கியமான புதுமைகளிலொன்று, கவிதை மூலம் தனது சமூக மக்களுடன் உறவாடியதே."

கடந்த பதினைந்து இருபது வருடங்களாக – குறிப்பாக 1947க்குப் பின்னர் வீர வணக்கம் காரணமாகத் தமிழகத்தில் பாரதி பாடல்கள் நாடகங்களிலும் திரைப்படங்களிலும் வெவ்வேறு இசை வடிவங்களைப் பெற்றிருப்பதையும் நான் முன்னர்க் கூறியதையும் ஒன்றாகக் கொள்ள முடியாது; இசைக் கலைஞர்கள் கர்நாடக இராகங்களில் பாரதி பாடல்களைப் பாடுவதும் இத்தகையதே. பாரதி முதலிற் கவிஞன்; இரண்டாவதாகவே சாகித்திய கர்த்தா. இரண்டின் முறையையும் மாற்றிவிடக்கூடாது. பாரதி தனது பாடல்களை உரத்துப் பாடிச் சொற்கள் ஒவ்வொன்றினதும் உள்ளார்ந்த ஆற்றலை வெளிப்படுத்தியதையே நான் இங்குக் கருதுகிறேன்; பாரதியின் சங்கீதத் திறமையை அன்று.

பாரதியைக் கண்டு கேட்டவரும், அவர்களைக் கண்டோரும் ஒருமுகமாகக் கூறுவது இதுதான்: மந்திரச் சொல் இன்பம் பொங்கப் பாடுவார் கவிஞர். பாரதி புதுவையில் இருந்த காலத்தில் அவரது அன்புக்குப் பாத்திரமான சிறுமி யதுகிரியிலிருந்து பேராசிரியர் வையாபுரிப் பிள்ளை வரை பலரும் கவிஞரது குரலையும்

உணர்ச்சி ததும்பப் பாடும் முறையையும் வருணித்துள்ளனர். இது பாரதியின் பெருமை சம்பந்தமானது மட்டுமன்று. அவரை அவரது சகபாடிகள் பெரும்பாலானோரிலிருந்து வேறுபடுத்திக் காட்ட உதவுவதோடு, அவரது கவி ஊற்றுக்களை ஒருவாறு கண்டறியவும் குறிகாட்டுவதாயுமுள்ளது.

யதுகிரி அம்மாள் எழுதுகிறார்:

> மூவரும் பாட்டின் ஓசை வந்த திக்கை நோக்கிச் சென்றோம். அங்கே ஒரு கட்டுமரத்தின் மேல் பாரதியார் அமர்ந்திருந்தார். கறுப்புச் சொக்காய்; கச்சை போட்ட வேஷ்டி; கூப்பிய கரங்கள்; கடலில் உதயமாகும் பாலசூரியனை நோக்கியபடி பாடிக்கொண்டிருந்தார் அவர். வெளிச்சம் நன்றாகப் பரவவில்லை; மங்கலாக இருந்தது. கம்பீரமான பாட்டு, உள்ளத்தைக் கவரும் ராகம், பாட்டின் உந்நதமான பொருள் எல்லாம் சேர்ந்து உண்மையில் தெய்வத்தை எதிரில் காண்பது போல் மயிர்க்கூச்செறியச் செய்தன. உள்ளம் குளிர்ந்தது.

பாரதியைப் பற்றி எழுதிய சில ஆசிரியர்கள் இத்தகைய சம்பவங்களை அவரது விசித்திரமான சுபாவத்துக்கு எடுத்துக்காட்டாகக் கூறுவர். கவிஞனை அல்லது கலைஞனை கற்பனைலோகத்திற் சஞ்சரிக்கும் அபூர்வப் பிறவியாகக் கொள்ளும் கனவுலக இலக்கியக் கோட்பாட்டின் விளைவு அது. ஆனால் பாரதியாரைப் பொறுத்தவரையில் கவிதை வாழ்வோ இரண்டறக் கலந்திருந்தது. கவிதை, நிறைந்த புலமையின் வெளிப்பாடு மட்டுமல்ல, வாழ்க்கைக்கு உணவுமாகும். வேறோர் இடத்திலே யதுகிரி அம்மாள் எழுதுகிறார்:

> ஸ்ரீ பாரதியாருக்குச் சங்கீதக் கச்சேரிகளைக் காட்டிலும் பாம்பாட்டி, வண்ணான், நெல்குத்தும் பெண்கள், செம்படவர்கள், உழவர் இவர்களுடைய நாடோடிப் பாட்டுக்கள் என்றால் மிகவும் இஷ்டம். ஒரு நாள் மாலை . . . செம்படவர்கள் மீன்களை நிரப்பிக்கொண்டு, சந்தோஷமாகப் பாடியபடி தோணியைக் கரையேற்றிக்கொண்டிருந்தார்கள். எங்களோடு பேசிக்கொண்டிருந்த பாரதியார் அவர்களுடைய பாட்டுக்கு ‘சபாஷ்’ சொல்ல ஆரம்பித்தார். நான், ‘இது என்ன வேடிக்கை! அவர்கள் அர்த்தம் ராகம் ஒன்றும் இல்லாமல்

பாடும் பாட்டை நீர் இவ்வளவு மெச்சுகிறீரே! எங்களுக்கு ஒன்றும் புரிகிறதில்லை' என்றேன்.

யதுகிரி அம்மாள் சிறுவயது நினைவுகளைச் சொல்கிறார்; பாரதியைப் பெரியவராகக் கருதி வாழ்ந்தவர். ஓரளவு முதிர்ச்சி பெற்ற தமிழறிஞர் எஸ். வையாபுரிப் பிள்ளை கூறுவதைப் பார்ப்போம்:

> அவருடைய பாடல்களை அவர் பாடிக் கேட்க வேண்டுமென்ற ஆவல் எனக்கு அதிகமாயிருந்தது. அந்த ஆவலை நிறைவேற்றிக்கொள்ள இது தக்க சமயமென்று எண்ணினேன். 'சின்னஞ் சிறுகிளியே' என்று தொடங்கும் பாடல்களைப் பாடும்படி கேட்டுக்கொண்டேன். பாரதியார் கண்கள் ஒரு நிமிஷம் மூடுண்டன. முகத்திலே புதியதொரு பொலிவு. அன்பு ததும்பும் சாரீரத்தில் பாடத் தொடங்கி எங்களைப் பரவசமாக்கினார்.

இவ்வாறு வாய்விட்டுப் பாடும் பண்பினைப் பாரதியார் தனது முன்னோடிகள் சிலரிடமிருந்து பெற்றார் என்பதனைச் சிறிது பின்னால் கவனிப்போம். இங்கு மனங்கொள்ள வேண்டியது யாதெனில், வாழ்க்கையையே கவிதைப் பொருளாக்கியமையால் தனது வாழ்க்கை யனுபவங்களையும் தன்னைச் சார்ந்தோர் வாழ்க்கை நிகழ்வுகளையும் நாட்டு நடப்புகளையும் பாட்டாக்கினார். அது பொருள்; வடிவமும் அநுபவத்தாற் பெற்றதுதான். பல்வேறு உழைப்பாளிகளின் நாட்டுப் பாடல்களை மட்டுமன்றிப் பிச்சைக்காரர் பாட்டுக்களையும் தனதாக்கினார். புதுவை அலுத்துப்போய்த் திடீரெனப் பிரிட்டிஷ் இந்தியாவுக்கு மாறுவேடத்தில் போன சமயம் (1918) ரெயிலில் பிச்சைக்காரப் பெண்ணொருத்தி பாடிய ஹிந்துஸ்தானிப் பாடலின் மெட்டில் "பாருக்குள்ளே நல்ல நாடு" என்ற கீதத்தைக் கவனஞ் செய்தாராம். இவையெல்லாம் சாதாரண மக்களோடு தொடர்பு கொண்டு சந்தர்ப்பத்துக்கேற்றவாறு நவநவமாகப் பாரதியார் பாடியதைக் காட்டுகின்றன. பாடும் பாடல் "கொச்சக ஒருபோகா அல்லது வண்ண ஒத்தாழிசைக் கலியா அல்லது கழிநெடிலாசிரிய விருத்தமா" என்று அவர் சகபாடிகள் தமது ஓய்வு நேரங்களில் மண்டையைக் குழப்பிக்கொண்டிருக்க, பாரதியார் தமது அநுபவத்தையே ஆதாரமாகக் கொண்டு சாதாரணக் கற்களை வைரமணிகள் ஆக்கிக்கொண்டிருந்தார். ஒரு சமயம் பாரதியார் வீட்டில் சக்தி பூஜைக்குப் பிறகு 'வந்தே மாதரம்' பாடிவிட்டு, தாம் செய்த புதிய பாடலாகிய 'பெண்மை வாழ்கென்று'

என்பதை "இங்கிலீஷ் நோட் மெட்டில்" பாடினாராம். *(பாரதி நினைவுகள், பக். 115)*

சுருங்கக் கூறுவதாயின், பாரதியின் சமகாலப் படிப்பாளிகள் தாம் தமிழிலும் ஆங்கிலத்திலும் கற்றுத் தேர்ந்த உயர்தனிச் செந்நெறி இலக்கியங்களின் வழி நின்று தகைசான்ற – மாண்புள்ள – இலக்கியம் படைக்க விரும்பினர். இடைக்காலத்திலே தமிழ் மரபு சிதைவுற்றிருந்தது உண்மையே. இலக்கியப் படைப்பு ஏறத்தாழ நின்றுபோயிருந்தது. எனவே, பழைய பெருமைக்கு எத்தகைய இழுக்கும் ஏற்படாத விதத்தில் சான்றோர் செந்நெறியைத் தம்மாலியன்றளவு புதுப்பிக்க முனைந்தனர். பரிதிமாற் கலைஞர், சோமசுந்தர பாரதியார் அத்தகையோரே. அவர்கள் அந்த வகையில் நவசெந்நெறியாளர்கள் *(Neo-classicists).* ஆனால், அவர்கள் தமிழ் இலக்கிய வரலாற்றைத் தவறாக விளங்கிக் கொண்டிருந்தார்கள். செந்நெறி எவ்வளவுதான் பெருமை படைத்ததாயிருப்பினும், அதனை மீட்டும் நிலைநாட்ட முடியாது. தனது பழைய 'தூய்மை'யுடன் இயங்க முடியாமலே அது சென்று தேய்ந்திருந்தது. அதன் பயனாகவே இலக்கியம் பிளவுண்டு இருபாற்பட்டு, பொதுமக்கள் (நாடோடி) இலக்கியம் என்றும், உயர்ந்தோர் இலக்கியம் என்றும் ஒன்றையொன்று விலக்கி நின்றது. இயக்கவியலின்படி இம்முரண்பாட்டை அறுத்தாலன்றிப் பிரச்சினை தீராது. எவ்வளவு வன்மையுடன் (நேர்மையுடனும்) அவர்கள் பழைய செந்நெறியை அழுத்தி வற்புத்தினரோ அவ்வளவுக்குக் காலத்திலிருந்தும் வாழ்க்கையினின்றும் விலகியவராயினர். இதனை உதாரண மூலம் விளக்குவோம்.

இராகவையங்காரின் *பாரி காதை,* சோமசுந்தர பாரதியாரின் *மாரிவாயில்,* சுந்தரம் பிள்ளையின் *மனோன்மணீயம்* முதலியவற்றை எடுத்துக்கொண்டால், அவை முந்தையோர் நூற்கருத்துக்களையும், யாப்பமைதிகளையும், உவமை உருவகங்களையும் பொன்னேபோற் பின்பற்றுவதைக் காணலாம். மூலக் கதையொன்றை எடுத்துக் காலத்துக்கேற்றவகையில் நூதன நடையில் அமைப்பது ஒரு முயற்சி. அவற்றைப் படியெடுப்பது ஒரு முயற்சி. பின்னது படியெடுக்கும் திறமையையன்றி வேறெதையும் உணர்த்தவல்லதன்று. 'சங்க'ச் சான்றோர் பாடிய அகத்திணைச் செய்யுட்களையே மூலாதாரமாகக் கொண்டு இல்லது, இனியது, நல்லது என்பனவற்றைப் புகுத்திப் பிற்காலப் புலவோர்கள் கோவை இலக்கியம் பாடினர். மூலம் மூலம்தான்; படி படிதான். இதுகுறித்து டாக்டர் வ.சுப. மாணிக்கம் கூறுவன சுவைபயப்பன:

> சங்க இலக்கியங்கள் நேரடி வாழ்விலிருந்து தோன்றிய மூலப் பிறவிகள். அவை கற்பவர் நெஞ்சுட் புகுந்து

வாழ்வை நெறிப்படுத்த வல்லவை. சங்கச் சான்றோர் அகப்பொருளைத் தொடர்புடைய துறைகளாக வைத்துப் பாடவில்லை. அகத்திணைக்குத் தொடர்பற்ற கவிப் பாடல்கள் எழுந்த தொல்காப்பிய நெறியே வாழ்வுக்குப் பொருந்தும். அந்நெறிப்பட்ட பாடல்களே உயிருடைய வாழ்வுப் பாடலாகும்... கோவை என்பது சங்க இலக்கியம் என்னும் பெரிய மாளிகையைக் கண்டு படியெடுத்த ஒரு வரைபடமாகும்; அம்மாளிகைக்குள் செல்லப் பயன்படும் வழிகாட்டியாகும்; இலக்கியம் தோற்றிய இலக்கியமாகும். *(சிற்றிலக்கியச் சொற்பொழிவுகள், நான்காவது மாநாடு, தலைமையுரை.)*

இம் மேற்கோளிற் கோவையாசிரியர் பற்றிக் கூறியது விளக்க உதாரணமேயன்றிப் பாரதியின் சமகாலப் புலவர்க்குப் பொருந்துவதன்று. அவர்கள் செய்தவை வழிநூல்களுக்கு வழிநூல்கள். அதாவது நிழலின் நிழல் போல! தொல்காப்பியர் ஆணைக்கு அத்துணை மதிப்புக் கொடுத்த இப்புலவர் பெருமக்களிற் பலர் தொல்காப்பியர் நெகிழ்ந்து கொடுக்கும் திறன் படைத்தவர் என்பதை மறந்தனர். தொல்காப்பியம் செய்யுளியலில்,

மரபேதானும்
நாற் சொல் லியலான் யாப்புவழிப் பட்டன்று

என்னுஞ் சூத்திரத்துக்குப் பேராசிரியர் கூறியுள்ள உரைப் பகுதி இன்றும் சிலருக்குப் போதம் அளிக்க வல்லது.

எனவே, சொல்லும் பொருளும் அவ்வக்காலத்தார் வழங்கு மாற்றானே செய்யுள் செய்க என்பதாயிற்று. இதனது பயன் ஒரு காலத்து வழங்கப்பட்ட சொல் ஒரு காலத்து இலவாகலும் பொருள் வேறுபடுதலும் உடைய. அதோளி, இதோளி, உதோளி எனவுங் குயின் எனவும் நின்ற இவை ஒரு காலத்துளவாகி இக்காலத்திலவாயின. இவை முற்காலத்த வென்பதே கொண்டு வீழ்ந்த காலத்துஞ் செய்யுள் செய்யப்படா. இனிப் பாட்டினுந் தொகையினும் உள்ளன சொல்லே மீட்டொரு காலத்துக்கு உரித்தன்றிப் போயின், முற்காலத்துளவென்பதே கொண்டு பிற்காலத்து நாட்டிச் செய்யுள் செய்யப்பெறா என்பது. இனிப் பொருளும் இவ்வாறே காலத்தானும் இடத்தானும் வேறுபடுதலுடைய.

சுந்தரம் பிள்ளை, மறைமலையடிகள், பரிதிமாற் கலைஞர் முதலியோர் நூல்களைப் படிக்கும்போது அவர்கள் பேராசிரியரது மேற்கோளைக் கற்றும் வழி நில்லாமை புலப்படும். பாரதி *தொல்காப்பியம்* படித்தானோ தெரியாது. ஆனால் *புனர்ஜென்மம்* என்ற கட்டுரையிலே பின்வருமாறு எழுதினான்:

> நெடுங் காலத்துக்கு முன்னே எழுதப்பட்ட நூல்கள் அக்காலத்துப் பாஷையைத் தழுவினவை. காலம் மாறமாற பாஷை மாறிக்கொண்டு போகிறது. பழைய பதங்கள் மாறிப் புதிய பதங்கள் உண்டாகின்றன. புலவர் அந்தக் காலத்து ஜனங்களுக்குத் தெளிவாகத் தெரியக்கூடிய பதங்களையே வழங்க வேண்டும். அருமையான உள்ளக் காட்சிகளை எளிமை கொண்ட நடையிலே எழுதுவது நல்ல கவிதை... நமது கவிதையிலே ஆனந்தம் குறையத் தொடங்கிற்று; ருசி குறைந்தது; கரடுமுரடான கல்லும் கள்ளிமுள்ளும் போன்ற பாதை நமது கவிகளுக்கு நல்ல பாதையாகத் தோன்றலாயிற்று. கவிராயர் ‘கண்’ என்பதை ‘சக்கு’ என்று சொல்லத் தொடங்கினார்; ரஸம் குறைந்தது; சக்கை அகப்பட்டது. உண்மை குறைந்தது; பின்னல் திறமைகள் அதிகப்பட்டன.

இந்தப் போக்கை முறியடித்து வெற்றி காண்பது இலகுவான காரியமன்று. அதனைச் செய்து முடிப்பது தனி மனிதன் ஒருவனால் ஆகுவதுமன்று. பாரதியார், வரலாற்றைப் பின்னோக்கிப் பார்த்தார்; சமணம் முதலாய பரசமயக் கோட்பாடுகளையும் அவற்றிற்கு ஆதாரமாயிருந்த மக்கள் பிரிவையும் எதிர்த்துக் கிளர்ச்சி செய்து பாட்டுத் திறத்தாலே சமுதாயத்தைப் பாலித்த சைவ நாயன்மார், வைணவ ஆழ்வார்கள், போலிச் சடங்குகளையும் வரட்டு வேதாந்தத்தையும் கிண்டல் செய்து சம்பிரதாயத்துக்கு எதிராகக் குரல் எழுப்பிய சித்தர்கள், அரசவைகளையும் ஆதீனங்களையும் அணுகாது பொதுமக்களை நம்பி அவர்கள் விரும்பும் மெட்டில் பாடிய சமூக சீர்திருத்த உணர்வு பெற்றிருந்த கோபாலகிருஷ்ண பாரதியார், இராமலிங்க சுவாமிகள் முதலியோரைப் பக்கபலமாகக் கொண்டார். அதே சமயத்தில் அவர்களுக்கு அப்பாலும் போனார். இதனைத் தெளிந்துகொள்வதற்குப் பாரதியின் முன்னோடிகள் சிலரை அறிதல் வேண்டும். கம்பன் முதல் இராமலிங்கர் வரை பாரதி பாராட்டிய பண்புகள் “ஒளி, தெளிவு, குளிர்ந்த நடை” ஆகிய மூன்றுமாம்.

இளங்கோ, வள்ளுவர், கம்பர் முதலிய கவிஞரைப் பாரதி பாராட்டியுள்ளார்; ஆழ்வாராதியோர் பாடல்களிலே அவர் ஊறித் திளைத்திருந்தார் என்பதனை அகச்சான்றுகளால் அறிகின்றோம்; சித்தர் வாக்குகளினாலும் அவர் கவரப்பட்டிருந்தார். இவை இடைக்காலம் வரை வளர்ந்துவந்த கவிமரபிலிருந்து பாரதி பெற்றவை. ஆயினும் பாரதியின் கவிதையைப் பல வழிகளில் ஆழமாகப் பாதித்த கவிஞர்கள் அவனுக்கு முன் ஒரு நூற்றாண்டுக் காலத்திற்குள் பிறந்தவர்கள். பொதுவாகப் "பெருங் கவிஞர்" எனப் போற்றப்படுவர் அல்லர். ஆயினும் இவரே பாரதியை வழி நடத்திச்சென்றுள்ளனர்.

பதினெட்டாம் நூற்றாண்டிருந்து தமிழிலக்கியத்திலே பொதுமக்கள் சார்ந்த இலக்கிய வடிவங்கள் சில தோன்ற லாயின. நாடகப் பண்பும் இசைப் பாங்கும் கொண்ட இவ்விலக்கியங்கள், வித்துவக் காய்ச்சலும் வீண் அலங்காரமும் பகட்டும் படாடோபமும் மலிந்த இலக்கிய நெறிக்கு எதிர் விளைவாகத் தோன்றின. இருபதாம் நூற்றாண்டு இலக்கியத்திற்கு முன்னறிவிப்புக் கொடுத்து நின்றன. ஆதீனங்களும் மடங்களும் ஆதரித்த மீனாட்சிசுந்தரம் பிள்ளை போன்ற மகாவித்துவான்கள் கல்வியுலகில் கம்பீர நடைபோட்டுத் திரிந்த சூழ்நிலையிலே, 'தெருப்பாடக'ராகப் புற எல்லையில் நின்றவர்களே இப்புதிய இலக்கிய வடிவங்களைப் படைத்தளித்தனர். *நந்தன் சரித்திரக் கீர்த்தனை* என்னும் நூலுக்கு மீனாட்சிசுந்தரம் பிள்ளையிடம் முன்னுரை ஒன்று வாங்குவதற்காகக் கோபாலகிருஷ்ண பாரதியார் பலகாலந் 'தவங்கிடந்தமை' பற்றிச் சாமிநாதையர் அவர் சரித்திரத்திற் குறிப்பிட்டுள்ளார். காலவெள்ளத்தில் முன்னவர் அடிப்பட்டுப் போகப் பின்னவர் நிலைத்திருப்பது விசித்திரமான செய்திதான். கோபாலகிருஷ்ண பாரதியார் போன்ற பொதுமக்கள் சார்ந்த கர்த்தாக்களையே சுப்பிரமணிய பாரதியார் தமது உண்மையான வழிகாட்டிகளாகக் கொண்டார். இதில் வியப்பெதுவுமில்லை. இனம் இனத்தை நாடும்.

அறிவுபூர்வமாக மேற்கூறிய கவிவாணரைப் பின்பற்று முன்பதாகவே இசைத்தமிழ் சார்ந்த இலக்கியங்களிலே பாரதிக்கு உணர்ச்சி பூர்வமான பிடிப்பு இருந்தது என்பது நெஞ்சில் நிலைநிறுத்த வேண்டிய செய்தியாகும். தேசபக்தி என்னும் பேரலை வீசத் தொடங்கியபோது, அதனுள் மூழ்கி நீராடப் பாரதி ஏலவே தயாராகியிருந்ததைப் போல, இதிலும் அவனது இளமைக்கால வாழ்க்கை பிற்கால மலர்ச்சிக்கு மிகப் பொருத்தமான எருக்களமாக அமைந்தது. பாரதியின்

இளமைக்கால வாழ்க்கையைப் பற்றி எழுதியுள்ள யாவரும் அவனிடத்து ஆழப் பதிந்திருந்த இசை ஞானத்தையும் சமய இலக்கிய ஈடுபாட்டினையும் சிறப்பாகக் குறிப்பிட்டுள்ளனர். பாரதி காலத்தில் வாழ்ந்த கல்வி சிரேஷ்டர்கள் பலருக்கு இத்தகைய வாய்ப்பு இருந்தது. ஆனால் நாம் மேலே காட்டியது போல இலக்கியத்தில் ஏற்பட்டிருந்த தரப் பிரிவு காரணமாகப் 'பழகுதமிழில்' பாமரரும் படித்தின்புற்ற இசைத் தமிழை அவர்கள் புறநிலையில் வைத்து ஆய்ந்திருப்பினும், "செந்நெறி" இலக்கிய ஆக்கத்திற்குப் பயன்படுத்த ஒப்பவில்லை. 'சேரி மொழியைச்' செந்தமிழோடு கலக்க விரும்பவில்லை. இது விஷயத்தில் பாரதி கம்பனைத் தனக்கு இலட்சிய புருஷனாகக் கொண்டான். **புனர்ஜன்மம்** என்ற கட்டுரையில் கம்பன் மதமே தனக்குச் சம்மதம் என்கிறான்.

இவ்விடத்தில் கம்பர் வரலாற்றிற் காணப்படும் கதையொன்று பொருத்தமாகத் தோன்றுகிறது. கம்பர் ஒரு சமயம் 'தூமி' என்ற சொல்லைப் பாடலில் அமைத்துப் பாடியபோது கவிராஜரும் சோழனது பேரவைப் புலவருமான ஒட்டக்கூத்தர் "தூமி" என்ற வார்த்தை தமிழ் நூல்களிற் காணப்படாதது என்று ஆட்சேபித்தாராம். கம்பரோ அது உலக வழக்கில் உண்டென வாதிட்டாராம். வாக்குவாதம் மூண்டு சோழனும் சம்பந்தப்பட்டுக் கம்பரைத் தனது கூற்றை நிரூபிக்குமாறு கேட்கவும், மூவரும் தெருவழியே போயினர். சிறிது நேரத்துக்குப் பின் ஆயர் சேரியில் தயிர் கடையும் பெண்ணொருத்தி பக்கத்தில் நெருங்கி நின்று விளையாடிய குழந்தைகளைப் பார்த்து "பிள்ளைகளே, தூரப் போய் விடுங்கள். உங்கள் மீது தூமி தெறிக்கும்" என்றாள். இந்நிகழ்ச்சி கம்பர் பற்றிய கட்டுக்கதைகளில் ஒன்றாகவும் இருத்தல் கூடும். ஆனால் கம்பனது மக்கட் சார்பை ஆணித்தரமாக எடுத்துக் காட்டுகிறது. கம்பன் என்றொரு மானிடன் வாழ்ந்தமையைச் சிறப்பித்துப் பாடும் பாரதி கம்பனைப் போல நாடோடிப் பாடல்கள், பக்திப் பாடல்கள் என்பனவற்றில் நெஞ்சைப் பறிகொடுத்தவனே.

தேவாரம், திருவாசகம், திவ்யப் பிரபந்தம், திருப்புகழ், கந்தரலங்காரம், திருவருட்பா முதலிய பனுவல்கள் பெரும்பாலான தமிழ் மக்களால் பொருளறிந்தும் பொருளறியாமலும் சடங்கு முறையிற் பாடப்பெறுவன. பாரதி அவற்றை முன்மாதிரியாகக் கொண்டு காலத்திற்கேற்ற வகையில் பொருள் மாற்றஞ் செய்து உருவ ஒருமைப்பாடு கண்டான்; தேசபக்தியைத் தெய்வ பக்தியாக உருமாற்றஞ் செய்த புலவன் பழைய இசைத்

தமிழிலக்கிய வடிவங்களைப் புதிய பொருளைப் பாடப் பயன்படுத்தினான். ஒரு உதாரணம் போதுமானது. மணிவாசகர் திருப்பெருந்துறையில் விடியற்காலத்தே இறைவனைத் துயில் எழுப்புவதாகத் திருப்பள்ளியெழுச்சி பாடினார். அன்னை பராசக்தியை இஷ்ட தெய்வமாகக் கொண்டு பாடிய பாரதி சாக்த வழிபாட்டின் மூலம் தேசபக்தியைத் தெய்வ பக்தியாக மாற்றும் இரஸவாதத்தைச் செய்தான். இதனை *இரு மகா கவிகள்* என்ற நூலில் விளக்கியுள்ளேன். இப் பொருள் குறித்துப் பேராசிரியர் துர்ஜதி பிரசாத் முகர்ஜி கூறுவன உன்னிக்கத் தக்கவை:

> இலௌகிக உலகில் அன்றைய சக்தியானது தேசிய உணர்ச்சியாக இருந்தது. இத்தேசிய உணர்ச்சியை ஒரு சமயமாக ஏற்றுக்கொள்ள மக்கள் ஆயத்தமாக இருந்தனரென்றால், அது அன்றிருந்த சமயவாழ்வின் தரக்குறைவையே காட்டுகிறது. தாம் இழந்த ஆன்மிகப் பொருளுக்கு ஈடுசெய்யு முகமாகத் தேசிய உணர்ச்சியைத் தழுவினர் மக்கள். இழந்த தெய்வீக வாழ்க்கைக்குப் பதிலாகத் தேசபக்தியை அதற்கீடாக்கிய எமது தேசியத்தின் இந்த அம்சத்தை நாம் அலட்சியஞ் செய்யலாகாது.

பழைய சமய இலக்கியங்களை – சிறப்பாகப் பக்திப் பாடல்களைப் – பாரதி எவ்வாறு அணுகினான் என்பதனையும் அதன் அடிப்படையையும் இது தருக்கரீதியாக உணர்த்துகிறது. இவை யாவற்றிற்கும் முதல் தேவையாகப் பாரதியின் இளம்பிராயச் சூழலை நாம் சிறிது ஆராய வேண்டும். ஐந்தில் வளைந்ததுதான் ஐம்பதிலும் வளையுமல்லவா? பாரதி பிறந்த எட்டயபுரம் சிறிய சுதேச சமஸ்தானம். சென்னை முதலிய பட்டினங்களைப் போலன்றி 'நாகரிகம்' ஊடுருவாத பிரதேசம். பாண்டி நாட்டின் பழம் பெருமையின் மிச்ச சொச்சங்களாக இப்பகுதிகளில் தமிழிலக்கிய மரபு குற்றுயிராகவேனும் ஊசலாடிக்கொண்டிருந்தது. 18ஆம் நூற்றாண்டுத் தொடக்கம் மெல்ல மெல்ல அரும்பிவந்த 'பழம் தமிழ்' இலக்கியங்கள் எட்டயபுரம் பகுதியிலும் குறிப்பிடத்தக்களவு உயிர்த் துடிப்புடன் விளங்கின. திருநெல்வேலி அன்றும் இன்றும் தமிழ் மணம் கமழும் பிரதேசமாகவே திகழ்கிறது. மாவட்ட ரீதியில் அதன் பெருமை தமிழோடு கலந்ததாயுள்ளது. எட்டயபுரம் பாரதிக்குப் பிடிக்கவில்லையாயினும் பாலோடும் உணவோடும் பைந்தமிழை அவர் கற்றது அங்கேதான். பாரதிக்குமுன் புலவர் மரபு அங்கு

இருந்தது. எட்டயபுரம் அரண்மனைப் புலவராக விளங்கியவர் கடிகைமுத்துப் புலவர்; அவரியற்றிய நூல்களுள் *காமரச மஞ்சரி* ஒன்று. மற்றொரு அவைப் புலவர் முத்துவீரப்பக் கவிராயர்; எட்டயபுரம் கடிகை முத்துசாமிப் புலவரின் மாணவர். சேவற்குளம் கந்தசாமிப் புலவர் முத்துவீரப்பக் கவிராயரின் புதல்வர்; கீர்த்தனங்களும் சுரகிருதிகளும் பாயடிவர். எட்டயபுரம் கடிகை நமச்சிவாயப் புலவர் கழுகுமலை முருகன்மீது பாடிய வல்லீபரதம் இசைத் தமிழ்ச் செல்வமாகும். இத்தகைய பகைப்புலத்திலேயே பாரதி பிறந்து, தன்னையறியாமலே வேடிக்கையாகவும் விளையாட்டாகவும் இந்நூல்களையெல்லாம் பாடிப் பதம் பார்த்திருந்தான். வையாபுரிப் பிள்ளை கூறுவதுபோல, "இக்கவிதைகளெல்லாம் பழைய நெறிகளையே பின்பற்றியவை. காதல், மடல் முதலிய சிருங்காரப் பாடல்களே பெரும்பாலும் சமஸ்தானத்தில் வேண்டியவையாய் இருந்தன." பாரதி இவற்றில் சிற்சில நல்லம்சங்களைக் கிரகித்துக்கொண்டான்.

ஆயினும் சமஸ்தானக் கவிஞரைவிட, தனியாள்களாக இருந்த கோபால கிருஷ்ண பாரதியார், அண்ணாமலை ரெட்டியார், இராமலிங்கர் முதலியோரையே பாரதி கூடியளவு உட்கொண்டான். கோபால கிருஷ்ண பாரதியாரைக் குறிக்குமிடத்து உ.வே. சாமிநாதையர் இவ்வாறு கூறுகிறார்: "தமிழிசைப் பாரம்பரியத்தின் முதல்வர்களில் ஒருவரும், சுப்பிரமணிய பாரதியாருக்குப் பல வழிகளில் ஆதரவு புருஷராக இருந்தவருமான கோபாலகிருஷ்ண பாரதியார் நந்தன் சரித்திரக் கீர்த்தனைகளை இயற்றியிருந்தார்." சுப்பிரமணிய பாரதியாருக்குச் சின்ன வயதிலேயே நந்தன் சரித்திரக் கீர்த்தனைகள் உணர்ச்சியூட்டுவனவாக இருந்தன. காசியிலிருந்த சமயம் நிகழ்ந்த ஒரு நிகழ்ச்சி இதனைச் சித்திரிக்கும். திருவாதிரை உற்சவக் கொண்டாட்டத்தின்போது ஒருமுறை ஓதுவார் வரத் தாமதமாகிவிட்டது. பாரதியின் அத்தையின் யோசனைப்படி பாரதியாரைப் பாடுமாறு பணித்தார் கிருஷ்ணசிவன். முறைப்படி திருவெம்பாவையைப் பாரதியார் பாட, தீபாராதனை முடிந்தது. பின்பு பாரதியாரும், அவர் உறவினரான மூதாட்டி ஒருவரும் சேர்ந்து,

பார்க்கப் பார்க்கத் திகட்டுமோ–
உந்தன் பாத தரிசனம்

என்ற *நந்தன் சரித்திரக் கீர்த்தனை*யை உருக்கமாகப் பாடினர். கூடியிருந்த பக்தர்கள் அனைவரும் உள்ளங்கரைந்து நெக்குருகிப் பரவசம் அடைந்தார்கள் (*தமிழ்ச் சுடர் மணிகள்*, பக். 275).

இவ்விடத்திலே இன்னொன்று நினைவுகூரத்தக்கது. இடைக்கால நாயன்மார் ஆழ்வாராதியோர் நூல்களையும் பாரதி இதே அளவு பரவசத்துடன் பாடுபவன். பொதுமக்கள் பேச்சு வழக்குகளையும் பழமொழிகளையும் நூதனமான சொல்லுருவங்களையும் நாயன்மாரும் ஆழ்வாரும் தமது பாடல்களில் அமைத்துக்கொண்டனர். அது காரணம் பற்றி இலக்கண்வாசிரியர்கள் இவற்றைப் புறக்கணித்து வந்தனர். மேல்தட்டு இலக்கிய ஆசிரியரும் அதாவது செந்நெறிப் புலமையாளரும் இவற்றைக் கையாள்வதைத் தவிர்த்தனர். பண்பொற்றுமையைப் பாரதி நன்குணர்ந்திருத்தல் வேண்டும். *பாரதி புதையல்* (இரண்டாம் பாகம்) என்ற தொகுப்பு நூலில் நான்கு பாடல்கள் சேர்க்கப்பட்டிருக்கின்றன. அவற்றில் மூன்று திருப்புகழ் நடையிலும் ஒன்று தேவார நடையிலும் இருக்கின்றன. பாடல்களுக்குத் தலைப்புகள் கிடைக்காமையால் "பாரதி திருப்புகழ்" என்றும், "பாரதி தேவாரம்" என்றும் தொகுப்பாசிரியர் அவற்றிற்குப் பெயர் சூட்டியுள்ளார்.

சிறுவயதில் அழியா நினைவுகளாய்ப் பதிந்த இப்பாடல்களும் பிற சாகித்யங்களும் பிற்காலத்தில் பாரதியார் நட்பு பூண்டிருந்த துறவிகள், யோகிகள், சாமியார் முதலியோரால் மேலும் உறுதியாக்கப்பட்டன. பழைய சமயப் பாடல்களை வெறும் சொற்கோவைகளாக அன்றி மறைபொருளும் தொனிக்கும் ஆன்ம வெளிப்பாடாக உணர்ந்தார் கவிஞர். பாரதியார் எழுதிய கட்டுரையொன்று இத்தொடர்பில் குறிப்பிடத்தக்கது. **கடற்கரையாண்டி** என்பது கட்டுரையின் தலைப்பு. முக்கியமான பகுதி வருமாறு:

> "அப்போது, அந்த யோகி மிகவும் உரத்த குரலில், கடலோசை தணியும்படி பின்வரும் பாட்டை ஆச்சரியமான நட ராகத்தில் பாடினார்.

'சேல்பட் டழிந்தது
செந்தூர் வயற்பொழில்,
தேங்கடம்பின்

மால்பட் டழிந்தது
பூங்கொடி யார்மனம்
மாமயிலோன்

வேல்பட் டழிந்தது
வேலையும் சூரனும்
வெற்புமவன்

கால்பட் டழிந்த திங்
கென்றலை மேலயன்
கையெழுத்தே'

கந்தரலங்காரத்தில் நான் பலமுறை படித்திருக்கும் மேற்படி பாட்டை அந்த யோகி பாடும்போது எனக்குப் புதிதாக இருந்தது. மேலெல்லாம் புளக முண்டாய்விட்டது. முதலிரண்டடி சாதாரணமாக உட்கார்ந்து சொன்னார். மூன்றாவது பதம் சொல்லுகையில் எழுந்து நின்றுகொண்டார். கண்ணும் முகமும் ஒளிகொண்டு ஆவேசம் ஏறிப் போய்விட்டது. 'வேல் பட்டழிந்தது, வேலை (கடல்)' என்று சொல்லும்போது சுட்டுவிரலால் கடலைக் குறித்துக் காட்டினார். கடல் நடுங்குவதுபோல் என் கண்ணுக்குப் புலப்பட்டது.

வெறுமனே மரபு வழிவந்த சமய நோக்கிற் படிப்போருக்கு மேலேயுள்ள பகுதி அனுபூதி நெறிக்கு எடுத்துக்காட்டாகத் தோன்றும். ஆனால், அவ்வாறு கொள்வது பாரதிக்குப் பொருந்தாது. ஏனெனில், அவன் பழைய அனுபூதிமான்களின் பாஷையில் பாடிய பொருள் புதியது. எனவேதான் பி.ஸ்ரீ. கூறுகிறார்: "இராமலிங்க அடிகள் பழைய இலக்கிய யுகத்தைப் பூர்த்தி செய்தவரே; பாரதியாரோ புதுயுகக் கவி" (*பாரதி: நான் கண்டதும் கேட்டதும்*, பக். 45).

இராம நாடகக் கீர்த்தனை இயற்றிய அருணாசலக் கவிராயர், காவடிச் சிந்து பாடிய சென்னிகுளம் அண்ணாமலை ரெட்டியார், தத்துவராய சுவாமிகள், இராமலிங்க சுவாமிகள், கோபாலகிருஷ்ண பாரதியார், குற்றாலக் குறவஞ்சி ஆசிரியர் மேலகரம் திரிகூடராசப்பக் கவிராயர் மற்றும் பள்ளு, நொண்டி நாடகம் முதலாய இலக்கிய வடிவங்களின் ஆசிரியர் பலர் ஆகியோரே பாரதியின் பாட்டுத் திறத்தைப் பாதித்துள்ளனர்.

சமீப காலத்திலே மேற்கூறிய புலவர்கள் பாடினவற்றுக்கும் பாரதி பாடல்களுக்கும் உள்ள ஒற்றுமைகள் சிலரால் ஆங்காங்கு எடுத்துக்காட்டப்பட்டு வருகின்றன. உதாரணமாக, ம.பொ. சிவஞானம் *வள்ளலாரும் பாரதியும்* என்னும் நூலில் இரு புலவர்க்கும் பொதுவான சிந்தனைகளை ஓரளவு சுட்டிக் காட்டி யுள்ளார். வள்ளலாரின் அவதாரமாகவே பாரதியாரை அவர் வருணிக்கிறார். அஃதெவ்வாறாயினும் பாரதி வள்ளலாரை 'மஹான்' என்று வருணித்திருப்பது உண்மை. சிவஞானம் இருவருக்கும் பொதுவான கருத்துப் படிவங்களையே விதந்து காட்டு கின்றார். இலக்கியத் திறனாய்வு நோக்கில் ஒப்பாராய்ச்சி செய்தல் இன்றியமையாதது. ஆனால் பாரதிக்கும் வள்ளலாருக்கு முள்ள ஒருமைப்பாட்டை அழுத்திக் கூறும் ஆசிரியர் முக்கிய மான வேறுபாடுகளைக் காட்டவில்லை. அவையும் அத்தியா

வசியமன்றோ? மேலே காட்டிய பி.ஸ்ரீ.யின் மேற்கோள் மனங் கொள்ளத்தக்கது.

கோபாலகிருஷ்ண பாரதியார், இராமலிங்கர் மட்டுமன்றி அருணாசலக் கவிராயர், முத்துத்தாண்டவர், திரிகூடராசப்பக் கவிராயர் என்போரும் பாரதியோடு ஒப்புநோக்கி ஆராயப்பட வேண்டியவரே. தனக்கு முன்னிருந்த புலவரைப் பின்பற்றினான் பாரதி என்று கூறி மரபமைதி நிலைநாட்ட வேண்டிய நிர்ப்பந்தம் எமக்கு இன்று இல்லை. அவ்வாறு நூல்களை ஆய்வதே முற்கால – தேங்கிநின்ற சமுதாயத்தின் நெறியாயிருந்தது. பாரதியோ முழுப் பிரக்ஞையோடு புதுமையைப் போற்றியவர். ஆகவே வள்ளலார் போன்றாரோடு கவிஞர்பிரானை ஒப்பிடும்போது ஒருமைப்பாட்டின் பகைப்புலத்தில் தற்புதுமையான பண்புகளைக் கண்டு காட்டுவதே வேண்டப்படுவது. பாரதியின் சமூக சீர்திருத்த உணர்வைச் சிலர் வள்ளலாருடன் ஒப்பிடுவர். வள்ளலார் மட்டுமன்றி வேறு சிலரும் குறிப்பிடப்பட வேண்டியவர்கள் என எண்ணுகிறேன். உதாரணமாக, சமுதாய உணர்வு சென்ற நூற்றாண்டின் பிற்பகுதியில் மெல்லமெல்ல உருவாகி வந்ததைக் காணலாம். தாது வருஷம் (1877) பாண்டி நாட்டிற் பெரும் பஞ்சம் தோன்றிப் பலகாலம் நீடித்து மக்களை வாட்டியது. வேதநாயகம் பிள்ளை அதுபற்றிச் சில தனிப்பாடல்கள் பாடினார்; அழகிய சொக்கநாத பிள்ளை *காந்திமதி அந்தாதி* பாடினார்; வில்லியப் பிள்ளை *பஞ்சலட்சணத் திருமுக விலாசம்* என்ற 'கலியுகப் பெருங்காவியத்தைப் பாடினார். இவற்றைவிட மக்கள் இலக்கியமாம் நாட்டுப் பாடல்களும் அக்கொடிய பஞ்சத்தை வருணித்துள்ளன.

பஞ்சமோ பஞ்சம் என்றே – நிதம்
பரிதவித்தே உயிர்துடி துடித்தே
துஞ்சி மடிகின்றாரே – இவர்
துயர்களைத் தீர்க்கவோர் வழியில்லையே!

என்று நெஞ்சு பொறுக்காமற் பாடிய பாரதி தனது மாவட்டத்தின் கலைப் பொக்கிஷங்களான முற்கூறிய சமுதாயப் பாடல்களை நிச்சயம் அறிந்திருப்பான் என எதிர்பார்க்கலாம். ஏனெனில், ரகுநாதன் குறிப்பிடுவதுபோல் "தாதுவருஷப் பஞ்சம் என்ற சொல்லாட்சியே தமிழ் நாட்டு மக்களிடையே கொடிய வறட்சியைச் சுட்டிக் காட்டும் குறியீடாக நிலவிவிட்டது" (*சமுதாய இலக்கியம்*, பக். 174). சென்ற தலைமுறைக் காலத்திற்கூட முதியவர்கள் தாதுவருஷப் பஞ்சம் பற்றிச் செவிவழிச் செய்திகளைக் கூறிவந்துள்ளனர். தற்காலத் தமிழிற்குக் கவிப் பெருக்குப் பாய்ச்சிய பாரதி வறண்ட பூமியாம் கோவில்பட்டி வட்டாரத்தைச் சேர்ந்த சிற்றூரிற் பிறந்தவனே. பஞ்சம் அவன்

பார்த்தறிந்த கொடுமையாகவும் இருக்கக் கூடும். பாரதி ஒரு யுகக் கவிஞன் என்று அடிக்கடி பலர் கூறுவர். தனது யுகத்தின் பண்புகள் சிலவற்றை மேற்கூறிய கவிஞர் தொட்டுக் காட்டியுள்ளனர் என்பதைப் பாரதி நன்குணர்ந்தமையே பாரதியின் கால உணர்வுக்குச் சிறந்த சான்று பகர்கின்றது. வெகுகாலத்திற்கு முன்னர்த் தோன்றிய நூல்கள் பற்றி ஒருவர் கருத்துத் தெரிவிப்பது மிகவும் எளிது. காலம் நூல்களைக் கணித்துத் தரம் பிரித்துத் தருகின்றது. ஆயின், சமகால நூல்களுள் உயிர்த் துடிப்புள்ளவற்றைக் கண்டு கொள்ளுவது அத்துணை எளிதன்று. இலக்கியத்தின் இயக்கவியலை உள்ளுணர்வாகவே தெரிந்துகொள்ளும் படைப்பாளியும் திறனாய்வாளனுமே இவ்வாறு தனது காலத்து நூல்களைச் சரியாக எடை போட முடியும். பாரதி இவ்வுணர்வைப் பெருமளவிற் பெற்றிருந் தான். அவனது வெற்றியின் இரகசியமும் அதுவே. தனது அருட்பாக்களைத் "தெருப்பாடல்" என்று அடக்கமாக அழைத்துக் கொண்ட இராமலிங்கர் போன்றவரின் நோக்கும் வாக்குமே தனது யுகத்திற்கு உகந்தவை என்றுணர்ந்து, அவற்றை ஆதாரமாகக் கொண்டு உழைத்தான் பாரதி. "பொதுமக்களுக்கு உவப்பான பல்வேறு கவிஞர்களையும் இவர் பின்பற்றியுள்ளார்" என்று கூறுகிறார் எஸ். வையாபுரிப் பிள்ளை.

இப்பாடல் வகைகள் எத்தகையவை? இலக்கியத்தின் பிரிக்க முடியாத பகுதியாக உள்ள இவற்றைப் பொதுவாக இசைப் பாக்கள் என்பர். சிந்து முதலிய ஒன்பது வகை இசைப் பாக்கள் வழங்கி வருவதைப் பலரும் அறிவர். இசைத் தமிழ்ப் பிரிவு பன்னெடுங் காலமாக இருந்துவருவதொன்று எனினும், மேற்கூறிய சிந்து முதலாய இசைப் பாக்கள் பதினெட்டாம் நூற்றாண்டிற்கு முன் இருந்ததில்லை என்பர். இவ்விசைப் பாக்களைச் "சாகித்தியம்" என்றும் வழங்குவர். இலக்கிய வழி வந்த சந்தப் பாக்கள், வரிப் பாடல்கள் ஆகியவற்றின் பின்னணியிலே, நாட்டுப் பாடல்களை அடிப்படையாகக் கொண்டு முகிழ்த்தனவே இவ்விசைப் பாடல் வகைகள். சமயச் சார்புள்ளனவாகத் தோன்றிய இவ்விசைப் பாக்களைச் சமயச் சார்பு குறைவாகவும் அரசியற் சமூகச் சார்பு கூடுதலாகவும் அமைந்த புதுப் பாடல்களுக்கு அடிப்படையாக அமைத்ததிலேதான் பாரதியின் வெற்றியிற் பெரும் பகுதி தங்கியுள்ளது. அழகுக்கு அழகு செய்தான் அவன்.

தனது முன்னோடிகள் தொடக்கிவைத்த புதிய செய்யுள் வகைகளைப் "பாரதி அபூர்வத் திறமையுடன் நூதன வேகத்துடன் ஆட்சியில் கொண்டு வந்தனர்" என்று வையாபுரிப் பிள்ளை குறிப்பிடுவது மனங்கொளத்தக்கதே. பாரதி திறமையுடனும் வேகத்துடனும் கையாண்ட பாவகைகளிற் **சிந்து** சிறப்பான

தொன்று. பழைய யாப்பிலக்கண நூல்களிலே இதற்கு இலக்கணங் கூறப்படவில்லை. கிளிக்கண்ணி, கீர்த்தனம், கும்மி, தெம்மாங்கு, விலாசம் போன்ற பிற்காலச் செய்யுள் வகைகளைச் சேர்ந்தது சிந்து; இதனடிப்படை நாட்டுப் பாடல் என்றால் தவறாகாது. சிந்தின் இயல்புபற்றிக் கல்குளம் குப்புசாமி முதலியார் பின்வருமாறு கூறியுள்ளார்; 1902ஆம் ஆண்டிலே அவர் பதிப்பித்த *காவடிச் சிந்து* நூலின் முகவுரையில் காணப்படுவது:

> சிந்து இசைத் தமிழின் பாகுபாடுகளில் ஒன்று. அது ஐந்துறுப்புக்களாலாயதோர் யாப்பு விசேடம். அவ்வுறுப்புக்களாவன – பல்லவி, அநுபல்லவி, மூன்று கண்ணிகள் அடங்கிய சரணம். இப்பெயரை வகித்துப் பல்லவியும் அநுபல்லவியும் இன்றிச் சரணங்கட்குரிய கண்ணிகளை மாத்திரம் பெற்று நடைபெறுவன சிலவகைச் சிந்துகள். சிந்து என்பது கும்மி, குறம், வழிநடைப்பதம் என்பனவற்றின் நடையையே பெரும்பான்மையும் தழுவிச் செல்லும்.

பல்லவியும் அநுபல்லவியும் தவிர்த்துச் சரணங்கட்குரிய கண்ணிகளைக் கொண்டு நடைபெறுவனவே பாரதியார் இயற்றிய சிந்துகளிற் பெரும்பாலானவை. நொண்டிச் சிந்து, காவடிச் சிந்து மெட்டுகளிலே பலபொருள் குறித்த பாடல்களைத் தாங்கையாளும் யாப்புகளின் உயிர்நிலையை யறிந்து அவற்றின் சக்தியைப் பூரணமாக வெளிக்கொணர்வர். சம்பந்தரும் கம்பனும் விருத்தத்தையும், புகழேந்தி வெண்பாவையும் ஏவல்கொண்டு எண்ணரிய விந்தைகள் புரிந்ததை மறக்க முடியுமோ? தாழிசையைக் கருவியாகக் கொண்டு சயங்கொண்டார் சப்த ஜாலங்கள் செய்ததை நினைவினின்று அகற்ற முடியுமோ? மேற்கூறிய யாப்பமைதிகள் இலக்கண நூல்களிற் காணப்படுவன. இலக்கண நூல்களின் அங்கீகாரம் பெறாத யாப்பு ஒன்றினை எடுத்துக் கொண்டு அதனைப் "பழைய முறையில் ஆண்டதே யன்றிப் புதுப்புது வடிவங்கள் கொடுத்தும்" பாடினான் பாரதி. சிந்து பாரதிக்கு முந்திய சில கவிஞராற் கையாளப்பட்டதெனினும் அவனது ஆட்சிக்குப் பின்னரே இலக்கியத் தகுதியும் மதிப்பும் பெற்றது.

சிந்து என்ற இசைப் பாடலின் வரலாற்றை நோக்கும்பொழுது சித்தர் பாடல்களுக்குச் சென்று விடுகிறோம். பாம்பாட்டிச் சித்தர், அகப்பேய்ச் சித்தர், இடைக்காட்டுச் சித்தர் முதலாயினோர் இவ்விசைச் செய்யுளைத் தாராளமாகப் பயன்படுத்தியுள்ளனர். தம்மளவிற் சமயப் புரட்சியாளரான சித்தர்கள் தமது நெஞ்சிற்குச் சொல்வனவும் பிறருக்குச் சொல்வனவுமாகப் பல உண்மைகளை

எடுத்துரைத்தனர்; சில வேளைகளில் இடித்துரைத்தனர். இசைப் பண்பு நிரம்ப இருந்தபோதிலும் பாடல்களில் மறைபொருள் மிகுந்தமையால் அவை பெருவழக்குப் பெறாவாயின.

எனக்கு முன்னே சித்தர்பலர் இருந்தாரப்பா
யானும் வந்தேன் ஒரு சித்தன் இந்த நாட்டில்

என்று பாடும் பாரதி, சித்தர் பாடல்களை ஈடுபாட்டுடன் படித்தான் என்பதற்கு அகச்சான்றுகள் அநேகம் உண்டு. சித்தர் பாடல்களில் சிந்து முக்கியத்துவம் பெறவில்லை. ஆனால் சித்தர்கள் கையாண்ட சிந்துவைக் கையாண்டபொழுது செய்யுள் வகையை மாத்திரம் பாரதி பெற்றுக்கொள்ளவில்லை; பொருள், தொனி, உணர்வு ஆகியவற்றிலும் சிறிதளவு கூடவே முகந்து கொண்டான்.

ஊருக்கு நல்லது சொல்வேன் – எனக்
குண்மை தெரிந்தது சொல்வேன்
சீருக்கெல் லாமுத லாகும் – ஒரு
தெய்வந் துணைசெய்ய வேண்டும்

என்ற முச்சீரிரட்டைச் சமநிலைச் சிந்து, பாரதி பழைய சித்தர் குரலிற் பேசுவதைக் காட்டுகிறது. பதினெட்டாம் நூற்றாண்டின் சிறப்பு மிக்க கவிஞரில் ஒருவரான மேலகரம் திரிகூடராசப்பக் கவிராயர் பாடிய *குற்றாலக் குறவஞ்சியில்* பல ஓசை வேறுபாடுள்ள சிந்துகள் வருகின்றன. சிருங்கார ரஸத்தைச் சிந்து மூலம் சிந்திவிடுகிறார் கவிராயர்; சிங்கன், சிங்கி வாக்குவாதமும் சிந்துவில் அமைந்ததே. ஆயினும் சிந்துச் செய்யுளைப் பத்தொடு பதினொன்றாகவே பயன்படுத்தினார் திரிகூடராசப்பர். அதுமட்டுமன்று, நூலின் நாடகப் பண்பில் சிந்து மறைந்து விடுகிறது எனவும் கொள்ளலாம். இத்தகைய வளர்ச்சியின் விளைவாகச் சிந்துகள் விரிவடைந்தன. வழிநடைச் சிந்து, காவடிச் சிந்து, நொண்டிச் சிந்து, தங்கச் சிந்து எனப் பலவாம். சிந்துவின் வரலாற்றில் அண்ணாமலை ரெட்டியாரின் *காவடிச் சிந்து* தனியிடம் வகிக்கிறது. அண்ணாமலை ரெட்டியார் (1861–1890) முருகன் கோயில்களுக்குக் காவடி எடுத்துச் செல்லும் அடியார்களுடைய ஆசையை நிறைவேற்றுமாறு பல்வேறு சந்தங்களிற் பாடியவையே காவடிச் சிந்துப் பாடல்கள். சமயம், சிருங்காரம் ஆகிய இரு பொருள்களுக்கு வாகனமாக இருந்து வந்த சிந்து, ரெட்டியார் நாவில் மிக உயரிய நிலையைத் தொட்டதெனலாம். சிந்து என்றால் அண்ணாமலை ரெட்டியார் என்றிருந்தது. எட்டயபுரம் சமஸ்தானத்தில் பாரதி இருந்த காலத்தில் யாரோ விட்ட சவாலை ஏற்று, "இன்று மாலைக்குள் ஒரு சிந்துடன் வருகிறேன்" என்று கூறியபடியே ஒரு காவடிச் சிந்தை மன்னர் முன்னிலையில் அரங்கேற்றினாராம். அதன் ஒரு

சிறு பகுதி மட்டுமே எமக்குக் கிடைத்துளது. பள்ளிக்கூடத்திற் படிக்கும் பிராயத்தில் இவ்வளவு துணிச்சலுடன் காவடிச் சிந்து ஒன்றை இயற்றியமை வியப்புக்குரியதாயினும், அப்பாடலில் ரெட்டியாரின் செல்வாக்கைச் சந்தேகமின்றிக் காணலாம்.

<blockquote>
பச்சைத் திருமயில் வீரன்
அலங்காரன் கௌமாரன் – ஒளிர்
பன்னிரு திண்புயப் பாரன் – அடி
பணி சுப்பிரமணியர்க் கருள்
அணி மிக்குயர் தமிழைத்தரு
பக்தர்க் கெளியசிங் காரன் – எழில்
பண்ணு மருணாசலத் தூரன்.
</blockquote>

அண்ணாமலை ரெட்டியாரையும் அருணகிரியையும் இவ்வடிகளில் நாம் காணலாம். இப்படியே தொடர்ந்து பாடியிருந்தால் பாரதி கேவலம் திறமை மிக்க இரண்டாம்படிக் கவிஞனாகப் பரிணமித்திருப்பான். ஆனால் நாம் முன்னர்க் கண்டதுபோல் பழைய வடிவங்களைத் தனதாக்கிப் புதிய புதிய பொருள்களைச் சுமத்தினான்.

அண்ணாமலை ரெட்டியாரால் காவடிச் சிந்து பிரபல்ய மடைந்ததாயினும் இலக்கிய அந்தஸ்தைப் பெறத் தவறியது. தெய்வங்களைப் பாடியபோதும் நாட்டுப் பாடலாகக் கற்றோராற் கருதப்பட்டது. "பாரதியார்" என்ற கட்டுரையில் சோமசுந்தர பாரதியார் கூறியிருப்பது பின்வருமாறு:

<blockquote>
அப்போது நமது பாரதியாரின் சிந்து படிக்கப்பட்டது. அது அச்சாகாததால், அநேகர் அதனைக் கேட்டிருக்க மாட்டார்கள். அந்தச் சிந்தைப் படிக்கக் கேட்டவர்கள் ஒரே அபிப்பிராயம்தான் சொன்னார்கள். ரெட்டியார் காவடிச் சிந்து பாமரர் பாட்டுத்தான். ஆனால், பாரதியார் சிந்தோ அதன் சுவைகள் ஒன்றும் குறையாமல், மிக மேன்மையான ஒரு தமிழ்ப் புலவரின் பாட்டு என்று எல்லோரும் நமது பாரதியாரை மெச்சி வாயாரப் புகழ்ந்தார்கள்.
</blockquote>

எட்டயபுரம் அரண்மனையில் நிகழ்ந்த சம்பவம் ஒன்றை விவரிக்கும்பொழுது சோமசுந்தர பாரதியார் இவ்வாறு கூறியிருக்கிறார். முற்பட்ட சிந்துகளிலிருந்து பாரதியாரின் சிந்துகள் வேறுபட்ட தன்மையை இது குறிக்கிறது. தென்னிந்தியாவில் மட்டுமல்லாது இலங்கையிலும் சில பிரதேசங்களிற் சிந்து பெருவழக்காயிருந்தது. திரிகூடராசப்பக் கவிராயர் அங்க வருணனைக்குப் பயன்படுத்தியதைப்போல மிருகங்கள், பட்சிகள் முதலியவற்றால் உண்டாகும் அழிவுகளை வருணிக்கச் சிந்து

உபயோகமானது. முல்லைத்தீவு, வன்னிப் பகுதிகளில் *கொக்குச் சிந்து, குருவிச் சிந்து* என்பன வழங்கியதாகத் தெரிகிறது. ஈழத்திற் பிரபலமாயிருந்த *அம்மன் சிந்து* குறிப்பிடத்தக்கதே. சிலப்பதிகாரக் கதையினின்றும் நுணுக்க விவரங்களில் வேறுபடும் இப்பாடல் பத்தினி வழிபாட்டைப் பற்றியது. மகாபாரதக் கதை கூறும் *ஐவர் சிந்து* மற்றொன்று. இவையெல்லாம் கற்றோர் நோக்கில் 'விழுமிய' பொருளைக் கூறுவனவல்ல; நன்னடையைப் பெற்றனவு மல்ல.

காலமாம் வனத்திலண்டக் கோலமா மரத்தின்மீது

என்று தொடங்கும் காவடிச் சிந்து முன் காணாத பொருட் சிறப்பும் உணர்வு மேம்பாடும் கொண்டது. 'காவடிப்' பண்பு மறைந்து சிந்து, கருத்தைக் காவும் தண்டாக மாறியது. கண்ணன் பாட்டில் சிந்துகள் தத்துவக் கொடுமுடிகளைத் தொட்டன. ஆடலுக்கும் பாடலுக்கும் என்றிருந்த தங்கச் சிந்து முதலியன அரும்பொருள் உணர்த்தும் செய்யுளாக அற்புத உருமாற்றம் பெற்றன. சுருங்கக் கூறின், அநாதையாக இருந்த சிந்து என்ற பாவகையை இலக்கிய அரியாசனமேற்றியவன் பாரதி. கம்பன் வாயிலே விருத்தம் பெற்ற மகிமையைப் பாரதி வாக்கிலே சிந்து பெற்றது. இவ்வுண்மையை உணர்த்துவது போலப் பாடியுள்ளார் பாரதிதாசன்.

பைந்தமிழ்த் தேர்ப்பாகன்; அவனொரு செந்தமிழ்த் தேனீ;
சிந்துக்குத் தந்தை, குவிக்கும் கவிதைக் குயில் . . .

பழைய பாக்களையும் பாவினங்களையும் பாரதி ஆங்காங்குக் கையாண்டான். ஆயினும், சிந்து முதலாய புதிய இசைப் பாக்களையும் தனது உணர்ச்சி வெளிப்பாட்டிற்குரிய முக்கிய சாதனமாகக் கொண்டான் என்பதில் ஐயமெதுவுமில்லை. பாரதிக்குப் பின்வந்த கவிஞர் பலரும் இத்துறையிற் பாரதியையே பின்பற்றியுள்ளனர்.

சிந்து என்ற பாவகையைப் பாரதி கையாண்டதிலே குறிப்பிடத்தக்க அமிசம் ஒன்று உண்டு. கானவிசாரதா எம்.எஸ். இராமசாமி ஐயர் கூற்றுப்படி சாகித்தியங்கள் இரு வகையின. உரையியல் சாகித்தியங்கள், இசையியல் சாகித்தியங்கள் என்பன அவை. முன்னதில் உரைநடை மிகுந்தும், சங்கீத நடை சுருங்கியும் காணப்படும். பின்னதில் சங்கீத நடை மிகுந்தும் உரைநடை சுருங்கியும் காணப்படும். சிந்து இயல்பாகவே இரண்டாவது பிரிவைச் சேர்ந்தது. கு. அழகிரிசாமி கூறுவதுபோல, "இசையின்பமும், சொல்லழகும், தாளக்கட்டும், பிராச லக்ஷணமும், எளிய நடையுமே சிந்துக்கு அழகும் உயிரும் கொடுப்பவை. இதில்

பிரமாதமான தத்துவக் கருத்துக்களோ, சமயக் கருத்துக்களோ கவிதை அழகோ நிறைந்திருக்க வேண்டும் என்ற அவசியமில்லை." உண்மைதான். கோபாலகிருஷ்ண பாரதியார், அண்ணாமலை ரெட்டியார் முதலியோர் கையாண்ட முறையில் சொற்களும், அவற்றின் பொருளாழமும் முக்கியத்துவம் பெற்றன எனக் கூறுதல் இயலாது; இசைப்பண்பே தலைதூக்கிநின்றது. பாரதியோ, சாமானிய புலவன் அல்லன். தன்னுணர்வுடன் வேண்டுவன அறிந்து பாடியவன் அவன்.

சுவை புதிது, பொருள் புதிது, வளம் புதிது
    சொற்பு திது சோதி மிக்க
நவ கவிதை எந்நாளும் அழியாத
    மகா கவிதை . . . . . .

என்று தனது கவியைச் சிலராவது பாராட்டக் கேட்டவன். இதற்கு ஆதாரமாகச் சொல்லழகில் மட்டுமன்றிச் சொற்பொருளிலும் ஆழம்பார்த்தவன் அவன் என்பதை நினைத்துப் பார்த்தல் வேண்டும். நவநவமான தத்துவத்தையெல்லாம் சொல்லில் வடித்தவன் அவன். எனவே, இசைப் பண்பினை அளவுடன் நிறுத்திக்கொண்டு பொருள்வளமும் சேர்த்தான். அந்த வகையில் முன்னோரை மிஞ்சினான். தன்னளவில் புதுமையின் முதலும் முடிவுமானான். தான் கையாண்ட யாப்பிலும் உருவ அமைதியிலும் இவ்வாறு காலத்திற்கேற்ற புதுமை செய்யத் தூண்டுகோலாய் இருந்தது பாரதியின் கவிதாநோக்கு என்றே கூறல் வேண்டும். எனினும், இனிமையிலும் பாரதிக்குப் பலவழிகளிலே முன்னோடிகளாக விளங்கிய கவிஞர்களும் சமயத்தின் வழி நின்று இலக்கியம் படைத்தவர்களே. தெய்வ பக்தியிலே பாரதி அவருக்கு எவ்விதத்திலும் சளைத்தவன் அல்லன். ஆயினும் அவன் சமூகத்தின் வழி நின்று இலக்கியம் படைத்தனன்.

சுவை
நண்ணும் பாட்டினொடு தாளம் – மிக
    நன்றா வுளத்தமுந்தல் வேண்டும் – பல
பண்ணிற் கோடிவகை இன்பம் – நான்
    பாடத் திறனடைதல் வேண்டும்.

என்று வீரை சக்தியிடம் வரம் கேட்டான். எதற்காக?

என்றன்
பாட்டுத் திறத்தாலே– இவ்வையத்தைப்
பாலித்திட வேணும்.

ஏனெனில்,

> நமக்குத் தொழில் கவிதை நாட்டிற் குழைத்தல்
> இமைப் பொழுதுஞ் சோராதிருத்தல்

என்பது பாரதி வாக்கு. இத்தகைய மாபெருஞ் சமூக நோக்கு இருந்தமையாலேயே பழகும் தமிழ் மரபில் வந்த எளிமையையும் இனிமையையும் கையேற்றதோடு, அவற்றுடன் புதுமையையும் பொருளாழத்தையும் கலந்து கவிதைகளைக் கொட்டித் தந்தான். உருவத்திற்கும் உள்ளடக்கத்திற்கும் உள்ள நுண்ணிய பிணைப்பை யறிந்துகொள்ளப் பாரதியைவிட வேறு சிறந்த உதாரணக் கவிஞன் வேண்டுமோ?

***ஒப்பியல் இலக்கியம்*, ஜனவரி 1978**

4

பாரதியும் சுந்தரம் பிள்ளையும்

தமிழ்க் கவிதை வரலாற்றிலே புதியதொரு சகாப்தத்தைத் தொடக்கி வைத்தவர் மகாகவி பாரதி என்பது பொதுவாக யாவரும் ஏற்கும் உண்மையாகும். புதுமைக் கவிஞன் பாரதியாருக்குச் சிறிது முன்னதாகப் பிறந்த கோபாலகிருஷ்ண பாரதியார், அண்ணாமலை ரெட்டியார், இராமலிங்க சுவாமிகள், சூரியநாராயண சாஸ்திரியார், சுந்தரம் பிள்ளை முதலாயினோர் சிற்சில துறைகளிலே பாரதியாருக்கு முன்னோடிகளாக விளங்கினரென்பது இப்பொழுது மெல்ல மெல்ல உணரப்பட்டு வருகிறது. இவருள் *மனோன்மணீயம் ஆசிரியர்* பெ. சுந்தரம் பிள்ளை (1855–1897) குறிப்பிடத்தக்கவர். சுந்தரம் பிள்ளையையும் பாரதியையும் ஒப்புநோக்கி ஆராய்வது இருவரையுமே நன்கு தெரிந்துகொள்ள உதவும் முயற்சியாக இருக்கும். அதே சமயத்தில் பாரதியின் தனிச்சிறப்பைக் கண்டுகொள்ளவும் வாய்ப்பு ஏற்படும்.

சுந்தரம் பிள்ளைக்கு இருபத்தேழு வயது நிரம்பிய, காலத்திலே (1882) தமிழ்நாட்டின் ஒரு மூலையிலே பாரதியார் பிறந்தார். பாரதிக்குப் பதினைந்தாம் வயது நடக்கும்பொழுது சுந்தரம் பிள்ளை இறந்துவிடுகிறார். அந்த வகையில் சுந்தரம் பிள்ளை பாரதியின் முன்னோடி என்பதிலும், மூத்த சகபாடி என்பது பொருத்தமாகும். இருவருக்குமிடையில் முக்கியமான ஒற்றுமையொன்றுண்டு. சுந்தரம் பிள்ளை தனது 42ஆவது வயதிற் காலமானார்.

பாரதியாருக்கு இறக்கும்பொழுது வயது 39. இருவருமே தம்மால் இயன்றளவு தமது மொழிக்கும் சமுதாயத்துக்கும் உழைத்தனர். 1896இல் சுந்தரம் பிள்ளையவர்கள், பதிப்பாசிரியர் உ.வே. சாமிநாதையருக்கு எழுதிய கடிதமொன்றிலே பின்வருமாறு குறிப்பிட்டார்:

> நம்மனையார் தேகநிலையைக் கருதும்போது 'இருதலைக் கொள்ளியினுள் எறும்பு' என்றே யுண்மையாய், எண்ண வேண்டியதாயிருக்கிறது. உழைத்தால் சரீர உபாதி துணிபாக நிற்கிறது. உழைக்காவிட்டால் சரீரமிருந்தென்ன பயனென்ற சோகமும் அப்படியே. ஏது செய்ய? கடவுள் இச்சைபோல நடக்கட்டும்.

கடன் தொல்லைகள் முதலியவற்றோடு உடல்நலக் குறைவும் பாரதியை வாட்டி வந்ததென்பதை அவர் வரலாறுகள் கூறுகின்றன. இத்தகைய மனோ நிலையிலேயே,

> சொல்லடி சிவசக்தி – எனைச்
> சுடர்மிகும் அறிவுடன் படைத்துவிட்டாய்
> வல்லமை தாராயோ – இந்த
> மாநிலம் பயனுற வாழ்வதற்கே

என்றும்,

> விசையுறு பந்தினைப்போல் – உள்ளம்
> வேண்டியபடி செல்லும் உடல்கேட்டேன்

என்றும் காளியிடம் வேண்டுகிறார் பாரதியார்.

சுந்தரம் பிள்ளை சென்ற நூற்றாண்டிலே வாழ்ந்த தலையாய தமிழ்ப் பெருமக்களில் ஒருவர். பிரித்தானிய ஆதிக்கத்தின் விளைவாகச் சென்ற நூற்றாண்டின் இறுதிக்காலப் பகுதியில் ஆங்கில மொழி, நாகரிகம் முதலியவற்றின் தாக்கமும் அவற்றிற்கு ஆதாரமாக இருந்த மத்தியதர வர்க்கமும், அதற்கு அடிநிலையாகக் கைத்தொழிற் பெருக்கமும் காணப்பட்டன. இத்தகைய சூழ்நிலையிலேயே ஆங்கிலக் கல்வியும் அதனுடன் பின்னிப் பிணைந்த விளைவுகளும் இந்திய உப கண்டத்தில் ஏற்படலாயின. ஆங்கிலேயரது செல்வாக்கு அதிகமாகக் காணப்பட்ட மாகாணங்களில் இவ்விளைவுகள் துலக்கமாகின. ஆங்கில அறிவும் அதனாற் பெறப்பட்ட சமூக உயர்வும் சிலரை ஒன்றுசேர்த்தன. மத்தியதர வர்க்கத்தின் அடிப்படை இது எனலாம். சென்னை, வங்காளம், பம்பாய் இராசதானிகளிலே இம் மத்தியதர வர்க்கத்தினரின் கலை இலக்கிய வெளிப்பாடுகள் பத்திரிகை வாயிலாகவும் நூல் வடிவிலும் மலரத் தொடங்கின.

ஆங்கில வரலாற்று நாவலாசிரியர் 'வால்டர் ஸ்கொற்'றைப் பின்பற்றி எழுதிய பங்கிம் சந்திரரும், மில்டனைப் பின்பற்றிக் காவியம் படைக்க முனைந்த மைக்கேல் மதுசூதன தத்தரும், ஐரோப்பிய இலக்கிய ஆசிரியரைப் பின்பற்றி நாடகங்கள் எழுத முற்பட்ட துவிஜேந்திரலால் ராயரும், ஆங்கிலப் பாடல் வகையில் ஒன்றான சொனற் *(sonnet)* அமைப்பைப் பின்பற்றிப் புதுப் பாசுரங்கள் படைத்துப் பரிசீலனை நடாத்திய பரிதிமாற் கலைஞரும் அனைத்திந்தியப் போக்கொன்றின் பிரதிநிதிகளாகவே அமைந்தனர். இவர்களின் பட்டியலில் சேர்ந்தவரே பேராசிரியர் சுந்தரம் பிள்ளை.

சுந்தரம் பிள்ளையும் அவர் போன்றோரும் தமது தாய் நாட்டின் பழஞ்சிறப்பையும், தாய்மொழியின் தொல் வளத்தையும் உணர்ந்திருந்தனர். அதே சமயத்தில் மேனாட்டின் நவீனகாலச் சிறப்பையும் பெருமையையும் கண்டறிந்தனர். தமது படைப்புக்கள் இவ்விரு தகைமைகளுக்கும் ஏற்ப இருத்தல் அவசியம் என்று கருதினர். சுருக்கமாகவும் எளிமையாகவும் கூறுவதாயின் செந்தமிழின் நலமும், நவீன ஆங்கில இலக்கியத்தின் பொருளமைதியும் எமது இலக்கியத்தில் அமைவதை இலட்சியமாகக் கொண்டன ரெனலாம். இன்னொரு வகையாகச் சொன்னால் மரபு வழி வந்த தமிழறிஞரும் ஆங்கில இலக்கிய அறிவுடையோரும் ஒருங்கே போற்றக்கூடிய இலக்கியங்களைப் படைக்க விழைந்தனர். இக்காலந் தொட்டே புதுத்தமிழ்ப் பனுவல்களுக்கு ஆங்கிலத்தில் நீண்ட முன்னுரை எழுதும் வழக்கம் ஏற்படலாயிற்று. சுந்தரம் பிள்ளை, பரிதிமாற் கலைஞர், வெள்ளகால் சுப்பிரமணிய முதலியார், சோமசுந்தர பாரதியார், மறைமலையடிகள் முதலியோரெல்லாம் தத்தம் படைப்பிலக்கிய நூல்களுக்கு நீண்ட ஆங்கில முன்னுரை எழுதியது நோக்கத்தக்கது. யாரை மனத்திற்கொண்டு இவர்கள் நூலாக்கஞ் செய்தனரென்பதை இது ஒருவாறு புலப்படுத்தும். சுந்தரம் பிள்ளை தமது முகவுரையில் பின்வருமாறு கூறியுள்ளார்:

> கல்வி கேள்வியால் நிறைந்த இத்தலைமுறைச் சிரேஷ்டர் அங்கீகரித்து எனது இச்சிறு முயற்சியும் தமிழ் மாதாவுக்கு அற்பிதமாகும்படி அருள் புரியா தொழியார் என நம்பிப் பிரகடனஞ் செய்யப்படுகிறது.

நூலாசிரியரின் நம்பிக்கை வீண்போகவில்லை. அக்காலத்திற் சிறந்த சிரேஷ்டராகிய போப் துரையவர்கள், பூண்டி அரங்கநாத முதலியார், சி.வை. தாமோதரம் பிள்ளை, பி.ஆர். ராஜமையர், கே.ஜி. சேஷையர் முதலானவர்கள் தமிழிலும் ஆங்கிலத்திலும் *மனோன்மணீயத்தின்* அருமை பெருமைகளை வியந்து

பாராட்டினர். உதாரணமாக நூல் வெளிவந்த அடுத்த ஆண்டில் புகழ்பூத்த நாவலாசிரியரும் தத்துவ மாணவருமான பி.ஆர். ராஜமையர் சென்னை கிறித்துவக் கல்லூரிச் சஞ்சிகையில் நூல்பற்றிய திறனாய்வொன்றினை ஆங்கிலத்தி லெழுதினார். *மனோன்மணீயம்* மட்டுமன்றி ஆசிரியரின் பிற நூல்களும் தகுந்த பாராட்டைப் பெற்றன. இலண்டனிலுள்ள வேத்தியல் வரலாற்றுக் கழகமும், வேத்தியல் ஆசியக் கழகமும் அவருக்கு உறுப்புரிமை வழங்கின. சென்னைப் பல்கலைக்கழகம் தனது ஆட்சிக்குழு உறுப்பினராக்கியது. சென்னை அரசாங்கம் 1896இல் ராவ்பகதூர் என்னும் விருதை வழங்கியது. இங்கிலாந்தில் மட்டுமன்றி ஜெர்மனி போன்ற நாடுகளிலும் அவர் புகழ் பரவியிருந்தது. அவர் வாழ்ந்துழைத்த திருவிதாங்கூர் சமஸ்தான அரசர் நன்மதிப்பும் ஆதரவும் கிட்டியிருந்தன.

இவர் வாழ்க்கையுடன் பாரதியின் வாழ்க்கையை ஒப்பிடும்போது வேறுபாடுகள் தெளிவாகும். மன்னரும், வெள்ளைக்கார அரசாங்கங்களும், கல்வித்துறை நிறுவனங்களும் சன்மானித்துப் பெருமைப்படுத்திய சுந்தரம் பிள்ளையின் வாழ்க்கை நெறியும், மன்னரை அலட்சியம் செய்து வெள்ளைக்கார ஆட்சியினரால் விரும்பத்தகாதவராகக் கருதப்பட்டு, புரவலர் எவருமின்றிக் கல்லூரிக் கல்விகூட முறையாகப் பெறாத பாரதியின் வாழ்க்கை நெறியும் இரு துருவங்க ளெனலாம்.

அரசறிய வீற்றிருந்த வாழ்வொன்று; (அந்நிய) அரசுகெட மூச்சுவிட்ட வாழ்வு மற்றொன்று. இவ்வேறுபாடு இருவரின் இலக்கியக் கோட்பாட்டையும் பாதித்தது. "தற்காலத்துள்ள தலைமுறையாருட் கல்வி கேள்வி அறிவு முதலிய யாவற்றுள்ளும் நிறைந்த" பெரியோரைத் தமது நூல்களின் இலட்சிய வாசகராகக் கருதினார் சுந்தரம் பிள்ளை. பாரதியோ, "எளிய பதங்கள், எளிய நடை, எளிதில் அறிந்து கொள்ளக்கூடிய சந்தம், பொது ஜனங்கள் விரும்பும் மெட்டு இவற்றினையுடைய காவியமொன்று தற்காலத்திலே செய்து தருவோன் நமது தாய்மொழிக்குப் புதிய உயிர் தருவோனாகின்றான். ஓரிரண்டு வருஷத்து நூற் பழக்கமுள்ள தமிழ் மக்களெல்லாருக்கும் நன்கு பொருள் விளங்கும்படி எழுதுவதுடன் காவியத்துக்குள்ள நயங்கள் குறைவுபடாமலும் நடாத்துதல் வேண்டும்" என்பதைப் *பாஞ்சாலி சபதம்* என்ற தமது காவியத்திற்கு எழுதிய தமிழ் முகவுரையில் குறிப்பிடுகின்றனர்.

இருவரின் இலக்கியக் கோட்பாடும் வெளிப்படும் முறை உற்றுநோக்கத் தக்கது. கற்றோரை இலக்காகக் கொண்ட சுந்தரம் பிள்ளை, "ஆங்கிலேயம் முதலிய பாஷைகளிலுள்ள நாடக வழக்கிற்கிசையத் தாம் *மனோன்மணீய*த்தை இயற்றும்பொழுதும்,

வாழ்த்து வணக்கத்துடன் தொடங்கி, நன்மணம் புணர்தலை முடிவாகக் கொள்ளும் தமிழ்க் காப்பிய உறுப்புக்களை" நாடகத்தில் வருவித்தார். நாடகத்தின் யாப்பைப் பொறுத்தமட்டில் பழமை போற்றப்பட்டுள்ளது. "ஏறக்குறைய வாசக நடைக்குச் சமமான அகவற்பாவால் இந் நாடகம் பெரும்பாலும்" ஆக்கப்பட்டிருக்கிறது என்று முகவுரையில் கூறியிருக்கிறார். அதே சமயத்தில் நாடகம் ஆங்கிலேய நாடக ரீதியைத் தழுவியெழுதப்பட்டமையால் ஷேக்ஸ்பியர் (1564-1616), கிறிஸ்தோபர் மார்ளோ (1564-1593) முதலாய எலிசபெத் கால நாடகாசிரியர் சிறப்புடன் கையாண்ட blank verse என்னும் யாப்பமைதியையும் தமிழிற் றழுவ முனைந்து அதற்கு ஏறக்குறைய ஒத்த அகவற்பாவினைக் கையாண்டுளதாகவும் ஆங்கில முகவுரையிற் கூறுகின்றார். நாடகத்திற் பெரும் பகுதி ஆசிரியப்பாவில் அமைந்ததேனும் கலி, வெண்பா, வஞ்சி ஆகிய பழைய பாக்களும் மருட்பாவும் தாழிசை, துறை, விருத்தம் முதலிய பாவினங்களும் ஆங்காங்குக் கையாளப்பட்டுள்ளன. மேற்கூறிய யாப்பமைதிகள் சங்கச் சான்றோராலும் பிற சான்றோராலும் கையாளப்பட்டவை. எனவே புகழ் பூத்த நாடகாசிரியரும், மில்டன் (1608-1674) போன்ற மகாகவிகளும் கையாண்ட யாப்பிற்குச் சமமானதும் தமிழிலுள்ள மிகப் பழைய இலக்கண நூலாம் *தொல்காப்பியத்தின்* விதிகளுக்கு உடன்பாடானதுமான செய்யுள் வகையையே சுந்தரம் பிள்ளை தமது நாடகக் காப்பியத்திற்கு உகந்த பாவாகக் கொண்டார் என்பது தெளிவு. பிள்ளையைப் பின்தொடர்ந்து செய்யுள் நாடகங்கள் இயற்றிய சி.எஸ். முத்துஸ்வாமி அய்யர், வடுவூரார் இருவரும் முறையே தமது *விசுவநாதம் (1906), திலோத்தமா (1921)* நாடகங்களில் இந் நெறியினையே மேற்கொண்டமை கருதத்தக்கது.

இது விஷயத்தில் பாரதி நேரெதிரான போக்குள்ளவனாகவே காணப்படுகின்றான். அகவல், வெண்பா முதலிய பாக்களும், கலித்துறை, விருத்தம் முதலிய பாவினங்களும் பாரதி படைப்பிற் சிறுபான்மையே காணப்படும். சிந்து, கண்ணி முதலிய இசைத் தமிழ்ப் பாவகைகளே பெரும்பான்மை. எளிதில் அறிந்து கொள்ளக்கூடிய சந்தம், பொது ஜனங்கள் விரும்பும் மெட்டு எனத் தான் கூறியதற்கேற்பப் பதினெட்டாம் நூற்றாண்டு முதல் பாமர மக்கள் மத்தியில் பிரபல்யமாக இருந்த இசைப் பாக்களையே சிறப்பாகக் கையாண்டான். அதன் விளைவாகவே பழகு தமிழ்ப் பாவலனாகப் போற்றப்படுகிறான். போற்றுதலுக்குத் தகுந்த கோட்பாட்டுத் தெளிவு அவனிடமிருந்தது. 'புனர் ஜன்மம்' என்ற கட்டுரையிலே பின்வருமாறு கூறுகிறான்:

நெடுங்காலத்து முன்னே எழுதப்பட்ட நூல்கள் அக்காலத்துப் பாஷையைத் தழுவினவை. காலம் மாற மாற பாஷை மாறிக்கொண்டுபோகிறது. பழைய பதங்கள் மாறிப் புதிய பதங்கள் உண்டாகின்றன. புலவர் அந்தந்தக் காலத்து ஜனங்களுக்குத் தெளிவாகத் தெரியக்கூடிய பதங்களையே வழங்க வேண்டும். அருமையான உள்ளக்காட்சிகளை எளிமை கொண்ட நடையிலே எழுதுவது நல்ல கவிதை.

பழமைக்கும் புதுமைக்கும் உள்ள உறவை இவ்வாறு தெளிந்திருந்தமையாலேயே அவன் கவிதை, வழிகாட்டியாகவும் ஆதர்ஷமாகவும் அமைந்தது. கவிஞர் முருகையன் 'நம் பாரதி' என்னும் பாடலிலுள்ள மேல்வரும் பகுதி மனங்கொள்ளத்தக்கது.

சென்று சென்றொன்றாகித் தேய்ந்த பழைய
தெருவழியே குன்றிக் குலைந்து
தளர்நடையிட்ட தமிழ்க்கவிதை
இன்று தலைநிமிர்ந் திற்றென் பதுண்மை
இவனுடைய வென்றிக்கு மேலும்
புறச்சான்று கூறுதல் வேண்டுவதோ ?

இசைப் பண்பும், நாடகப் பண்பும் பொதுளிய தனது பாடல்களைச் சாதாரண மக்கள் வாய்விட்டுப் படிக்க வேண்டுமென்று விரும்பினார் பாரதியார்.

"ஆடுவோமே பள்ளுப் பாடுவோமே" முதலிய அடிகளில் இவ் விருப்பத்தைக் காணலாம். *மனோன்மணீயம்* "கல்வி கேள்விகளிற் சிறந்த கனவான்கள்" படித்தின்புறுதற்கென்று எழுதப்பட்டது. பேராசிரியர் சுந்தரம் பிள்ளையின் இலக்கண, இலக்கிய, சாத்திர நூலறிவு திரண்டு பெற்ற வடிவம் போல நூல் அமைந்துள்ளது. நாடக நூலிற்குப் பின்னிணைப்பாக உள்ள குறிப்புரை, விளக்கச் சிற்றுரை, மேற்கோள் விளக்கம், வரலாற்று விளக்கம் ஆகியன ஆசிரியரது கல்விப் பரப்பை எடுத்து விளம்புவனவாயுள்ளன. ஆயினும் மேடையில் ஆடும் நாடகமாக ஆசிரியர் அதனைக் கருதினரோ என்பது ஐயத்துக்கிடமானதே. தென்னகத்தின் முதுபெரும் நாடகப் பெரியாரான பத்மபூஷண் பம்மல் சம்பந்த முதலியார் தமது *யான் கண்ட புலவர்கள்* என்ற நூலில் ஒரு சம்பவத்தை குறிப்பிடுகிறார். சம்பந்த முதலியாருக்குப் பதினெட்டு ஆண்டு மூத்தவரான பிள்ளையவர்கள், ஒரு சந்தர்ப்பத்தில் *மனோன்மணீயம்* பற்றி முதலியாரின் கருத்தைக் கேட்டார். இளங்கன்று பயமறியாது என்பது போல் முதலியார் சொன்னார்:

நீங்கள் கேட்கவே யான் தைரியமாகச் சொல்கிறேன். ஒரு நாடகமானது முதன்மையாக நடிக்கப்படுவதற்கே

> எழுதப்பட்டதாகும். காளிதாசன் எழுதிய *சாகுந்தலம்*, *விக்கிரமோர்வசியம்* முதலியவை முக்கியமாக நடிப்பதற்கே எழுதப்பட்டவைகளாகும். ஆகவே நாடகங்கள் எல்லோரும் பார்த்து நுகரத்தக்கவை யாயிருக்க வேண்டும். உங்கள் *மனோன்மணீயத்தை* அப்படியே மேடையில் ஆடினால் எத்தனை பேருக்குப் பொருளாகும் என்று நீங்களே சொல்லுங்கள்.

நாடகப் பேராசிரியரின் ஒளிவு மறைவற்ற கூற்று சுந்தரம் பிள்ளையினது நாடகத்தின் பலவீனத்தை மட்டுமன்றிக் கவிதையின் பலவீனத்தையும் காட்ட உதவுகிறது. ஷேக்ஸ்பியரும் காளிதாசனும் பிற்காலத்தில் சிறந்த இலக்கியக் கர்த்தாக்களாகக் கருதப்பட்டனர் என்பது உண்மையே. ஆயினும் அவர் தம் வாழ்நாளில் நாடகங்கள் நடிப்பதற்கென்றெழுதிய நடைமுறை நாடகாசிரியராகவே இருந்தனர் என்பதும் நினைவில் நிறுத்த வேண்டிய செய்தியாகும்.

சுந்தரம் பிள்ளையின் நாடகம் பற்றிய மதிப்பீடு எவ்வாறிருந்தபோதும் அதிற் காணப்படும் சில கருத்துக்கள் பாரதியைக் கவர்ந்திருக்கும் என்று கருதத் தோன்றுகிறது. உதாரணமாகப் பிள்ளையின் நாடகநூற் பாயிரத்திற் காணப்படும் தமிழ்த் தெய்வ வணக்கம் தமிழிலக்கியத்திலேயே புதியதொரு கவிப் பொருளைத் தோற்றுவித்தது என்பதில் ஐயமில்லை. பாரதியிடத்தும் பின்வந்த பாரதிதாசன் போன்றோரிடத்தும் வீறுமிக்க தமிழுணர்ச்சி காணப்படுகின்றதென்றால் மேற்கூறிய பாடலே வழிகாட்டியாயமைந்த தெனலாம். அதுமட்டுமன்று; இந்நூற்றாண்டிலே உரம் பெற்று வளர்ந்த வடமொழி எதிர்ப்பு, பிராமணர் எதிர்ப்பு, தனித்தமிழியக்கம், திராவிட நாட்டுணர்வு ஆகிய அரசியற் சமூகக் கருத்தோட்டங்களுக்கும் தமிழ்த் தெய்வ வணக்கத்திற் காணப்படும் சில பகுதிகள் வித்தாக அமைந்தன எனின் அது மிகையாகாது.

> தெக்கணமும் அதிற் சிறந்த திராவிட நற் றிநாடும்

என்றும்,

> எத்திசையும் புகழ் மணக்க இருந்த பெருந் தமிழணங்கே

என்றும்,

> சதுமறையாரியம் வருமுன் சகமுழுதும் நினதாயின்
> முதுமொழி நீ அநாதியென மொழிகுவதும் வியப்பாமே

என்றும் பாடினார் பிள்ளையவர்கள். சதுமறை ஆரியம் வருமுன் சகமுழுதும் நினது என்று அவர் தமிழை வியந்துள்ளதைக் காலாகக் கொண்டே ஞா. தேவநேயப் பாவாணர், கா. அப்பாத்துரைப்

பிள்ளை போன்றோர் தமிழ் 'உலக மொழிகளின் தாய்' என்று தமிழுக்கு வீரவணக்கம் செய்வாராயினர். பிற்காலத்தில் கா. சுப்பிரமணிய பிள்ளை, மறைமலையடிகளென்ற வேதாசலம் பிள்ளை, கே.என். சிவராச பிள்ளை, ரா.பி. சேதுப் பிள்ளை, ஔவை சு.துரைசாமிப் பிள்ளை, டி. சவரிராய பிள்ளை, ஜே.எம். சோமசுந்தரம் பிள்ளை, எஸ். பவானந்தம் பிள்ளை போன்றோர் வெவ்வேறு அளவிலும் வடிவத்திலும், பிராமணத் துவேஷமும் தமிழ்த் தூய்மையும் பேசினர் என்றால் அவர்களுக்கெல்லாம் வழிகாட்டி சுந்தரம் பிள்ளையே. தமிழன்னைக்கு வந்தனஞ் செய்யும் முறை சுந்தரம் பிள்ளையுடனேயே தொடங்கியது.

பாரதியிடத்தும் இப்போக்கினைக் காணலாம்.

யாமறிந்த மொழிகளிலே தமிழ்மொழிபோல்
இனிதாவ தெங்கும் காணோம்

என்றும்,

வானமளந்த தனைத்தும் அளந்திடும்
வன்மொழி வாழியவே

என்றும் தமிழை உயர்த்திப் பாடியுள்ளார். அதே சமயத்தில் அனைத்திந்தியப் பகைப்புலத்தில் பிற மாநில மொழிகளுடன் தமிழையும் ஒன்றாகக் கொண்டு அளவறிந்து போற்றுகிறான். சிந்து நதியிலிருந்து சிங்களத் தீவுவரை அவன் பார்வை விரிந்ததாயுளது. சுந்தரம் பிள்ளை தமிழ் ஆரியத்தினும் மூத்ததென்றும் உயர்ந்த தென்றும் ஏற்றத்தாழ்வு கற்பித்துப் பாடினார். பாரதியோ இந்திய வரலாற்று வளர்ச்சியுணர்வுடன்,

ஆன்ற மொழிகளினுள்ளே – உயர்
ஆரியத்திற்கு நிகரென வாழ்ந்தேன்

என்று தமிழ்த்தாய் மக்களை நோக்கிக் கூறுவதாகப் பாடியுள்ளார். பாரதி கூற்றானது நவீன மொழி வரலாற்றுண்மைக்கு இயைந்ததாக இருப்பது மட்டுமன்றி, பழைய தமிழ் நூல் வழக்கிற்கும் பொருந்துமாறுளது. உதாரணமாகக் *காஞ்சிப் புராண நூலாரும்*,

வடமொழியைப் பாணினிக்கு வகுத்தருளிய தற்கிணையாத்
தொடர்புடைய தென்மொழியை உலகமெலாந் தொழுதேத்தும்
குடமுனிக்கு வலியுறுத்தார் கொல்லேற்றுப் பாகர்...

என்று இரு மொழியும் நிகரென்னு முண்மையை எடுத்துக் கூறியுள்ளார்.

பிள்ளையின் தமிழ்த் தெய்வ வணக்கமும் பாரதியின் **தமிழ்த்தாய்** என்ற பாடலும் ஒப்புநோக்கிக் கற்க வேண்டியன. பிள்ளை *திருக்குறளையும் மனுநீதி சாத்திரத்தையும்* ஒப்பிட்டும்,

திருவாசகத்தையும் வேதத்தையும் ஒப்பிட்டும் தமிழின் உயர்வு பேசுகிறார்.

இது விஷயத்தில் சுந்தரம் பிள்ளைக்கு வழிகாட்டியாகப் பதினேழாம் நூற்றாண்டில் வாழ்ந்த துறைமங்கலம் சிவப்பிரகாச சுவாமிகளைக் குறிப்பிடலாம். வீர சைவரான இவர் தமது மதப்பிரிவின் போக்கிற்கு இயையப் பிராமண எதிர்ப்பாளராக விருந்தார். வடமொழியிலுள்ள வேதத்தினும் மணிவாசகர் வாக்குச் சிறந்தது என்று பாடியிருக்கிறார். *நால்வர் நான்மணி மாலை* என்ற பிரபந்தத்திலே பின்வரும் நேரிசையாசிரியப்பா இடம் பெற்றுள்ளது.

விளங்கிழை பகிர்ந்த மெய்யுடை முக்கட்
காரண னுரையெனு மாரண மொழியோ
ஆதிசீர் பரவும் வாதவூ ரண்ணல்
மலர்வாய்ப் பிறந்த வாசகத் தேனோ
யாதேர் சிறந்த தென்குவீ ராயின்
வேத மோதின் விழிநீர் பெருக்கி
நெஞ்சநெக் குருகி நிற்பவர்க் காண்கிலேம்
திருவா சகமிங் கொருகா லோதிற்
கருங்கன் மனமுங் கரைத்துக் கண்கள்
தொடுமணற் கேணியிற் சுரந்துநீர் பாய
மெய்ம்மயிர் பொடிப்ப விதிர் விதிர்பெய்தி
அன்ப ராகுந ரன்றி
மன்பதை யுலகின் மற்றைய ரிலரே.

நெஞ்சையுருக்குவதில் வேதம் திருவாசகத்துக்குக் கிட்டவும் நிற்கமாட்டாது என்கிறார் சுவாமிகள். சுவாமிகளது நோக்கை முன்னெடுத்துச் சென்றார் சுந்தரம் பிள்ளை என்று கூறலாம்.

ஆரியம் வழக்கொழிந்துபோகத் தமிழ் இளமை மாறா திருப்பதாகக் கூறிச் செல்கிறார். இது பின்னோக்கிப் பார்த்துப் பழமை பேசும் செயலாகும். சென்ற காலத்தின் சிறப்புப் பற்றிய குரல் இது. ஆனால் அதே தமிழ்மொழி தனது காலத்தில் அறிவியற்றுறையில் பின் தங்கியிருப்பதைக் காண்கின்றான் பாரதி. பிள்ளை போன்றோருக்கு நேரடியான பதில் கூறுவது போலக் கூறுகின்றான்:

மறைவாக நமக்குள்ளே பழங்கதைகள்
சொல்வதிலோர் மகிமை யில்லை.

அதுமட்டுமன்று, தமது சுயசரிதத்தில் முக்காலத்தையும் இணைத்துப் பார்க்க வேண்டுமெனக் கூறுகின்றான்:

முன்னர்நாடு திகழ்ந்த பெருமையும்
மூண்டிருக்கு மிந்நாளின் இகழ்ச்சியும்
பின்னர் நாடுறு பெற்றியும் தேர்கிலார்
பேடிக் கல்வி பயின்றுழல் பித்தர்கள்.

சுந்தரம் பிள்ளை போன்றோர், மூண்டிருக்கும் இந்நாளின் நிகழ்ச்சியை அறிந்திலர் என்று நாம் கூற வேண்டியதில்லை. நன்கறிந்திருந்தனர். ஆனால் கண்முன் கண்ட நிகழ்ச்சிக்கும் வீழ்ச்சிக்கும் விமோசனம், வழி கூறியதிலேயே பாரதிக்கும் அவருக்கும் அடிப்படையான வேறுபாடு தெரிகிறது. சுந்தரம் பிள்ளை போன்றோர் முன்னர் இருந்த சிறப்பை மீண்டும் காண விழைந்தனர். முந்திய பொற்காலம் மீண்டும் வரவேண்டும் என விரும்பினர். பாரதியோ "புதியதோர் உலகு செய்யத்" துடித்தான். "அறிவீனம், அசுத்தம், வறுமை, சிறுமை, நோய், கொடுமை, பிரிவு, அநீதி, பொய் என்ற இராக்ஷஸக் கூட்டங்களை அழித்து மனித ஜாதிக்கு விடுதலை" தரத் துடித்தான். இது எதிர்காலத்தை முன்னோக்கிப் பார்க்கும் வளர்ச்சிப் பார்வையாகும்.

மனித ஜாதி என்ற பரந்த நோக்கு இருந்தமையாலேயே "சாதிகள் இல்லையடி பாப்பா" என்று அறுதியிட்டுக் கூறினான் பாரதி. தனது பூணூலைக் கழற்றி எறிந்துவிட்டு, "பார்ப்பானை ஐயரென்ற காலமும் போச்சே" என்று பள்ளுப் பாடினான். தன்னையே வென்ற தகைமை பெற்றான். ஆனால், சுந்தரம் பிள்ளையின் ஞானப் புதல்வர்கள் ஒருவர்க்கொரு நீதியுரைக்கும் மனுநீதியை எதிர்த்துக்கொண்டு பிராமணத் துவேஷப் போர்வையில் தமிழகத்தில் தமது சாதியினரின் மேம்பாட்டிற்காகச் செய்ய வேண்டிய எல்லாம் செய்தனர். பிராமண எதிர்ப்பின் உடனிகழ்ச்சியாக வேளாளர் செல்வாக்கு உயர்ந்தது. வேளிர் பற்றிப் பேசிய சிவராச பிள்ளையும், பழந்தமிழர் சமயம் பற்றிப் பேசிய கா. சுப்பிரமணிய பிள்ளையும், வெளிப்படையாகவே வேளாளர் பற்றிப் பேசிய வேதாசலம் பிள்ளையும் (மறைமலையடிகளார்) வெள்ளைக்கார ஆட்சியில் பிராமணரல்லாதாரின் நலன் என்ற போர்வையில் வேளாளர் நலனோங்க அறிவுத்துறையில் பாடுபட்டவர்களே. "அந்நியர் வந்து புகல் என்ன நீதி" என்று தர்மாவேசத்துடன் கேட்டான் பாரதி. சுந்தரம் பிள்ளை, "தமக்கு உதவிபுரிந்த ஆங்கில அறிவு நூற் புலவர் டாக்டர் ஹார்வித் துரையவர்கட்கு நன்றி பாராட்டும் அறிகுறியாகத் தாம் குடியிருந்த மனைத் தோட்டத்திற்கு 'ஹார்விபுரம்' என்று பெயரிட்டு வழங்கினார். இதுவுமன்றித் தாமியற்றிய மனோன்மணீயத்தைத் தம் ஆசிரியர் ஹார்வித் துரையவர்கட்கே உரிமைப்படுத்தி வெளியிட்டிருக்கிறார்."

பாரதியோ, "பறங்கியைத் துரையென்ற காலமும் போச்சே" என்று பாடினான். சுந்தரம் பிள்ளையவர்கள்தம் இளமைக் காலத்தில், தமிழ் கற்ற நாகை நாராயணசாமிப் பிள்ளையிடம் தமிழ் கற்றவரான நாகை ஆர்.எஸ். வேதாசலம் பிள்ளை

(மறைமலையடிகள்) பிற்காலத்தில் தனித் தமிழ் இயக்கத்தின் தனிப்பெருந் தலைவராக விளங்கினார். தமது பத்தொன்பதாவது வயதில் (1895) திருவனந்தபுரஞ் சென்று, சுந்தரம் பிள்ளையைக் கண்டு அளவளாவி, பேராசிரியரிடமிருந்து நற்சான்றிதழொன்று பெற்றவர். நீண்டகாலம் வாழ்ந்த மறைமலையடிகள் (1876–1950) தமிழை வடமொழிக் கலப்பின்றி எழுதவேண்டுமென்று இயக்கம் நடாத்தினரேனும், ஆட்சிமொழியாகவும் அனைத்திந்திய மொழியாகவும் ஆங்கிலமே இருத்தல் வேண்டுமென்று உறுதியாக நம்பியவர். அதைப்போலவே வெள்ளையர்கள் விடுதலை வழங்கிய காலத்தில் அவர் மகிழ்ச்சியடையவில்லை யென்று அவரின் வாழ்க்கை வரலாற்றை எழுதிய அவரது மகன் மறை. திருநாவுக்கரசு குறிப்பிடுகிறார். தமது நீண்ட வாழ்நாளில் கிரமமாக எழுதி வந்த தினக் குறிப்புகளையும் ஆங்கிலத்திலேயே எழுதியிருக்கிறார் என்பதும், உறவினருக்கும் நண்பருக்கும் பெரும்பாலும் ஆங்கிலத்திலேயே கடிதங்கள் எழுதியிருக்கிறாரென்பதும் இத் தொடர்பில் நினைவுகூரத் தக்கன. பாரதியோ "இயன்றவரை தமிழிலேயே பேசுவேன், தமிழிலேயே எழுதுவேன்" என்று விரதம் பூண்டிருந்தார். இவ்வேறுபாட்டின் அடிப்படைக் காரணம் சிந்திக்கற்பாலது.

சுந்தரம் பிள்ளை போன்றோர் மொழியையொரு கலாசாரச் சின்னமாக மட்டும் கருதினர். பாரதியோ மக்கள் வாழ்வில் பின்னிப் பிணைந்துள்ள இயக்க சாதனமாகக் கொண்டார். முன்னவர் அகற்பாவிலே அத்துவிதக் கருத்துகளைப் பாடினார்; பின்னவர் சிந்துப் பாட்டில் சீர்திருத்தம் பேசினார். இக் கருத்து வேறுபாடுகள் இன்றுவரை எமது சமூகத்திற் காணப்படுவன; மொழிக்கும் சமுதாயத்திற்குமுள்ள சம்பந்தம் பற்றிய வாதப் பிரதிவாதங்களுக்கு அடிநிலையாகவுள்ளன. ஆயினும் பாரதியின் கண்ணோட்டமே காலத்தோ டொட்டியதென்பது மறுக்க முடியாதது. அதன் காரணமாகவே நவயுகத்தைப் (பாரதியின் பாஷையில் கிருதயுகத்தை) நாவாரக் கூவியழைக்கும் தெம்பும் திராணியும் அவனுக்கிருந்தன. ஷேக்ஸ்பியர் மகாகவியைப் பின்பற்றிச் சுந்தரம் பிள்ளை நாடகக் காப்பியம் இயற்றினாரேனும், தமிழ் நாடக வளர்ச்சிக்கு *மனோன்மணீயம்* இன்றியமையாததாயிருந்தது என்பதற்கில்லை. உண்மையில் அவரது ஆராய்ச்சிக் கட்டுரைகளே பின்வந்தோருக்குத் தூண்டு கோலாகவும் வழிகாட்டியாயும் அமைந்தன. அக்காலத்துத் தமிழ்த்துறை அறிஞர்கள் ஆய்வுகளைத் தாங்கி வெளிவந்த சென்னைக் கிறித்துவக் கல்லூரித் திங்களிதழிலே முதலிற் கட்டுரைகளாக வரையப்பட்டுப் பின்னர் நூல்வடிவம் பெற்ற மூன்று ஆய்வுரைகள் குறிப்பிடத்தக்கன. *பத்துப்பாட்டு* என்னும்

பொருள்பற்றிப் பொதுவாகவும் *நெடுநல்வாடை* பற்றிச் சிறப்பாகவும் நயந்துரைக்கும் *The Ten Tamil Idylls* என்ற கட்டுரையும், திருஞானசம்பந்தர் கால ஆராய்ச்சியைப் பொருளாகக் கொண்ட *Some Milestones in the History of Tamil Literature* என்ற கட்டுரையும், திருவாங்கூர்ப் பண்டை மன்னர் கால ஆராய்ச்சியான *Some Early Sovereigns of Travancore* என்ற கட்டுரையும் இன்றும் ஆராய்ச்சி மாணவருக்கு விருந்தாக உள்ளன. பாரதியோ தனது காலத்திலிருந்தே கவிதாமண்டலம் ஒன்றினை உருவாக்கிவிட்டான்.

பழைய இலக்கியங்களையும், தத்துவ நூல்களையும், கல்வெட்டுகளையும் நுணுகி ஆராய்ந்த சுந்தரம் பிள்ளை மொழிப்பற்றுடன் தேசப்பற்றும் பெற்றிருந்தார். பட்டம் பதவி பெற்றுக் கண்ணியமான வாழ்வு நடத்திய அவர் நாட்டுப்பற்றை நேரடியாகக் காட்டினாரல்லர். தமது காலத்து விவகாரங்களில் வெள்ளைக்கார ஆட்சியையும் சமஸ்தான மன்னராட்சியையும் ஏற்றுக்கொண்டனர் என்பதில் ஐயமில்லை. நிலவிய அரசியல் வரம்பிற்குள் மொழி, இலக்கியம் முதலியவற்றைப் பேணுவதே இலட்சியமாகக் கொள்ளப்பட்டது. ஆங்கிலேயரை எதிர்ப்பது சுந்தரம் பிள்ளை முதலியோராற் கனவிலும் கருதப்பட்டிருக்குமோ என்பது சந்தேகம். பிள்ளையின் சமகாலத்தவரும் இலக்கிய நண்பருமான வி.கோ. சூரியநாராயண சாஸ்திரியார் *(1870–1903)*, அ. மாதவையா *(1872–1925)* ஆகியோரும் தமது காலத்தில் இராசவிசுவாசமுள்ள பிரஜைகளாய் இருந்தனர் என்பதும் ஈண்டு நோக்கத்தக்கது. *இந்தியர் ராஜபக்தி* என்ற கட்டுரையில் (*ஞானபோதினி* சஞ்சிகையில் வெளிவந்தது) சாஸ்திரியார் பின்வருமாறு எழுதியுள்ளார்:

> எளியரும் வலியரும் வேறுபாடின்றி ஒரு தன்மையாய்ப் பாராட்டி நடாத்தப்படும் நடுவு நிலைமையும் நீதியும் வாய்ந்த நம் ஆங்கில அரசாட்சிக் காலத்தில் நம் இந்தியர்களிடத்தில் இராஜ பக்திக் குறைவு எங்ஙனம் ஏற்படும்? நம் இந்தியர்க்கும் ஆங்கிலேயருக்குமுள்ள வேற்றுமையுணர்ச்சி குன்றி ஒற்றுமையுணர்ச்சி மிகுந்துகொண்டே வருகிறது. அஃதாவது முன்னையிலும் இப்போழ்தத்து இராஜபக்தி மிகவும் வளர்ந்து வருகிறது . . . இனி இராஜபக்தி நிரம்பிய நம்மவர்மேல் இராஜ விசுவாசக் குறைவு காண்பதாக வாய்ப்பறையறைந்து திரியும் சில போலி மாக்களது வெருட்டுரை நம் இந்தியரை அச்சுறுத்தும் வலியிலவாய்க் கழியுமென்க.

சாஸ்திரியார் கூற்றுக்கு வேறு விளக்கம் தேவையில்லை. மாதவையாவின் *பத்மாவதி சரித்திரம்* என்ற நாவலில் நூலாசிரியரது சாயலில் வார்க்கப்பட்டுள்ள பாத்திரமாகிய நாராயணன் பின்வருமாறு ஒரு சந்தர்ப்பத்தில் கூறுகிறான்: "நம்முடைய தேசம் இவ்வளவு நாகரீகமான ஆளுகைக்குள்ளிருந்தும் சீக்கிரத்தில் முன்னுக்கு வந்து விளங்காததற்குக் காரணமே இந்த ஈரடியான நிலைமைதான். ஆனால் எல்லாம் நாளுக்கு நாள் அறிவு பரவிச் சீராய்விடும் என நினைக்கிறேன்." நாவலாசிரியர் "அறிவு" என்னும்பொழுது நவீன ஆங்கிலக் கல்லூரிக் கல்விமுறையையே மனங் கொண்டிருந்தா ரென்பது நினைந்துகொள்ள வேண்டியது.

இளைஞனான வேதாசலம் திருவனந்தபுரம் சென்று பிள்ளையைக் கண்டு பெற்று வந்த புத்திமதிகளில் ஒன்று, ஆங்கிலக் கல்வியறிவை விருத்தி செய்தல் வேண்டும் என்பதாகும். மறைமலையடிகளைப் பொறுத்தவரையில் மேற்கூறிய அறிவுரை அவரை வருத்தத்தக்க முடிவுகளிற் கொண்டு செலுத்துவிட்டது. உதாரணமாக, *தமிழ் நாட்டவரும் மேனாட்டவரும்* என்ற கட்டுரையில் அடிகள் ஆங்கிலவராட்சியினை "நம் ஆங்கில அரசு" என்பதோடமையாது, "அவ்வரசுக்கு மாறாகக் கிளர்ச்சி செய்தல் தகாது. இந்நாட்டவரும் (தமிழ் நாட்டவர்) வடநாட்டவரும் ஒருங்கு குழுமித் தாமே தமது நாட்டை அரசு புரிதல் கனவிலும் கைகூடாது" என்று கூறியுள்ளார். இது மகாகவி பாரதி வாழ்ந்து மடிந்ததற்குப் பின் கூறப்பட்டுள்ளது (1935) என்பதனை எண்ணும்பொழுது, அடிகளின் தமிழுணர்ச்சியே விவாதத்திற் கிடமானதாகின்றது. சுந்தரம் பிள்ளை விதைத்த வித்து மறைமலையடிகளாக முளைத்தது என்றால் தவறிருக்காது.

பாரதியும் தவிர்க்க முடியாதபடி வெள்ளையராட்சியை ஏற்கும் மனோநிலையிலேயே தனது கவிதா வாழ்க்கையைத் தொடங்குகிறான். வேல்ஸ் இளவரசர் இந்தியாவுக்கு விஜயஞ் செய்தபொழுது பாரதி சம்பிரதாயத்தையொட்டி ஆசிரியப்பா ஒன்று எழுதியுள்ளான். எனினும் வெகு விரைவிலே அந்த விசுவாச நிலையை விட்டு நீங்கி,

அன்னியர் தமக்கடிமை யல்லவே – நான்
அன்னியர் தமக்கடிமை யல்லவே

என்று உரத்துக் கூறத் தொடங்கிவிட்டான்.

வேல்ஸ் இளவரசர் விஜயத்தையொட்டிச் சுதேசமித்திரன் பத்திரிகை உரிமையாளர் ஜி. சுப்பிரமணிய அய்யர் வேண்டு கோளுக்கிணங்க இளவரசருக்கு நல்வரவு கூறிப் பாடல் எழுதியபொழுதும், தனது மனம் அதற்கு ஒப்பாமையைப்

பாரதி காட்டியிருக்கிறான். இது பாடலின் பொருள், தொனி என்பனவற்றால் மட்டுமன்றி வேறொரு சான்றாலும் தெரிகிறது. *பாரதி தமிழ்* வெளியிட்ட பெரியசாமித் தூரன், "முழு மனத்தோடு இதைப் பாரதியார் இயற்றினாரா என்பது சந்தேகம்தான்" என்றெழுதியுள்ளார். ஆனால் சிதம்பர ரகுநாதன் ஐயந்திரிபறக் காட்டியிருப்பது போல, "அத்தகைய சந்தேகத்துக்கே பாரதி இடம் வைக்கவில்லை. வேல்ஸ் இளவரசருக்குப் பரத கண்டத் தாய் நல்வரவு கூறுதல்' என்ற தலைப்பிட்டுப் பாடலைத் தொடங்கும் பாரதி, அந்தத் தலைப்புக்கு அடியிலே வளைவுக் குறிக்குள் 'பாரத மாது தானே பணித்தன்று' என்னும் அடிக்குறிப்பு எழுதியுள்ளான்."

அதுமட்டுமன்று. அவன் காலத்திலும் பின்னரும், 'நாகரிக மான ஆளுகை' என்று பலராற் போற்றப்பட்ட பிரித்தானியரது ஆட்சியானது உண்மையில் அறிவை மயக்கும் மாயையென்னும் தத்துவத் தெளிவு பெற்றான். பரிதிமாற் கலைஞர், அ. மாதவையா போன்ற இலக்கியக் கர்த்தாக்கள் மட்டுமன்றிக் கோபால கிருஷ்ண கோகலே போன்ற தாராளக் கொள்கை அரசியல்வாதிகளும் 'நாவாரப்' புகழ்ந்த நல்லரசாட்சியைக் காறியுமிழ்ந்தான்.

> நீதரும் இன்பத்தை நேரென்று கொள்வனோ மாயையே – சிங்கம்
> நாய்தரக் கொள்ளுமோ நல்லர சாட்சியை மாயையே!

என்று உண்மையறிந்த திண்மை யுள்ளத்துடன் பாடுகிறான்.

சிதம்பர ரகுநாதன் கூறியுள்ளதுபோல "மாயையென்ற வேதாந்த உலகச் சொல்லுக்குப் புதிய தேசிய அர்த்த பாவத்தை வழங்கி ஆங்கிலேயராட்சிதான் நம்மைப் பிடித்திருந்த மாயை என்று சுட்டிக்காட்டி" அந்நியராட்சியை நேர்முகமாகச் சாடினான் பாரதி. "ஆங்கிலேயராட்சிக் கெதிராகக் கிளர்ச்சி செய்தல் தகாது" என்ற மறைமலையடிகள் கூற்றும், பாரதியின் வாக்கும் ஒப்பு நோக்கததக்கன. அப்பொழுதுதான் மகாகவியின் வரலாற்றுப் பாத்திரம் தெள்ளத் தெளிவாகும்.

தமது ஞானபுத்திரனிலும் பார்க்கச் சுந்தரம் பிள்ளை நேர்மையான, ஆனால் நிதானமான தேசப் பற்றுக் கொண்டிருந்தார் என்பதை மறுக்கத் தேவையில்லை. பண்டை மன்னராட்சி பற்றி நன்காராய்ந்த பிள்ளையவர்கள், *புறநானூறும் சிலப்பதிகாரமும் கலிங்கத்துப் பரணி*யும் காட்டும் போர் முறைகளையே தமது நாடகக் காப்பியத்திலும் அமைத்துள்ளார். ஆயினும் அவர் இதயத்தில் தேசபக்திக் கனல் இருந்தது. ஹார்விபுரத்தில் இல்லாமையை யறியாது தானதருமங்கள் செய்துகொண்டு நூல்களின் மத்தியில் 'பண்புடையாளர்' பக்கலில் வாழ்ந்த

பிள்ளையவர்கள் பாடிய தேசபக்தி ஒருவகையில் 'இரவல்' பெற்றதே. மானசீகமானது அது எனலாம். பாரதியோ, 'நரியுயிர்ச் சிறு சேவகர், தாதர்கள், நாயெனத்திரி ஒற்றர்கள்' மத்தியில் 'என்புடைபட்ட' தேசபக்தரையும், வெஞ்சிறையில் வாடும் நூலோரையும் (வ.உ. சிதம்பரம் பிள்ளை) நேரில் அறிந்தவன். அது சுயமாக வாழ்க்கை வேள்வியில் பெற்ற உணர்ச்சிப் பிழம்பு எனலாம். இதுகுறித்து முதுபெரும் இலக்கிய இரசிகரான பி.ஸ்ரீ. *பாரதி: நான் கண்டதும் கேட்டதும்* என்ற நூலிலே பின்வருமாறு எழுதுகிறார்:

> மனோன்மணீய ஆசிரியரான சுந்தரம் பிள்ளையும் சுதந்திரத்தைப் பற்றிப் பாடியிருக்கிறார். தமிழர்கள் சுதந்திரக் காதலைச் சிறப்பாக வலியுறுத்தியிருக்கிறார். ஆனால் மனோன்மணீய ஆசிரியரின் அந்தச் சுதந்திர விருப்பத்திற்கும் பாரதியாரின் சுதந்திர வெறிக்கும் வேற்றுமையுண்டு. பண்டைத் தமிழர்களின் வீர சுதந்திர உணர்விலிருந்து தெறித்து ஷேக்ஸ்பியர் நாடகப் பாணியில் வந்து விழும் நினைவுப் பொறிதான் சுந்தரம் பிள்ளையின் சுதந்திரக் குறிப்பு. நம்மைக் கொத்தடிமை கொண்ட அந்நிய அரசுமீது வெறுப்பாலேற்பட்ட தாகமல்ல, தவிப்பல்ல.

நினைவுப் பொறியாக வமைந்தாலும் சுந்தரம் பிள்ளையின் பாடலிலே தேசவிடுதலை, தேசப்பற்று ஆகியன பற்றிய பகுதிகள் குறிப்பிடத்தக்களவு எளிமையாகவும் வேகமாகவும் உள்ளன. நாடகத்தின் பல இடங்களிலும் இவை விரவிக் காணப்படுகின்றன வெனினும் நான்காம் அங்கம் முதலிரண்டு களங்களிலும் சுடர் விடுகின்றன. ஜீவகன் கூறுகின்றான்:

> அந்தணா் வளா்க்கும் செந்தழல் தன்னிலும்
> நாட்டபி மானம் உள்மூட்டிய சினத்தீ
> யன்றோ வானோர்க் கென்றுமே யுவப்பு.

பிராமணர் வளர்க்கும் ஓமகுண்டத் தீயினும் நெஞ்சிலே கனலும் தேசபக்தி சிறந்தது என்ற கூற்றானது தேசபக்தியே தெய்வபக்தியாக மாறும் நிலையை முன்னறிவித்து நிற்கிறது. பாரதியின் அடிகள் பிரசித்தமே.

> பெற்ற தாயும் பிறந்த பொன்னாடும்
> நற்றவ வானினும் நனி சிறந்தனவே.

சுந்தரம் பிள்ளை தமது பாத்திரமொன்றின் வாயிலாக 'பாஷாபிமானமும் தேசாபிமானமும் பொருள்' என்று குரல் கொடுக்கிறார். அக்குரல் பின்வருமாறு பேசுகிறது:

உரிமை மேல் ஆண்மை பாராட்டார் சாந்தம்
பெருமையில் பிணத்திற் பிறந்தோர் சீதம்

சுதந்திரம் அவர்க்குயிர் சுவாசம் மற்றன்று

போர்க்குறிக் காயமே புகழின் காயம்

இப்படை தோற்கின் எப்படை ஜெயிக்கும்

சுந்தரம் பிள்ளை காலத்துச் சூழ்நிலையில் இவை தேசாபிமானக் குரல்களாகக் காணப்படுமாயினும் பாண்டிய மன்னன் ஜீவகனுக்கும், சேரமன்னன் புருடோத்தமனுக்குமிடையில் நடக்கும் வஞ்சிப் போராகவே கதையை அமைத்திருப்பதால் நேரடியான தாக்கம் காணப்படவில்லை. பிள்ளையவர்கள் சுவாசத்தினும் சுதந்திரமே பெரிதென்று போதிக்கிறார். பாரதியோ களத்தில் குதித்து நின்றுகொண்டு பாடுகிறான்.

விதந்தரு கோடியின்னல் விளைந்தெனை அழித்திட்டாலும்
சுதந்திரதேவி நின்னைத் தொழுதிடல் மறக்கிலேனே

என்று தணியாத சுதந்திர தாகத்துக்குத் தன்னை அர்ப்பணமாக்கியவன்.

சுந்தரம் பிள்ளை லிட்டன் பிரபு ஆங்கிலத்தில் எழுதிய *இரகசிய வழி (The Secret Way)* என்ற கதையைத் தழுவித் தமிழ் மயமாக்கியதே *மனோன்மணீயம்.* லிட்டன் பிரபு என்றழைக்கப்படும் *(Edward Bulwer Lytton, 1803-1873)* தமது காலத்தில் பிரபலியமானவரா யிருந்தார். பிற்காலத்தவர் அவரை அதிகம் பாராட்டுவதில்லை. ஆயினும் சுந்தரம் பிள்ளை அவர்கள் காலத்தில் ஆங்கில இலக்கிய வாசகரிடையே 'பலரும் போற்றும்' இலக்கியக் கர்த்தாவாக விளங்கியிருப்பரென்பதில் ஐயமில்லை. தொழில் முறையிலன்றி ஈடுபாடு காரணமாக ஓர் ஆசிரியன் இன்னொருவரைத் தழுவியோ, மொழிபெயர்த்தோ நூல் சமைக்கின் அவ்விருவருக்கும் ஏதாவது உடம்பாடிருத்தல் இயல்பு. அவ்வாறே லிட்டன் பிரபுவுக்கும், சுந்தரம் பிள்ளைக்கும் சிற்சில ஒற்றுமைகள் இருப்பது புலனாகும். முதலிற் பாராளுமன்ற உறுப்பினராகவும், பின்னர் பிரபுக்கள் மன்ற உறுப்பினராகவும் இருந்த லிட்டன், மெய்யியல், சமூக ஒழுக்கம் ஆகியவற்றில் ஆழ்ந்த ஈடுபாடுடையவராய் இருந்தார். இதனடிப்படையிலேயே *இங்கிலாந்தும் ஆங்கிலேயரும் (England and the English)* என்ற விமர்சன நூலையும் எழுதினார். வரலாற்றுத் துறையிலும் விருப்புடையவராயிருந்தார். வால்டர் ஸ்கொற் *(1771–1832)* வளர்த்துவிட்ட வரலாற்று நவீனத்தைத் தொடர்ந்து எழுத முனைந்தவருள் ஒருவர். பத்தொன்பதாம் நூற்றாண்டின் நடுப்பகுதியில் பொருளாழமுள்ள நாடகங்களை எழுதி மேடையேற்ற உதவியவருள் ஒருவராகவும் விளங்கினார். தத்துவச்

சாயல் படிந்த நாவல்கள் எழுதுவதிலும் ஈடுபட்டார். அதே சமயத்தில் அச்சமும், வியப்புமூட்டும் அற்புத மோகக் கதைகளும் எழுதினார் என்பதும் மனங்கொள்ள வேண்டிய செய்தியே.

லிட்டனின் படைப்புக்கள் சுந்தரம் பிள்ளையைக் கவர்ந்ததில் வியப்பெதுவுமில்லை. பிள்ளையுடன் பல வழிகளில் ஒப்பிடக்கூடிய மராத்திய மறுமலர்ச்சியாளர் மகாதேவ கோவிந்த ரானடே (1842–1901) விருப்புடன் வாசித்த ஆங்கில இலக்கிய ஆசிரியர்களுள் லிட்டன் பிரபுவும் ஒருவர் என்று கூறப்படுகிறது. அக்காலத்து இந்தியர்கள் பலர் பைரன், ஸ்காட் முதலியோருடன் லிட்டனையும் ஆர்வத்துடன் படித்தனர். திருவனந்தபுரம் மகாராஜக் கல்லூரியில் பேராசிரியர் ஆர். ஹார்வியிடம் மேல்நாட்டுத் தத்துவ விசாரணையை நன்கு பயின்றார். பின்னர் தாமே தத்துவப் பேராசிரியராகவும் பன்னிரண்டாண்டுகள் (1885–1897) பணிபுரிந்துள்ளார். மேற்கு நாட்டுத் தத்துவ விசாரத்துடன் வேதாந்த விசாரமும் நிகழ்த்தி வந்தார். இத் துறையில் இவருக்குக் குருவாக விளங்கியவர் கோடகநல்லூர் ஸ்ரீ சுந்தர சுவாமிகள். ஆழ்ந்த குருபக்தியின் விளைவாகத் தமது நாடகத்தில் சுந்தர சுவாமிகளைச் சீவகவழுதியின் குலகுருவான சுந்தர முனிவனாகப் படைத்துள்ளாரென்பர். "சரித்திரம் பற்றி எத்தனை ஆர்வங் கொண்டிருந்தனரோ அத்தனை பேரார்வம் தத்துவ சாஸ்திர விசாரணையிலும் இவருக்கு இருந்தது" என்கிறார் 1922இல் *மனோன்மணீயத்தை* இரண்டாம் பதிப்பாகச் சிறந்த முறையில் வெளியிட்டவரும் ஆராய்ச்சிப் பேராசிரியருமான எஸ். வையாபுரிப் பிள்ளை.

லிட்டன் பிரபுவின் கதைப்பாடல் நன்கு தமிழ் மயமாக்கப்பட்டுள்ளது என்பது குறிப்பிடத்தக்கது. எனினும் ஆங்கில விமர்சகர்கள் பொதுவாக லிட்டன் பற்றிக் கூறும் குறிப்புக்கள் இன்று பார்க்கும்பொழுது சுந்தரம் பிள்ளைக்கும் பொருந்துவனவாகவே யுள்ளன.

> புனைகதைகளிலே விரித்துப் பொருள் கூறக்கூடிய தத்துவம் அமைப்பது லிட்டனால் அவர் காலத்து இலக்கியப் போக்கிற்குச் செலுத்தப்பட்ட பங்காகும். லிட்டனின் பிரதான குறைபாடுகள் யாதெனில், தனது புனைகதையில் தேவைக்கதிகமான சம்பவங்களும், கருத்திற்கும் நடைக்கும் (style) அளிக்கப்படும் அளவுகடந்த முக்கியத்துவமுமாகும். ஒருபுறம் மிகையான நூற் பயிற்சியும், தத்துவச் சார்பும், இலட்சியவாதமும் காணப்படும். அல்லது

> மிகையான சரித்திரமும், குற்றச் சம்பவங்களும் இயற்கையிகந்த நிகழ்ச்சிகளும் காணப்படும். இவை அவரின் நூல்களுக்குத் தெவிட்டுந் தன்மையைக் கொடுக்கின்றன.

இவ்வாறு *The History of the Novel in England* என்ற நூலில் பேராசிரியர்கள் *R.M. Lovett, H.S. Hughes* ஆகியோர் கூறுகின்றனர். இக்கூற்று பெருமளவு பிள்ளையவர்களுக்கும் ஏற்புடைத்தே. தமது முகவுரையிலே பின்வருமாறு கூறியுள்ளார் சுந்தரம் பிள்ளை:

> இக்கதையினையே ரூபகமாலங்காரமாகக் கருதின், தத்துவ சோதனை செய்யும் முமுக்ஷுக்களுக்கு அனுகூலமாகப் பலிக்கவுங் கூடும். அப்படி உருவக மாலையாகக் கொள்ளுங்கால் . . . இம்முறையே பாவித்து உய்த்துணர்ந்து கொள்ள வேண்டியது.

இந்த வகையிலும் பாரதி வேறுபட்டவனாகக் காணப்படுகிறான். மேனாட்டுத் தத்துவ தரிசனங்களை அவன் முறையாகப் படித்தானல்லன். பொது அறிவே இருந்தது. ஆங்கிலக் கவிஞருள் ஷெல்லி, பைரன், வேர்ட்ஸ்வொர்த், கீட்ஸ், டெனிசன் முதலானோரையும் அமெரிக்கக் கவி வால்ட் விட்மனையும் அவன் ஈடுபாட்டுடன் கற்றிருந்தானென்பது இப்பொழுது நன்கறியப்பட்ட செய்தியாகும். எனினும் நேரடியான இரண்டொரு மொழிபெயர்ப்புக்களைத் தவிர மனத்திற்குப் பிடித்த கவிஞர்களின் படைப்புக்களை உள்வாங்கித் தனதாக்கிப் புதுத் தமிழ் பாடல்களாக்கினான். கவியுள்ளத்தையே பெரிதும் போற்றினான்; கருத்துக்களையன்று.

அவனது நெடும் பாடல்களில் *பாஞ்சாலி சபதம்* பழைய தெரிந்த கதை காலத்திற்கேற்ற வகையில் புதுப்பிக்கப்பட்டது. பாஞ் சாலியைப் பாரதமாதாவாகக் கொண்டு தனது சபதத்தினைக் கூறினான். *குயிற் பாட்டு* முற்றிலும் கற்பனை. பாடலின் இறுதியில்,

> ஆன்ற தமிழ்ப்புலவீர் கற்பனையே யானாலும்
> வேதாந்தமாக விரித்துப் பொருளு ரைக்க
> யாதானுஞ் சற்றே இடமிருந்தாற் கூறீரோ ?

என்று கேட்டிருப்பினும், பாடலை நாம் உருவக மாலையாக்கிக் கொள்ள வேண்டியதில்லை. தன்னளவிற் பூர்த்தியுறும் கற்பனைப் பாடல் குயிற்பாட்டு. கவிஞனின் கேள்வி புதுமையானதன்று. அமெரிக்க இலக்கியத் திறனாய்வாளர் ஸ்டீவன் மாக்கஸ் கூறியுள்ளது போல, “சில கவிஞர் தமது படைப்பிலே வளர்க்கப் பட்டவற்றினிடையே அமைதி காண்பதற்காகப் பாடலின்

இறுதியில் புதியதோர் எண்ணத்தைப் புகுத்தி விடுவர். இன்னுஞ் சிலரோ ஏதாவது கேள்வியை எழுப்பிவிடுவர். இவ்வுத்திகள் கவிதைபற்றிய கருத்து வேறுபாடுகளையும் மயக்கங்களையும் உண்டாக்குவதுண்டு.” இது விமர்சகர் கருத்து. ஆனால், பாரதிக்கோ எதுவித ஐயமுமிருக்கவில்லை. “நமக்குத் தொழில் கவிதை நாட்டிற்குழைத்தல்” என்றிருந்த அவனுக்குத் தத்துவம், சமயம், விஞ்ஞானம், அரசியல் முதலிய யாவும் கவிப்பொருளாகித் தெளிந்த உள்ளக் காட்சிகளாக அமைந்தன.

இதுகாறும் நாம் கூறியவற்றைத் தொகுத்து நோக்குமிடத்துப் பாரதியின் கவிதாயுகம் பிறக்கப்போவதை யறிவித்து நிற்பதுபோல் சுந்தரம் பிள்ளையின் இலக்கியம் காணப்படும். சுந்தரம் பிள்ளைபால் மதிப்பும், அவர் குடும்பத்துடன் நெருங்கிய தொடர்புமுடைய வையாபுரிப் பிள்ளை பின்வருமாறு மதிப்பீடு செய்துள்ளார்: “பண்டித வர்க்கத்தினரையும் ஒருபால் தழுவி முற்போக்காளரையும் ஒருபால் தழுவி இந்த அரிய நாடகம் இயற்றப் பெற்றதெனச் சொல்லலாம்.” சுந்தரம் பிள்ளையின் நோக்கம் ஒருகால் அவ்வாறிருந்திருக்கலாம். ஆனால், நூலில் பழமைப் பண்பும், பண்டித வர்க்கச் சார்புமே மிக்குக் காணப்படுகின்றன. இதிலொன்றும் பொருந்தாமையில்லை. சுந்தரம் பிள்ளையுடன் ஒருங்கே வைத்து எண்ணத்தக்க தமிழறிஞரும் சமகாலத்தவரும் நண்பருமான பூண்டி அரங்கநாத முதலியார் (1845–1893), வெள்ளகால் ப. சுப்பிரமணிய முதலியார் (1856–1938) ஆகிய இருவரையும் எடுத்துக்கொள்வோம். அரங்கநாத முதலியாரும் சுந்தரம் பிள்ளையைப் போன்றே எம்.ஏ. பட்டம் பெற்றவர்; கணித நூற் பேராசிரியராயிருந்தவர். உ.வே. சாமிநாதையரைச் சிலகாலம் போஷித்தவர். அவர் அரிய கவிதா முயற்சியாகக் *கச்சிக் கலம்பகம்* என்ற நூலை இயற்றினார். “எல்லாம் பாடிக் கலம்பகம் பாடு” என்பது பழமொழி. ஆயினும் புதுப் பனுவலாகக் கடினமான கலம்பக நூலையே யியற்றினார். “பண்டிதர் குழாங்கள் இந்நூலைப் பாராட்டினர்.”

வெள்ளகால் முதலியார் ஆங்கிலக் கவி இராட்சசனான மில்டனைத் தமிழில் (*சுவர்க்க நீக்கம்*) பெயர்த்தவர். 1914இல் *அகலிகை வெண்பா* என்ற சுவை மிக்க கதைப் பாடலை இயற்றியவர். J. Merrick என்பார் யாத்த The Chameleon என்ற பாடலைத் தழுவி *கோம்பி விருத்தம்* பாடியவர். அவரே சுயமாக *நெல்லைச் சிலேடை வெண்பா* என்ற கடினமான நூலை இயற்றினார். “நெல்லை என்னும் சொல்லை ஆசாக வைத்து நூறு சிலேடை கூறுதல் மிகக் கொண்டாடற்பாற்று” என்று அன்றைய *விவேகபாநு* என்ற சஞ்சிகை விமர்சன மெழுதியிருந்தது. முதலியாரின் *கோம்பி விருத்தம்* வெளிவந்த

பொழுது, சி.வை. தாமோதரம் பிள்ளையவர்கள், "பண்டிதரும் வித்தியார்த்திகளும் ஒரு நிகராக இன்பம் அனுபவிக்க ஏற்ற நூல்" என்று பாராட்டினர். பொருளமைதி ஒருபுறமிருக்க வெள்ளகால் முதலியாரும் பூண்டி முதலியாரும் சுந்தரம் பிள்ளையைப் போல பழைய யாப்பு வகைகளையே பயன்படுத்தியமையும் கவனிக்கத்தக்கது. எனவே புதுமைப் பண்பு குறைவாகவும், பழமை கூடுதலாகவுமே பாரதிக்கு முந்திய இப்புலவர் பெரு மக்களிடத்துக் காணப்பட்டன. இந்நிலையில் பி.ஸ்ரீ. குறிப்பிடுவது போல் சுந்தரம் பிள்ளை, "பாரதியார் போல் புதிய சந்தம், நாடோடி மெட்டு முதலியவற்றைக் கையாளவில்லை. இராமலிங்க சுவாமியைப் போல் கும்மி, கண்ணி முதலிய மெட்டுக் களையும் கையாளவில்லை. புதிய கருத்துக்களையும் பழைய பாவகையிலேயே அமைத்திருக்கிறார்."

பிரக்ஞை பூர்வமாகப் புதியதும், பொது மக்கள் சார்ந்ததுமான பொருளையும் வடிவத்தையும் தனக்குத் தானே அமைத்துக் கொண்டதனாலேயே தன்னுணர்வோடும் தன்னம்பிக்கையுடனும் பாரதி பின்வருமாறு பாட முடிந்தது:

கவியரசர் தமிழ்நாட்டிற் கில்லையெனும்
வசையென்னாற் கழிந்த தன்றே?
சுவைபுதிது பொருள் புதிது வளம் புதிது
சொற்புதிது சோதிமிக்க
நவகவிதை எந்நாளும் அழியாத மகாகவிதை.

இலக்கிய வரலாற்றடிப்படையிற் பார்க்கும்பொழுது இடைக்காலக் கவிதை மரபானது 19ஆம் நூற்றாண்டின் பெரும்புலவருள் ஒருவரான மகாவித்துவான் திரிசிரபுரம் மீனாட்சிசுந்தரம் பிள்ளையவர்களுடன் முடிவடைகிறது எனலாம். தலபுராணம், பிள்ளைத் தமிழ், மாலை, அந்தாதி போன்ற மரபு வழிவந்த பிரபந்தங்களை நூற்றுக்கணக்காகப் பாடிய மகாவித்துவான் நூற்றுக்கு நூறு வீதம் பழமை வழி நின்றவராவார். அவருக்குப் பின் தனிப்பட்ட சிலர் பிரபந்தங்களைப் பாடியுள்ளன ரெனினும் மகாவித்துவானைப் போல் பருவகால மேகங்களைப்போலச் செய்யுட்களைப் பொழியும் சக்தியில்லாதவர். மகாவித்துவான் வேகமாகப் பாடப் பிறர் செய்யுட்களை எழுதுவர். பழைய வாய்மொழி யிலக்கியத்தின் மிச்ச சொச்சம் அம்முறை என்று கொள்ளலாம். ஆங்கிலமும் தமிழும் கற்றுப் புதுப் பனுவல்கள் இயற்றிய யாவரும் தாமே எழுதுபவர்கள். செவிப்புலனிலிருந்து கட்புலனுக்கு எமது காலத்திற் கவிதை இடம் பெயர்ந்திருப்பதை அறிவோம். அதன் தொடக்கத்தை மனோன்மணீய ஆசிரியர் முதலியோரிற் காணலாம். ஆயினும் யாப்பு, மொழிநடை ஆகியனவற்றை

அளவுகோலாகக் கொண்டால் பழைமையே தலைதூக்கி நிற்கக் காணலாம். பி.ஸ்ரீ. கூறுவதுபோல, வேண்டுமாயின் “பழமைக்கும் புதுமைக்கும் பாலமாக”க் கொள்ளலாம். ஆனால், பாரதியுடனேயே புதுமையுணர்வு *(modern consciousness)* எமது கவிதையிற் பிரவேசிக்கின்றது. ஈழத்துக் கவிஞர் முருகையன் பாடுவதுபோல், பாரதி,

> கலைமெருகென்ப திதுவெனக்காட்டிக் கருத்துலகின்
> நிலுவையை மேலும் மிகுவிக்க வந்தான்
> நிலைத்துவிட்டான்.

சுந்தரம் பிள்ளை போன்றோருட்ன் ஒப்புநோக்கிக் கற்கும் போதுதான் பாரதியின் தனித்துவமும் கால உணர்வும் தெளிவாகின்றன. அதுமட்டுமல்ல, பாரதியின் கவிதைச் சிறப்பின் அடிப்படைகளும் புலனாகின்றன.

***ஒப்பியல் இலக்கியம்*, ஜனவரி 1978**

5

பாரதியும் மேனாட்டுக் கவிஞரும்

வாழையடி வாழையென வரும் தமிழ்ப் புலவர் திருக்கூட்டத்திலே தானுமொருவனென உரிமை பாராட்டிக்கொண்ட பாரதியார் - இளங்கோ, கம்பன், வள்ளுவன், ஔவை, தாயுமானவர், இராமலிங்க சுவாமிகள், ஆழ்வார்கள், நாயன்மார் முதலிய பழந்தமிழ்க் கவிகளை மட்டுமன்றிப் பண்டைய வேத முனிவரையும், காளிதாசன் போன்ற வடமொழிக் காவியக் கர்த்தாக்களையும், இரவீந்திரநாத் தாகூர் போன்ற சமகால இந்தியக் கவிஞரையும் ஆர்வத்தோடு சுவைத்தவர். திறமான புலமைக்கு எப்பொழுதும் தலைவணக்கம் செய்தவர் பாரதியார். தனக்கு முந்திய கவிச்செல்வத்தை யெல்லாம் தனதாக்கி அதிலே தன்னையுங் கலந்து, வெள்ளத்தின் 'பெருக்கைப்போல்' கவிப் பெருக்குப் பாய்ச்சிய பாரதி, 'பிறநாட்டு நல்லறிஞர் சாத்திரங்களை' அவை திறமான புலமையுடையன வெனில் தனதாக்கத் தவறியதில்லை. தனது காலத்து இளைஞர் ஆங்கிலக் கல்வியென்ற பெயரில் பேடிக் கல்வியே பெறுகின்றனர் என்று உள்ளம் எரிந்து பாடிய கவிஞன் ஆங்கிலக் கவிஞரை ஆர்வத்துடன் படித்தான். **சுயசரிதை** என்ற பாடலிலே அக்கால ஆங்கிலக் கல்வியின் விளைவாக,

செலவு தந்தைக் கோராயிரம் சென்றது
  தீதெனக்குப் பல்லாயிரம் சேர்ந்தன
நலமோ ரெட்டுணையுங் கண்டிலே னிதை
  நாற்பதாயிரம் கோயிலிற் சொல்லுவேன்

என்று ஆவேசத்துடன் பாடினார். எனினும் பள்ளிக்கூடங்களிலே அன்று காணப்பட்ட பாடத் திட்டத்தினைக் குறைகூறினாரேயன்றி ஆங்கிலக் கல்வியையன்று.

சென்றிடுவீர் எட்டுத்திக்கும் – கலைச்
செல்வங்கள் யாவும் கொணர்ந்திங்குச் சேர்ப்பீர்

என்று பாடியுள்ள புலவன் எத்தனையோ மொழிகளிலிருந்து தனக்கு ஊக்கமும் ஆக்கமும் தேடிக்கொண்டான். பிறநாட்டுக் கவிஞரைப் பாடப்புத்தகமாகப் படிப்பதைவிட அவர்தம் காவியங்களில் 'ஆழ்ந்திருக்கும் கவியுள்ளம்' காணவேண்டும் என்பது பாரதியின் கருத்து. உதாரணமாக 'ஜப்பானியக் கவிதை' என்ற தலைப்பில் எழுதிய கட்டுரையொன்றில் பிறமொழிக் கவிதைகளைத் தாம் அணுகிய விதத்தைத் தெளிவாக்கியுள்ளார். உயோநே நோகுச்சி என்ற ஜப்பானியக் கவிஞனின் கருத்துக்களையும், அமெரிக்கப் பெண்பாற் புலவர் மிஸ் ரீஸ் என்பாரது 'கவிமுத்துக்களையும்' மனமாரப் போற்றுகிறார் பாரதி. ஜப்பானிய மொழியில் பதினேழசை கொண்ட **'ஹொக்கு'** என்னும் பாவகையிற் காணப்படும் சொற்செட்டை உளங்குளிர்ந்து பாராட்டி விட்டு, "மேற்படி ஹொக்குப் பாட்டைப் படித்துவிட்டுத் திரும்பத் திரும்ப மனனம் செய்ய வேண்டும். படிப்பவனுடைய அனுபவத்திற்குத் தக்கபடி அதிலிருந்து நூறு வகையான மறைபொருள் தோன்றும். கேட்பவனுள்ளத்திலே கவிதையுணர்வை எழுப்பிவிடுவது சிறந்த கவிதை" என்கிறார்.

இவ்வாறு 'ஒரு வசனமே ஒரு தனிக் காவியமாக' நிற்கும் ஜப்பானிய மந்திரச் சொல்லின்பத்தை நாவாரப் புகழ்ந்துவிட்டுத் தமது மொழியையும் நினைந்து கொள்கிறார் கவிஞர். அது மட்டுமல்ல, பிறர் மதத்துடன் தானுடம்பட்ட கவிஞர் அதற்குத் திருத்தங் கூறி அமைதி காண்கிறார்:

> நமக்குள்ளே *திருக்குறள்* இருக்கிறது. கடுகைத் துளைத்தேழ் கடலைப் புகட்டிக் குறுகத்தறித்த குறள். தமிழ் நாட்டிலே முற்காலத்திலே இது மிகவும் மதிப்பெய்தி நின்றது. ஆனாலும் ஒரேயடியாய்க் கவிதை சுருங்கியே போய்விட்டால் நல்லதன்று ... எப்பொருள் யார் யார் வாய்க் கேட்பினும் அப்பொருள் மெய்ப்பொருள் காண்பதறிவு.

இவ்வாறு எவ்வளவுதான் உயர்ந்த கருத்தாயினும் அதனைத் தனது அளவுகோல்கொண்டு மதிப்பிட்டே ஏற்றார் பாரதியார். இந்த அடிப்படை யுண்மையை மனத்திருத்திப் பாரதியைக் கவர்ந்த சில மேனாட்டுக் கவிஞரைப் பற்றிச் சிறிது கூறலாம்.

பாரதியார் வாழ்ந்த காலத் தமிழகத்தைப் பற்றிப் பொதுவாக யாவருமறிவர். தாழ்வுற்று, வறுமை மிஞ்சி, விடுதலை தவறிக் கெட்டுப் பாழ்பட்டு நின்ற பாரத நாட்டில் நின்று அதனை வாழ்விக்க வேண்டுமென்று துடித்தவர் கவிஞர். அந்த மனோநிலையில் தேசப்பற்று, விடுதலை வேட்கை, புதுமை மோகம் ஆகியன பாரதியாரைப் இறுகப் பற்றிக்கொண்டிருந்தன. அவை எங்கிருந்தாலும் தேடிக் கண்டு போற்றினார் கவிஞர். அவ்வுணர்ச்சிகளுக்குக் குரல் கொடுத்த ஆங்கில – அமெரிக்கப் புலவர்கள் பாரதியைக் கவர்ந்ததில் வியப்பெதுவுமில்லை யல்லவா?

பாரதியைக் கவர்ந்த மேனாட்டுப் புலவர்களைத் தொகுத்துப் பார்க்கும்போது ஏறத்தாழ ஏழு புலவர்கள் நம்முன் தோன்றுகின்றனர். அமெரிக்க கவிஞர் வால்ட் விட்மன், பெண்பாற் புலவர் மிஸ் ரீஸ், ஆங்கிலக் கவிஞர்களான ஷெல்லி, பைரன், கீட்ஸ், வேர்ட்ஸ்வர்த்து, பெல்ஜியக் கவிஞரான எமில் வெர்ஹரேன் ஆகியோர் பல வழிகளில் பாரதியின் கவிதா வெறிக்குத் தூபமிட்டுள்ளனர். தேசப்பற்று, விடுதலை வேட்கை, புதுமை மோகம் ஆகியவற்றை மேற்கூறிய புலவர்களிடத்துப் பாரதி கண்டு போற்றினா ரென்பதை வற்புறுத்த வேண்டிய அவசியமில்லை.

~

வால்ட் விட்மன் (1819–1892) அமெரிக்காவின் தலையாய ஜனநாயகக் கவியாவார். இருபதாம் நூற்றாண்டிலே வால்ட் விட்மனைப் பாராட்டாத இலக்கியக் கர்த்தாக்கள் இலரென்றே கூறிவிடலாம். அபே சபெக் (Abe Capek) என்னும் விமர்சகர் கூறியிருப்பது போல "பிரான்ஸ், ஜெர்மனி, ஸ்பெயின், லத்தின் அமெரிக்கா, சோவியத் யூனியன், சீனா, இந்தியா, செக்கோஸ்ல வாக்கியா, துருக்கி முதலிய நாடுகளில் உள்ள ஜனநாயகக் கவிஞர்கள் பல்வேறு வகைப்பட்ட மொழிகளிலும் தேசிய இலக்கிய மரபுகளின் அடிப்படையிலும் எழுதியபோதும் விட்மனைத் தமக்கு முன்னோடியாகக் கொண்டாடியுள்ளனர். அவர்களது ஆக்கங்களில் விட்மனது செல்வாக்குப் பிரதிபலிக்கிறது." 'நகரம்' என்ற கட்டுரையிலே விட்மன் பற்றிப் பாரதியார் பலவாறாக எழுதியுள்ளார். ஓரிடத்திலே,

> குடியாட்சி, ஜனாதிகாரம் என்ற கொள்கைக்கு மந்திர ரிஷிகளில் ஒருவராக இந்த வால்ட் விட்மனை ஐரோப்பிய ஜாதியார் நினைக்கிறார்கள். எல்லா மனிதரும், ஆணும் பெண்ணும் குழந்தைகளும் எல்லாரும் சமானம் என்ற சத்யத்தை பறையடித்த மஹான்களில் இவர் தலைமையானவர்... இந்த மஹான் ஒரு நகரம் கற்பனை பண்ணுகிறார். அந்த நகரத்தில் ஆணும் பெண்ணும் சபதத்தில் துஞ்சார். அங்கே அடிமையில்லை. ஆண்டையுமில்லை... அங்கே பெண்கள் வீதிகளில் ஆண்களைப் போலவே கூட்டங்கூடி ஊர்வலம் வருகிறார்கள். அங்கே பொதுக் கூட்டங்களில் பெண்களும் ஆண்களுக்கு நிகரான இடம் பெறுகிறார்கள்... எல்லாருக்கும் விடுதலையும் சமத்துவமும் உள்ளதாகிய நகரம் கண்முன்னே தோன்றுவதை விரும்பாத மனிதனும் உண்டோ?

என்று எழுதிச் செல்கிறார் பாரதியார். குடியாட்சி, ஆண் பெண் சமத்துவம், விடுதலை ஆகிய பண்புகளை விட்மனிடம் கண்டு போற்றியுள்ளார் பாரதியார்.

> குடிமக்கள் சொன்னபடி குடிவாழ்வு
> மேன்மையுறக் குடிமை நீதி

என்றும்,

> அடிமைக்குத் தளையில்லை யாருமிப்போது
> அடிமையில்லை அறிக என்றார்

என்றும் பாரதியார் பாடும்போது விட்மனுடைய குரலைக் கேட்பது போன்ற பிரமை ஏற்படுகிறது.

> எட்டுமறிவினில் ஆணுக்கிங்கே பெண்
> இளைப்பில்லை காணென்று கும்மியடி

என்று பாரதியார் பாடும்பொழுதும் அதே குரலைக் கேட்கின்றோம்.

விட்மனுக்கும் பாரதிக்கும் "உள்ளக் கலப்பு" ஏற்படுவதற்குக் காரணம் பல. இருவரின் வாழ்க்கையிலும் பல ஒற்றுமைகள் காணப்படுகின்றன. இளமையிலேயே கவித்தாகம், ஒழுங்கற்ற கல்வி, நிலையற்ற சீவியம், ஆசிரியத் தொழில் (பத்திரிகைத் தொழில்), சமூக அரசியல் வேகம், பிரச்சார முயற்சி இவை இருவருக்கும் பொதுவான வாழ்க்கை முறையாகக் காணப்படுகின்றன. விட்மனுக்கு வேதாந்தப் பற்று இருந்தது.

பாரதியோ வேதாந்தக் கவி. இந்நிலையில் பாரதியார் விட்மனை **'மகான்'** என்று எழுதியதில் ஆச்சரியப்படுவதற் கொன்றுமில்லை. வருங்காலக் கவிதை என்னும் நூலிலே புதுக்கவிதைக்கு முன்னோடிகளில் ஒருவராக விட்மனைக் குறிப்பிடுகிறார் அரவிந்தர். பாரதியாரும் அரவிந்தரும் ஏறத்தாழ ஒரே குரலில் விட்மனை உயர்வாகப் பாராட்டியிருக்கின்றனர். இருவரும் விட்மனைப் பற்றிச் சர்ச்சை செய்து உரையாடியிருத்தல் வேண்டும் என்று தோன்றுகிறது. விட்மன் அமெரிக்காவின் தேசியப் பெரும் புலவன் என்பர். ஒற்றுமைப்பட்ட அமெரிக்காவைக் கற்பனையில் கண்டுகளித்த விட்மன், "பாரத நாடு", "பாரத தேசம்" முதலிய பாடல்களைப் பாடிய பாரதியைக் கவர்ந்தார் என்பதற்கு நிரம்பிய ஆதாரங்கள் உள. *(Starting from Paumanok)* "போமநோக்கிலிருந்து துவங்கி" (இப்போது லோங் ஐலன்ட் எனப்படும் இடத்திற்கு அமெரிக்க இந்தியரிட்ட பெயர் போமநோக் என்பது. அங்குதான் விட்மன் பிறந்தார்.) என்னும் பாடலிலே அமெரிக்க மாகாணங்கள் ஒவ்வொன்றையும் அவற்றின் சிறப்பியல்புகளோடு பாடிச் செல்கிறார் விட்மன். **பாரத தேசம்** என்னும் பாடலிலே நமது கவிஞர் வெள்ளிப் பனிமலை, சேது, வங்கம், சிந்துநதி, சேரநன்னாடு, சுந்தரத் தெலுங்கு, சிங்க மராட்டியர், ராசபுதனம் என்றெல்லாம் அடுக்கிக் கொண்டு போகும்பொழுது விட்மனுடைய செல்வாக்கைத் தெளிவாகக் காணமுடிகிறது. அதனைப் போலவே **தாயின் மணிக்கொடி** என்ற பாரதியார் பாடலை 'வைகறையிலே கொடிப் பாட்டு' *(Song of the Banner at Daybreak)* என்ற விட்மன் பாடலுக்குப் பெரிதும் இயைபுடையதாகக் காணப்படுகிறது. இவைபோலப் பல ஒற்றுமைகளைக் காணலாம். விட்மனின் ஜனநாயகப் பாட்டுகளும் பாரதியைக் கவர்ந்திருக்கும் என்பதில் ஐயமில்லை. கவிதைப் பொருளில் மட்டுமன்றி, கவிதா வடிவத்திலும் விடமன் பாரதியைக் கவர்ந்தார். வசன கவிதைக்குத் தந்தையே விட்மன்தான். அமெரிக்கப் பெண்பாற் புலவரான மிஸ் ரீஸ் என்பாரும் விட்மனும் பாரதியின் வசன கவிதை வடிவத்திற்கு வழிகாட்டிகளாக அல்லது தூண்டுகோலாக இருந்தனர் எனத் துணிந்து கூறிவிடலாம்.

பெண்மையைப் போற்றுவதிலும் விட்மனும் பாரதியும் கருத்தொற்றுமை உடையவர்கள். பெண்மையைப் பவித்திரமாகக் கொண்டான் விட்மன். "தாயினுஞ் சிறந்ததெதுவுமில்லை எனக் கூறுகிறேன்" என்கிறான் விட்மன். "பெற்றதாய் நற்றவ வானினும் நனிசிறந்தவள்" என்பது பாரதி வாக்கு. பாரதி பெண்ணைப்

பராசக்தியாகவே கண்டவன். இதனால் விட்மன் கண்ட பெண்மையிலும் கூடியளவு சமயப் பண்பு தோய்ந்ததாகப் பாரதி கொண்டாடிய பெண்மை அமைந்தது. ஆனால், மேனாட்டுக் கவிஞன் ஒருவன் பெண்ணை மிக உயர்வாகப் பேசியது பாரதியைக் கவர்ந்து உற்சாகப்படுத்தியது என்பதில் ஐயமேயில்லை. *இலக்கிய விருந்து* என்னும் நூலிலே வி.ஆர்.எம். செட்டியார் பின்வருமாறு கூறியுள்ளார்: "விட்மனுடைய கவிதைகள் அனைத்தையுமே படித்து முடித்ததுமே பாரதியாரின் வரிகள் நினைவுக்கு உடனே வருகின்றன."

நவயுகத்தைப் பாட முனைந்த விட்மன் தொழிலுக்கும் தொழிலாளருக்கும் வந்தனை செய்தார். தொழிலாளரைப் பெருமைப்படுத்திப் பல்வேறு தொழில்களின் மாட்சிமையையும் மகத்துவத்தையும் பாடிய பாடல்கள் பல அவற்றில் சிறப்பாகக் குறிப்பிடத்தக்கது 'தொழில்களுக்கு ஒரு பாட்டு' *(A Song for Occupations)* என்பதாகும். பாரதியாரின் 'இரும்பைக் காய்ச்சி உருக்கிடுவீரே' என்று தொடங்கும் பாடலிலே சந்தேகத்துக்கு இடமின்றி விட்மனின் செல்வாக்கைக் கண்டு கொள்ளலாம்.

புறவுலகின் நிலைமைகளைப் பாடிய விட்மன் தன்னைப் பற்றியும் பாடத் தவறவில்லை. 'என்னைப் பற்றிய பாட்டு' *(Sonj of Myself)* என்பது விட்மனின் ஆத்மார்த்தக் கவிதைகளில் சிறப்பான தொன்று. தன்னைப் பற்றிய பாடல் என்று விட்மன் குறிப்பிட்டாலும் அதிலே வழக்கமான வாழ்க்கைச் சரித சம்பவங்கள் குறைவு. "தான்" என்ற பொருளை அடியாகக்கொண்டு பிறப்பு, வாழ்க்கை, இயற்கை, நன்மை, தீமை, இறப்பு முதலிய பொருள்களைத் தத்துவ நோக்கிற் பாடுகிறார் விட்மன். ஆழமான தத்துவக் கருத்துக்கள் அப்பாடலில் மின்வெட்டுவதைக் கவிதைச் சுவைஞர்கள் கண்டுள்ளனர். பாரதியாரின் **'ஸ்வசரிதை'** என்னும் பாடல் விட்மனின் முற்கூறிய பாடலின் அருட்டுணர்வில் எழுந்தது என்று கருதுதல் நியாயமாகப் படுகிறது. பாரதியார் தனது பாடலுக்கு எழுதிய முகவுரையும் இவ்வூகத்துக்கு அரண் செய்வதாய் அமைந்துள்ளது.

> இச்சிறிய செய்யுள் நூல் விநோதார்த்தமாக எழுதப்பட்டது. ஒரு சில பாட்டுக்கள் இன்பமளிக்கக் கூடியதானாலும் பதர் மிகுதியாகக் கலந்திருக்கக்கூடும். இதன் இயல்பு தன் கூற்றெனப்படும். அதாவது, கதாநாயகன் சரிதையைத் தான் நேராகவே சொல்லும் நடை. இக்காவிய முறை நவீனமானது. இஃது

> தமிழறிந்த நூலோர்கள் அங்கீகரிக்கத் தக்கதுதானா என்று பார்த்திடும் பொருட்டுச் சிறிய நூலொன்றை முதலில் பதிப்பிடுகிறேன். இதனைப் பதம் பார்த்து மேலோர் நன்றென்பாராயின் இவ்வழியிலே வேறு பல வெளியாக்குவேன்.

'இக்காவிய முறை நவீனமானது' என்று பாரதியார் சொல்லும்பொழுது அதற்கு மூலமும் முன்மாதிரியும் விட்மனின் கவிதைகளில் இருந்திருக்கலாம் என்று கருதுதல் தவறாகாது.

இவ்வாறு சொல்லிலும் பொருளிலும் பற்பல ஒப்புமைகள் காணப்படினும் சில முக்கிய வேறுபாடுகளும் உள்ளன. உதாரணமாக ஜனநாயகவாதியாக வாழ்ந்த விட்மன், யாப்பு பழமையின் சின்னமென்றும், நிலப்பிரபுத்துவத்தின் மிச்ச சொச்சமென்றும் நம்பினான். எனவே, யாப்பில்லாது எழுதினான். நவீன இலக்கியத்தில் உரைநடைக்கும் செய்யுளுக்குமுள்ள வேறுபாடு இருக்கக்கூடாது என்பது அவன் கொள்கை. பாரதி 'வசன கவிதை' எழுதியுள்ளானெனினும் அதுவே தலைசிறந்த சாதனம் எனக் கருதினானல்லன். அதுமட்டுமன்று, பாரதியின் 'வசன கவிதை' வேத கீதங்களையும் ஊற்றாகக் கொண்டது. அளவோடு பயன்படுத்தப்பட்டது. விட்மனைப் போல், கண்மூடித்தனமாகவும் உணர்ச்சி பூர்வமாகவும் யாப்பை அவன் உதறித்தள்ளவில்லை. புதிய செய்யுள் வகைகளைப் பயன்படுத்தி வெற்றி கண்டானேயன்றி, யாப்பை ஒரு விலங்காகக் கருதினான் அல்லன். பழைய பா வகைகளைப் போதியளவு கையாண்டுள்ளான். இங்குதான் விட்மனுக்கும் பாரதிக்குமுள்ள அடிப்படை வேறுபாடு பளிச்சிடுகிறது. பேரியக்கமொன்றின் காரணமாகவும் பேரியக்கமாகவும் திகழ்ந்த பாரதி, கவிதையைக் கூர்மைமிக்க ஆயுதமாகக் கொண்டான். "பாட்டுத் திறத்தாலே இவ்வையத்தைப் பாலித்திட வேண்டும்" என முனைந்து நின்றான். அந்த வகையில் சமுதாயத்தில் யார் யார் பாடுகின்றனரோ அவரிடத்திலிருந்தெல்லாம் ஜீவசத்துப் பெற்றான். வண்டிக்காரன் பாட்டிலிருந்து குடுகுடுப்பைக்காரனது பாட்டுவரை யாவற்றையும் பாடித் தீர்த்தான். தனிமனிதருக்குக் குறி சொல்லும் குடுகுடுப்பைப் பாட்டைத் தூக்கி நிறுத்தித் தனது சமூகத்துக்கு வருவதுரைத்தான். விட்மனோ கவிதைப் பேரியக்கத்தின் அங்கமாகக் காணாதபடியால் தனது சொந்த ஆத்ம வெளிப்பாட்டுக்குக் கருவியாகவே கொண்டான். கவிதை உரக்கப் பாடுவதற்கன்றி, ஊகக் கண்ணாற் பார்த்து மனத்துக்குள்

படித்துச் சிந்திப்பதற்கு என நம்பினான். விஞ்ஞானம், சமுதாயம் ஆகியவற்றைப்பற்றி ஆழமாகவும் விரிவாகவும் கவிதையிலும் எழுதுதல் வேண்டுமென்பது அவன் கருத்து. இஃது வசனத்தின் பணியாகும். ஆகவே, இரண்டிற்கும் வேறுபாடு இருக்கக்கூடாது என வாதிட்டான். அமெரிக்காவைப் புத்தம் புதிய தேசமாகக் கொண்ட விட்மன் பழைய ஆங்கில யாப்பமைதிகளை அடிமைத் தளையின் அம்சங்களாகக் கொண்டான். பாரதியோ நாயன்மாரின் தேவாரங்களிலிருந்து நாடோடிப் பாடல்கள்வரை கட்டமைதியுள்ள யாவற்றையும் தனதாக்கிப் பரிசீலனை செய்தான். இதுவும் பிற காரணங்களும் பாரதியை விட்மனிலும் சிறந்த உயர்ந்த கவிஞனாக்கின.

~

நமது காலத்து யந்திரப் புரட்சியையும் வளர்ச்சியையும் வரவேற்ற புலவன் உற்பத்தித் தொழிலைப் பிரமதேவன் கலையென்று நாமகரணம் செய்தான். இந்த வகையில் பாரதியைக் கவர்ந்த புலவன் எமில் வெர்ஹரேன் (1855–1915) என்னும் பெல்ஜிய நாட்டுக் கவிஞர். கவிதைக்கு உரிய பொருள் இனியதும் நல்லதும் என்ற மரபுணர்ச்சியின் காரணமாகக் காற்றையும் வானையும் வயலையும் மதியையும் குளத்தையும் பெண்ணையும் காதலையுமே புலவர்கள் திரும்பத் திரும்பப் பாடிவந்தனர். இந்நிலையிலேயே மேற்கு நாகரிகத்தின் விளைபொருள்களான யந்திரங்கள், ஆலைகள், கப்பல்கள் ஆகியவற்றையும் அழகுப் பொருள்களாகக் கண்டு நகர நாகரிகத்தைப் பாடினார் எமில். அந்த வகையிலே அவர் முன்னோடிதான்.

> புதிய கவிதை புலவர்களிடம் தோன்ற வேண்டும். எந்த ஜில்லாவுக்குப் போ, எந்தக் கிராமத்துக்குப் போ, எந்த வித்வான் வந்தாலும் இதே கதைதான். தமிழ் நாட்டு ஜனங்களுக்கு இரும்புக் காதாக இருப்பதால் திரும்பத் திரும்ப ... பாட்டுகளை வருஷக்கணக்காக் கேட்டுக்கொண்டிருக்கிறார்கள். புதிய புதிய கீர்த்தனங்களை வெளியே கொணரவேண்டும்

என்று கூறிக்கொண்டு வந்த பாரதிக்கு பெல்ஜியக் கவிஞரது பொருள் மாற்றம் பிடித்துக்கொண்டது. பின்வருமாறு எழுதியுள்ளார்:

> எமில் வெர்ஹரேன் என்பவருடைய கொள்கை யாதென்றால்: 'வலிமையே அழகு. ஒரு பொருளின்

> வெளியுருவத்தைப் பார்த்து அது அழகா? இல்லையா? என்று தீர்மானஞ் செய்யலாகாது. யந்திரங்களிலே வலிமை திகழ்கின்றது. ஆதலால் அவை அழகுடையன. அவற்றைக் கவி புகழ்ச்சி செய்தல் தகும். வலிமை ஓர் அழகு, அழகு ஓர் வலிமை. யந்திர ஆலை, நீராவி வண்டி, நீராவிக் கப்பல், வானத் தேர், பெரிய பீரங்கி எல்லாம் அழகுதான் . . .

இவ்வுண்மையைப் பாரதியார் ஓரளவுக்கு உடன்பாடாகக் கொண்டமையாலேதான் அழகுத் தெய்வத்தை மங்கியதோர் நிலவினிலே கனவில் மட்டுமன்றி – அல்லிக் குளத்தருகே ஆங்கோர் முல்லைச் செடிய தன்பால் மட்டுமன்றி – மண்ணுலகத்து ஓசைகள் பலவற்றிலும் கண்டு பாடினார்.

> வலிமை வலிமை என்று பாடுவோம்

என்றும்,

> வாழுஞ் சுடர்க் குலத்தை நாடுவோம்,
> கலியைப் பிளந்திடக் கையோங்கினோம் – நெஞ்சில்
> கவலை யிருளனைத்தும் நீங்கினோம்

என்றும் பொதுவாக வலிமையால் கலியைப் பிளக்க விழைந்த கவிஞர் சிறப்பாக வல்லாயுதங்களை வாழ்த்தினார்.

> இரும்பைக் காய்ச்சி உருக்கிடுவீரே
> யந்திரங்கள் வகுத்திடுவீரே

என்றும்,

> ஆயுதஞ் செய்வோம் நல்ல காகிதம் செய்வோம்
> ஞாலம் நடுங்கவரும் கப்பல்கள் செய்வோம்

என்றும் வலிமையிலே அழகு கண்டு தமிழ்க் கவிதைக்கே புதிய பொருள்களைப் புகுத்திப் புரட்சி செய்தார். இவ்வாறு பழமையும் புதுமையும் இணைத்துப் பார்க்க முடிந்தமையாலேதான்,

> எத்தனை கோடி இன்பம் வைத்தாய்

என்று இறைவனை வியக்க முடிந்தது.

~

பாரதியார் எட்டயபுரத்தில் இருந்த காலத்திலேயே ஷெல்லியை ஈடுபாட்டுடன் கற்றார் என்பதற்குச் சான்றுகள் உள. 'ஷெல்லி தாசன்' என்பது பாரதியின் இளமைக்காலப் புனைபெயர்களி லொன்று.

'ஷெல்லி கிளப்' என்றுகூட நடாத்தினார் பாரதி. இரவீந்திரநாத் தாகூரும் இளமையில் ஷெல்லி தாசனாகவே இருந்தார். ஆங்கிலேயரது கலாசாரச் செல்வாக்குப் பரவிய பல தேசங்களில் ஷெல்லி நவயுகத்தைக் கூவியழைத்த விடிவெள்ளிக் கவிஞனாக மிளிர்ந்தான். அடிமை, மிடிமை, மடமை, வறுமை முதலியன என்ன வடிவத்தில் எங்கிருந்தாலும் அவற்றை உடைத்துத் தகர்த்தெறியத் துடித்த அராஜகக் கவிஞன் ஷெல்லி; பெண்கள் விடுதலையிலும் ஷெல்லிக்கு ஈடுபாடு; எந்த விதமான தளைகளுமின்றி மனிதன் சுத்த சுயம்புவான சுதந்தரப் பிறவியாகத் துலங்க வேண்டுமென்பது ஷெல்லியின் கனவு. முடியரசை நிராகரித்த குடியரசுக் கவிஞன் அவன். இத்தகைய பண்புகள், விட்டு விடுதலையாகி நிற்கத் துடித்த எமது கவிஞனைக் கவர்ந்ததில் வியப்பில்லை. எங்கெங்கு மனிதன் தளைகளிலிருக்கிறானோ அங்கெல்லாம் விடுதலையின் சங்கநாதம் முழங்கவேண்டுமென்று பாடியவன் ஷெல்லி. ஷெல்லியின் தாரக மந்திரம் அதுவாகவே இருந்தது. பாரதி பல இடங்களில் ஷெல்லியின் வாக்கியங்களை உள்வாங்கித் தனதாக்கிப் பாடியுள்ளார் என்று கூறத் தோன்றுகிறது. ஷெல்லி தனது *Skylark* என்னும் பாடலில் கவிதா வெறியை *harmonious madness* என்கிறான். பாரதியாரோ, 'முன்னிக் கவிதை வெறிமூண்டே நனவழிய' என்கிறார். வானத்தில் மறைந்து கானரசத்தைச் சொரிகின்றது பறவை என்கின்றான் ஷெல்லி; வானத்து மோகினியாள் இன்னிசைத் தீம்பாடல் இசைத்திருக்கும் விந்தையைப் பாடினார் பாரதி. இராணி மாப் *(Queen Mab)* என்னும் நெடும் பாடலிலே காணப்படும் பகுதிகள் பல பாரதியை நினைவூட்டவல்லன.

> பூமண்டலத்திலே அன்பும் பொறையும் விளங்குக
> துன்பமும் மிடிமையும் நோவும் சாவும் நீங்கிச்
> சார்ந்த பல்லுயிரெல்லாம் இன்புற்று வாழ்க

என்றுதான் ஷெல்லியும் துடித்தான்.

கிரேக்க இதிகாசங்களிலும் பௌராணிகக் கதைகளிலும் புரோமத்தியஸ் *(Prometheus)* என்னும் பாத்திரம் வார்க்கப் பட்டுள்ளது. தேவர்களிடமிருந்து நெருப்பைத் திருடி மானிடர்க்குக் கொடுத்தான் என்பதற்காகத் தேவர்கள் அவனைக் கட்டிச் சிறைப்படுத்தினர் என்பது புராணக்கதை. எனினும் பிற்காலக் கிரேக்கர்கள் புரோமத்தியஸை மனித புத்தியின் சின்னமாகவே கருதி விளக்கம் கூறியுள்ளனர். "மானுடன் தன்னைக் கட்டிய தளையெல்லாம் சிதறுக" என்று தேவரையே எதிர்த்த சக்தியாகப் புரோமத்தியஸைக் கொண்டனர். இந்தப்

பௌராணிகக் கதையை அடித்தளமாகக் கொண்டு ஷெல்லி தனது காப்பியமான (Prometheus Unbound) கட்டறுத்த புரோமத்தியஸ் என்பதனைப் படைத்தான். அது மானிடத்தின் வெற்றியைக் கூற எழுந்த மகத்தான நவகாவியம். இவ்வாறே கலியுகம் பற்றிய பழைய உணர்வைப் பாரதியார் நூதனமான வேகத்துடன் தமது கவிதைகளிற் கையாண்டுள்ளார். அறம், மறம் என்ற கோட்பாட்டிற்குள் அடங்கியிருந்த அக் கதைக்கு அரசியல் சமூக அர்த்தத்தைப் பெய்தார் அவர். தமது காலத்து அடிமை, மிடிமை, வறுமை, கொடுமை முதலியவற்றின் சின்னமாகவும் கலியை அமைத்தார். ஜார் சக்கரவர்த்தியின் வீழ்ச்சியைப்பற்றிக் கூறவந்தவர் அவனது அழிவைக் கலியின் அழிவாகக் காண்பதி லிருந்தே எத்துணை அரசியல் உத்வேகத்துடனும் உள்ளுணர் வுடனும் பழைய கருத்தைக் கையாளுகிறார் என்பது புலனாகும்.

> இடிபட்ட சுவர்போலே கலிவிழுந்தான்
> கிருதயுதம் எழுக மாதோ!

ஷெல்லியின் கவிதையை ஆராய்ந்த மேனாட்டு விமர்சகர்கள், அவனது எதிர்கால இனிமை நம்பிக்கையைப் பற்றிக் குறிப்பிட்டுள்ளனர். அவனது கவிதையின் முனைப்பான போக்கு எதிர்காலத்தைப் பற்றிய நன்னம்பிக்கையாகும். கடந்த காலத்திலே சமுதாயத்தில் நிலவிய அடிமைத்தனம், துன்பம், கொடுமைகள் என்பனவெல்லாம் நீங்கிப் புதியவொரு யுகம் தோன்றிடும் என்று அவன் நம்பினான். இந்நன்னம்பிக்கையே ஷெல்லியை அவனது சமகாலக் கவிஞர்கள் பலரிலிருந்து வேறுபடுத்தியது. பெரும்பாலான 'ரொமாண்டிக்' கவிஞர்கள் துன்ப இயற்கைக் கோட்பாட்டைத் தழுவியவர்களாயிருந்த வேளையில், ஷெல்லி வரலாற்றடிப்படையில் எதிர்காலம் இனியது என உரத்துக் கூவினான். *இஸ்லாத்தின் கிளர்ச்சி* (The Revolt of Islam) என்னும் நூலின் முன்னுரையில் தனது காலத்துக் கவிஞர்களிடையே காணப்பட்ட சோர்வுவாதத்தையும் துன்ப இயற்கைக் கோட்பாட்டையும் அவன் விமர்சித்துள்ளான்.

> இச்சோர்வு வாதத்தின் செல்வாக்கு, அது ஊற்றெடுக்கும் நம்பிக்கை உணர்ச்சியற்ற உள்ளங் களினால் நமது காலத்து இலக்கியத்தைக் கறைபடுத்தி யுள்ளது. இயற்கை யதீதவாதமும், அறிவியல், அரசியல், விஞ்ஞானம் ஆகியன பற்றிய ஆய்வுகளும், தகர்த்தெறியப்பட்ட மூட நம்பிக்கைகளுக்குப் புத்துயிர் ஊட்டும் வீண் முயற்சிகளாகவே அமை கின்றன. அல்லது மனுக்குலத்தை நசுக்குவோருக்கு

முடிவுற்ற வெற்றி பற்றிய ஒரு பிரமையைக் கொடுக்கும் திருவாளர் மால்தூஸ் போன்றோரின் குதர்க்கங் களாய் அமைகின்றன. எமது புனைகதை கவிதை ஆகியனவும் பாங்குடைய அதே மனவிருளினாற் கவ்வப்பட்டுள்ளன. ஆயினும் மனுக்குலம் தனது மெய்ம்மறதி நிலையிலிருந்து மீண்டு கொண்டி ருப்பதாய் எனக்குத் தோன்றுகிறது. பொதுவான படிப்படியான, அமைதியான ஒரு மாற்றம் நிகழ்வதை நான் உணர்கிறேன்.

இதேபோன்ற ஒரு எதிர்கால நன்னம்பிக்கையே பாரதியின் பாடல்களில் நாம் அடிக்கடி காண்கிறோம். வசன கவிதை என்னும் பகுதியில் "இவ்வுலகம் இனியது" என்று தொடங்கும் பாடலடிகளும் உலகத்தை நோக்கி வினவுவதாய் அமைந்த "பொய்யோ? மெய்யோ?" என்னும் பாடலில் வரும்,

காண்பதுவே உறுதி கண்டோம்
காண்பதல்லால் உறுதியில்லை
காண்பது சத்தியாம் – இந்தக்
காட்சி நித்யமாம்

என்னும் பாடலடிகளும், இறைவனை வேண்டுதல் என்னும் கவிதையில்,

எத்தனை கோடி யின்பம் வைத்தாய் – எங்கள்
இறைவா! இறைவா! இறைவா!

என்னும் அடிகளும் பாரதியின் இனிமை நம்பிக்கைக்கு ஏற்ற சான்றுகளாய் விளங்குகின்றன. இவை யாவற்றுக்கும் மேலாக "தேச முத்துமாரி" என்னும் பாடலில் வரும்,

துன்பமே இயற்கையெனும் சொல்லை மறந்திடுவோம்
இன்பம் வேண்டி நிற்போம்; யாவு மவள் தருவாள்

என்னும் அடிகள், மாயாவாதத்தையும் நிலையாமை கோட்பாட்டையும் சோர்வு வாதத்தையும் துடைத்தெறியும் நம்பிக்கைக் குரல்களாம்.

பாரதியாரின் காதற் கவிதைகள் சிலவற்றிலும் ஆங்காங்கே ஷெல்லியின் சாயலைக் காண முடிகிறது. தமிழிலும் வடமொழி யிலும் பாரதிக்கு முன் எண்ணற்ற கவிஞர்கள் காதற் கவிதைகள் பாடியுள்ளனர் என்பது உண்மையே. எனினும் ஷெல்லி, கீட்ஸ் போன்ற ஆங்கிலக் கவிஞர்கள் ஆவேசத்துடன் பாடிய காதற் பாக்களில் புலன் இன்பமும் கட்டுமீறிய தன்மையும் விசேஷமாகக்

காணப்படும். பாரதியாரின் "காற்று வெளியிடைக் கண்ணம்மா" என்று ஆரம்பிக்கும் பாடலிலும், "பாயும் ஒளி நீ எனக்கு" என்று தொடங்கும் பாடலிலும் ஷெல்லியின் செல்வாக்கைச் சந்தேகத்துக்கு இடமின்றிக் கண்டறியக் கூடியதாய் உள்ளது.

இத்தகைய ஒப்புவமைகள் பல உள. கற்றாரைக் கற்றார் காமுறுவதுபோல கவியுள்ளம் தனது இனத்தைத் தேடிக் கண்டு கொள்கிறது. இது இயற்கைதானே.

~

பைரன் (1788-1824) ஷெல்லியின் நண்பன்; ஷெல்லியைவிடக் கூடிய சமுதாய உணர்வு வாய்க்கப் பெற்றிருந்தான். தனது காலத்துச் சமுதாயத்திலே காணப்பட்ட முரண்பாடுகளையும் கொடுமைகளையும் மானுடனைக் கட்டியுள்ள தளைகளை யெல்லாம் கண்டு கொதித்தெழுந்த தேசியக் கவி. கிரேக்க நாட்டின் விடுதலைப் போரில் பங்கு பற்றி அந்நாட்டிலே புகழுடம்பெய்திய பைரன், பிரபுத்துவக் குடும்பத்திற் பிறந்து, ஜனநாயகவாதியாக மாறியவன். பார்ப்பனக் குடும்பத்திலே பிறந்து பறையருக்கும் புலையருக்கும் பள்ளுப் பாடிய பாரதிபோல மேற்கத்திய நாகரிகத்தின் கருவூலமாகிய கிரேக்க தேசம் அந்நியர் வசப்பட்டு அதன் புராதனப் பெருமையிழந்து நலிந்திருந்த நிலைகண்டு ஏங்கினான் பைரன். *Don Juan* என்னும் காவியத்தில் வரும் *Isles of Greece* என்னும் செய்யுட்கள் பண்டை நிகழ்ச்சிகளை மனத்திரையிற் காணும் பாடல்கள். பாரதியார் பாடிய 'எந்தையும் தாயும்..' என்று தொடங்கும் பாடல் இப்பாடல்களின் சாயலைப் பெருமளவு பெற்றிருக்கின்றது. 'எங்கள் தாய்,' 'பாரதமாதா,' 'பாரத மாதா திருப்பள்ளியெழுச்சி' முதலிய பாடல்களில் முன்னர் நாடு திகழ்ந்த பெருமையையெண்ணி யெண்ணி இதயம் பூரிக்கையில் பைரனுடைய நினைவு நமக்கு வருகிறது. *Childe Harold's Pilgrimage* என்னும் நெடும் பாடலிலே இத்தாலி, கிரீஸ் ஆகிய நாடுகளைப்பற்றிப் பைரன் கூறுமிடங்களில் அச்சொற்களை நீக்கிவிட்டு இந்தியா என்னும் பதத்தை வைத்துப் படித்தாலும் பொருந்தும். 'எந்தையும் தாயும்' என்று தொடங்கும் இனிமை கலந்த பாரதியார் பாடலிலே,

கன்னிய ராகி நிலவினி லாடிக்
களித்ததும் இந் நாடே

என்பது போன்ற அடிகள் *Don Juan* என்னும் காவியத்தில் வரும் *Isles of Greece* "கிரேக்கத் தீவுகள்" என்னும் பாடலிலே,

கிரேக்கத் தீவுகளே! சஃபோ காதலித்துப் பாடி,
மகிழ்ந்தது உம்மீதே.

பாரதி ஆய்வுகள்

போரின் கலைகளும் அமைதியுந் தவழ்ந்தது உம்மீதே.
அழியாத வசந்தம் தவழும் தீவுகளே!
டெலோசும் பீபசும் உதித்ததும் உம்மிடத்தே

என்று பைரன் பாடும் அடிகளின் நேர் எதிரொலியாகக் காணப்படுகின்றன.

~

ஜோன் கீட்ஸ் (1795–1821) ஆங்கில 'ரொமாண்டிக்' கவிஞருள் தனித்தன்மை வாய்ந்தவன். இளவயதிற் சோக மரணமடைந்த கீட்ஸ் குறுகிய காலத்துக்குள் அனுபவித்த கொடுந்துயர் காரணமாக நித்தியத்தைத் தேடிக்கொண்டவன் எனலாம். அந்த வகையில் பைரன், ஷெல்லி முதலியோரினும் ஆத்மானுபவமும் பரிபக்குவமும் அதிகமாகப் பெற்றவன் என்பர். 'பிரிவுத்துயரின் பிறவிக் கவிஞன்' எனப் பாராட்டப் பெறும் கீட்ஸ், இளங்கவிஞருக்கு என்றுமே இலட்சிய புருஷனாக இருந்து வந்துள்ளான். கவிக் கனவுகள் மீதூரப் பெற்ற பாரதியார் விரும்பிக் கற்றவரில் கீட்ஸ் ஒருவன். இதற்கு அகச்சான்று களும் புறச்சான்றுகளும் உள்ளன. பாரதியை உள்ளும் புறமும் அறிந்தவரான மண்டயம் ஸ்ரீநிவாசாசாரியார் கூறுகிறார்:

அவருக்கு இங்கிலீஷ் பாஷை தெரியாதென்றும் அதிலுள்ள பேரெண்ணங்களை அவர் இகழ்தா ரென்றும் எண்ணலாகாது. அது ராஷ்டிர பாஷை என்று நம் தாய் மொழிகளுக்கும் முன் அதைச் சிறுவர்களுக்கு வலுவில் புகட்டுவது தவறு என்பதே அவர் கருத்து. அவருக்குத் தக்க வயது வந்து காசியில் வசித்தபோது சொற்ப காலத்தில் ஷெல்லி, கீட்ஸ், வேர்ட்ஸ்வொர்த் என்னும் பெரிய பெரிய ஆங்கிலேய இயற்கைக் கவிகளைச் சுவையோடு படிக்கலானார் *(சித்திரபாரதி முகவுரை).*

குறுகிய வாழ்நாளில் ஆழமான வாழ்க்கைத் தத்துவம் ஒன்றை வகுத்துக்கொண்டவன் கீட்ஸ். ஆயினும் பொதுவாக கீட்ஸ் என்றவுடன் நினைவுக்கு வருவது *Beauty is truth, truth beauty* என்னும் பாடலடியாகும். *Ode on a Grecian Urn* – கிரேக்கத் தாழி ஒன்றன்மீது பாடல் – மேற்கூறிய அடியை முத்தாய்ப்பாய்க் கொண்டது. பார்க்க எளிமையான கூற்றெனினும் கவிஞனொருவனது தத்துவத்தையே திரட்டித் தரும் வாக்கியமாகையால் அது பொருளாழம் மிக்கது. ஆங்கிலத் திறனாய்வாளரிடையே இதுபற்றித் தோன்றிய வாதப் பிரதிவாதங்கள் பல. அவையெவ்வாறாயினும்

பாரதி, பிரபல்யமான இவ்வடியைச் சுவைத்திருக்கிறான். பல வழிகளில் அவனுக்கும் இக்கோட்பாடு உடம்பாடே. *ஞானரதம்* என்ற வசன காவியத்தில் இக்கோட்பாட்டை எடுத்துக்கூறி விளக்குகிறான் கவிஞன்; பாரதி கையில் அது பாரதீயத்தின் அங்கமாகிவிடுகிறது.

> ஸௌந்தரியத்தைத் தாகத்துடன் தேடுவோர்களுக்கு ஸத்தியமும் அகப்பட்டுவிடும். 'உண்மையே வனப்பு, வனப்பே உண்மை' என்று ஓர் ஞானி சொல்லியிருக்கிறார் . . . தெய்வமென்பது யாது? தெய்வமென்பது ஆதர்சம்; தெய்வமென்பது சித்த லக்ஷ்யம். தெய்வமென்பது உண்மை. தெய்வமென்பது வனப்பு.

மேற்கூற்றிலே 'ஓர் ஞானி' என்று பாரதியார் குறிப்பிடுவது கீட்ஸைத்தான். லுட்விக் விட்கென்ஸ்டைன் என்னும் அறிஞர் "ஒழுக்கவியலும் அழகியலும் ஒன்றே" எனக் கூறியுள்ளார். இதுபற்றியும் தத்துவவாதிகளிடையே அபிப்பிராய பேதமுண்டு. "அழகுடைப் பொருள் நித்திய ஆனந்தம் தருவது" என்றும் கூறினான் கீட்ஸ். அழகை ரசிப்பதற்குப் பாரதியார் யாரிடமும் பாடங்கேட்க வேண்டிய நிலையில் இருக்கவில்லை. சத்தியம், சுந்தரம், சிவம் என்ற கோட்பாட்டை உணர்ச்சி பூர்வமாகத் தெரிந்திருந்தான். ஆனால் இடைக்காலத்தில் அதீத வறுமை காரணமாகவும், மடமை காரணமாகவும் இந்திய எழுத்தாளரும் கவிஞரும் அழகுத் தத்துவத்தை அடியோடு மறந்திருந்ததைக் கண்டான் பாரதி. அந்நிலையிலேயே, அழகுத் தத்துவத்தை ஆணித்தரமாகக் கூறிய மேலைநாட்டு இயற்கைக் கவிஞர் – குறிப்பாகக் கீட்ஸ் போன்றவர்கள் – பாரதிக்கு ஊக்கம் அளிப்பாராயினர். அழகுத் தத்துவத்தை மீண்டும் மீண்டும் கவிதையிற் பாடுவதற்கு மேனாட்டுக் கவிஞர் ஆதர்சமாக இருந்தனர் எனலாம். *கர்மயோகி* பத்திரிகையிலே பின்வருமாறு உணர்ச்சி ததும்ப எழுதினான் பாரதி:

> உலகத்தில் எங்கு பார்த்தாலும் நிறைந்து கிடக்கும் லாவண்யங்களைத் தமிழர்கள் கவனிப்பது கிடையாது. சனிக்கிழமை சாயங்காலந்தோறும் குளக்கரைகளிற் போய்க் கருடன் பார்ப்பதற்கென்றால் நம்மவர்கள் கூட்டங்கூட்டமாக ஓடுகிறார்கள். சூரியாஸ்தமன காலத்தில் வானத்திலே தோன்றும் அதிசயங்களைப் பார்க்க ஒருவன்கூடப் போகிறதில்லை.

நமது நாட்டில் வேதகாலத்து ரிஷிகள் பிரகிருதியின் சௌந்தர்யங்களைக் கண்டு மோகித்துப் பரமானந்த மெய்தியவர்களாய்ப் பல அதிசயமான பாடல்கள் பாடியிருக்கிறார்கள். பிரகிருதியின் அழகைக் கண்டு பரவசமெய்திக் காளிதாசன் முதலிய பெருங்கவிகள் அற்புதக் கவிதைகள் செய்திருக்கின்றனர். இக்காலத்திலேதான் இந்தத் துரதிருஷ்ட நிலை கொண்ட நாட்டில் வானம் பார்த்தறியாத குருடர்களெல்லாரும் கவிகளென்று சொல்லி வெளிவருகிறார்கள்.

இதே குரலிலே பலவிடங்களிற் பாரதி அழகைக் கண்டனுபவிக்கும் ஆனந்தத்தைப்பற்றி எழுதியுள்ளான். **அழகுத் தெய்வம்** என்ற பாரதி பாடலும் நினைவு கூரத்தக்கதே.

கீட்ஸ் பாடிய **இராக்குயில் பாட்டு** (Ode to a Nightingale) பாரதியின் குயிற்பாட்டுக்கு அடியெடுத்துக் கொடுத்திருக்கலாமென்பது பலரது அபிப்பிராயம். சொல்லாட்சியிலும் பொருளமைப்பிலும் இரண்டினுக்கும் சில குறிப்பிடத்தக்க ஒப்புவமைகள் உள்ளன.

அந்தமாஞ் சோலை யதனிலோர் காலையிலே
பேடைக் குயிலொன்று பெட்புறவோர் வான்கிளையில்
வீற்றிருந்தே ......
இன்னிசைத் தீம்பாடல் இசைத்திருக்கும் விந்தைதனை

என்னுமடிகள் கீட்ஸ் எழுதியவற்றின் நேரடி மொழி பெயர்ப்போ என்று கருதுமளவிற்கு ஒற்றுமை யுடையவையாய்க் காணப்படுகின்றன. கீட்ஸ் எழுதிய குயிற்பாட்டை மட்டுமன்றி அவனது உயிரோவியமான (Endymion) **எண்டிமியோ**னையும் பாரதி இலயித்துப் படித்திருக்க வேண்டும். மாற்றமும் துன்பமும் நிலையாமையும் நியதியாயுள்ள இவ்வுலகில், நிரந்தரமான – நித்திய இன்பத்தைத் தேடுவதே எண்டிமியோன் உணர்த்தும் தத்துவம். காதல் உணர்வு அத்தகையொரு "பேரின்ப" நிலையுணர்த்துகிறது.

காதலித்துக் கூடிக்களியுடனே வாழோமோ?
நாதக் கனவில் நம்முயிரைப் போக்கோமோ?

என்று பல எண்ணும் கவிஞன் குயிற் பாட்டில் நித்தியத்தைத் தேடுகிறான் எனக் கொள்ளலாம். குயில் கூறுவது காதலின் உயர் தத்துவம். காதலே அழகு; அழகே காதல். கீட்ஸ் பாடிய காவியத்தில் எண்டிமியோன் தனது சகோதரி பியோனாவிடம் தான் கண்ட அற்புதக் கனவைக் கூறுகிறான். பூரண இனிமையைக் கண்டதாகக் கூறுகிறான். கனவிற் கண்ட அழகுக் காதல்

க. கைலாசபதி

தெய்வத்தைத் தேடுகிறான். பாரதியும் குயிற் பாட்டிலே கனவிலே கண்ட குயிற் பெண்ணைத் தேடி நிற்கிறான்.

விந்தைச் சிறுகுயிலைக்
காணநான் வேண்டிக் கரைகடந்த வேட்கையுடன்
கோணமெலாஞ் சுற்றிமரக் கொம்பையெல்லாம் நோக்கிவந்தேன்

என்று உன்மத்தனாய்ப் பாடும்பொழுது முற்கூறிய தேடுதல் தெரிகிறது. பாரதியின் நவகாவியத்தின் இறுதிப் பகுதி இக்கண்ணோட்டத்திற் பார்க்கும்பொழுது பொருத்தம் நிறைந்து தோன்றுகிறது.

அன்புடனே யானும் அருங்குயிலைக் கைக்கொண்டு
முன்புவைத்து நோக்கியபின் மூண்டுவரும் இன்பவெறி
கொண்டதனை முத்தமிட்டேன். கோகிலத்தைக் காணவில்லை
விண்டுரைக்க மாட்டாத விந்தையடா! விந்தையடா!
ஆசைக்கடலின் அமுதடா! அற்புதத்தின்
தேசமடா! பெண்மைதான் தெய்விகமாம் சாட்சியடா!
பெண்ணொருத்தி அங்கு நின்றாள்; பேருவகை கொண்டுதான்
கண்ணெடுக்கா தென்னைக் கணப்பொழுது நோக்கினாள்
சற்றே தலைகுனிந்தாள். சாமி இவளழகை
எற்றே தமிழில் இசைத்திடுவேன் . . .

விண்டுரைக்க மாட்டாத "அற்புதக் காட்சியே" கவிஞன் நாடித் தேடிய பேரின்பமாகும். ஆனால் அதுவும் கணப்பொழுதுக்குரியது தான். இராக் குயில் பாடிய இன்பத்தில் தன்னை மறந்து "களைப்பு, காய்ச்சல், எரிச்சல் ஆகியவற்றோடு மனிதர்கள் வீழ்ந்து கிடந்து ஒருவரின் முனகலை மற்றொருவர் கேட்கும் சூழலையும், நடுக்கு வாதத்தில் நடுங்கும் நரைமயிரையும் முதுமை யையும் உள்ளவர்கள் துயர்தோய்ந்த விழிகளினால் அழகைக் கண்ணெடுத்தும் பார்க்கமாட்டாத சூழலையும்" தற்காலிகமாக விட்டொழித்துப் பாட்டில் இலயித்து இருக்கையில் யதார்த்த உலகம் குறுக்கிடுகிறது; கீட்ஸ் முடிக்கிறான்:

மானத காட்சியோ, பகற்கனவோ?
கானம் முடிந்தது; நான் விழிப்போ உறக்கமோ!

பாரதியாருக்கும் முடிவில் புற உலகத்தின் உணர்வு ஏற்படு கிறது:

சூழ்ந்திருக்கும் பண்டைச்சுவடி, எழுதுகோல்,
பத்திரிகைக் கூட்டம், பழம்பாய் வரிசையெல்லாம்

நிஜ உலகின் துன்பத்தை உணர்த்துகின்றன. இவை யாவற்றையும் பார்க்கும்போது கீட்ஸின் பாடல்கள் பாரதியின் குயிற் பாட்டில் பிரிக்க இயலாதபடி இரண்டறக் கலந்துள்ளன என்று கூறத் தோன்றுகிறது.

பாரதியாரின் குயிற் பாட்டிலே அமரத்துவம் பெற்றுவிட்ட மாஞ்சோலை வெறும் கற்பனையல்ல என்பது பலருக்குத் தெரிந்த செய்தியே. புதுச்சேரியில் முத்தியாலுப்பேட்டைக்கருகே கிருஷ்ணசாமி செட்டியார் என்பவருக்குச் சொந்தமான நிழல் நிறைந்த ஒரு மாந்தோப்பே குயிற் பாட்டில் வருவது. பாரதியார் அத்தோப்பில் மணிக்கணக்காய்ச் சஞ்சரிப்பாராம். உண்மையுலகிலுள்ள அத்தோப்பை அடிப்படையாகக் கொண்டு கற்பனைக் காவியம் ஒன்றை ஆக்கினார் பாரதியார். முழுமையான அப்பெரும் பாடலைப் பிரித்துப் பிய்த்துப் பார்ப்பதில் அர்த்தமில்லை. ஆனால் குயிற் பாட்டின் சிற்சில பகுதிகள் பாரதியார் நெஞ்சிற் பலகாலம் ஊறியிருந்திருக்கின்றன. உதாரணமாக **வேப்பமரம்** என்ற கதையில் ஒரு கனவு காண்கிறார்; வேப்பமரம் கனவிலே கதை சொல்லுகிறது. கதை பின்வருமாறு முடிவடைகிறது:

> கண்ணுக்குப் புலப்படாத மறைவிலிருந்து ஓர் ஆண் குயிலும் ஒரு பெண் குயிலும் ஒன்றுக்கொன்று காதற் பாட்டுக்கள் பாடிக்கொண்டிருந்தன.

ஆண் குயில் பாடுகிறது:

துஹூ, துஹூ, துஹூ
துஹூ, துஹூ, துஹூ

இதன் பொருள்:

நீ, நீ, நீ
நீ, நீ, நீ
ராதையடி!

பெண் குயில் பாடுகிறது:

துஹூ, துஹூ, துஹூ
ராதாக்ருஷ்ண, க்ருஷ்ண, க்ருஷ்ண!

> வேப்பமரம் தனது பசிய இலைகளை வெயிலில் மெல்ல மெல்ல அசைத்துக்கொண்டிருந்தது. 'என்ன ஆச்சர்யமான கனவு கண்டோம்' என்றெண்ணி யெண்ணி வியப்புற்றேன்.

முப்பெரும் பாடல்களில் ஒன்றான குயிற் பாட்டின் சிதறல்களே இவை போன்ற பகுதிகள். இதில் வைஷ்ணவ தத்துவமும் இருக்கிறது. குயிற் பாட்டின் 'சுதேசியப் பண்பை இப்பகுதி காட்டுகிறது. ஆயினும் மொத்தமாகப் பார்க்கும்போது குயிற் பாட்டின் உருவாக்கத்தில் கீட்ஸ் எழுதிய *எண்டமியோன்,*

இராக் குயில் பாட்டு முதலியனவும் பிற பாடல்களும் பங்கு கொண்டுள்ளன என்பதை மறுக்க முடியாது. பிற கவிஞரைப் போலவே கீட்ஸையும் பாரதி தனதாக்கித் தமிழ்மயப்படுத்தி உருமாற்றஞ் செய்துவிடுகிறான். ஆனாலும் ஒப்பு நோக்கும்பொழுது மூலத்தின் அழுத்தமான சாயல் துலக்கமாகத் தெரிகிறது.

~

டெனிசன் (1809–1892) சென்ற நூற்றாண்டின் புகழ்மிக்க ஆங்கிலக் கவிஞர்; ஆங்கில அரசவைப் புலவராகவும் இருந்தவர். தமது நண்பன் ஆர்தர் ஹாலம் இறந்தபோது அவர் பிரிவாற்றாது பாடிய 'இன் மெமோரியம்' என்ற இரங்கற்பாக் கோவையைப் பாரதியார் ஈடுபாட்டுடன் படித்திருக்கிறார். கவியுள்ளத்திலே நினைவலைகள் திரை எறியும்பொழுது உணர்வுகள் ஒன்றையொன்று பின்னிப் பிணைவன. பிரிவுத்துயர் டெனிசனுக்குத் துயர்மிகுந்த வேறுபல உணர்வுகளை எழுப்பியது. மார்கழி மாதக் கடைசி இரவில் புதுவருடப் பிறப்பினைக் குறிக்கும் மணியோசை ஒலித்துக்கொண்டிருக்கும்போதும் காலத்தையே கவிப் பொருளாகக் கொண்டார் டெனிசன். துன்பமும் அறியாமையும் நிரம்பிய பழைய ஆண்டைப் 'போ போ' என்றும், ஆனந்தமும் அறிவொளியும் நிரம்பிய புத்தாண்டை "வா வா" என்றும் பாடினார். டெனிசனுடைய பாடல் பாரதி நெஞ்சில் தொடர்புடைய பல சிந்தனைகளையும் உணர்வு களையும் பிறப்பித்துள்ளது. பாரதி பாடிய **வலிமையற்ற தோளினாய் போ போ** என்று தொடங்கும் பாடலின் மூலம் இதுவே.

டெனிசனைப் படித்த பாரதி தனது காலத்தையும் நாட்டையுஞ் சிந்திக்கிறான். கற்பனைக் கண்ணால் போகின்ற பாரதத்தையும் வருகின்ற பாரதத்தையும் நோக்குகின்றான். கம்பன் கண்ட கற்பனையுலகமாம் அயோத்திபோல எல்லாம் நிறைந்த ஒரு நாட்டை நாவாரக் கூவியழைக்கின்றான். இதுபற்றி டி.கே.சி. கூறியுள்ளது பொருத்தமாகக் காணப்படுகிறது.

> மூலத்துக்கும் பாரதியார் பாடலுக்கும் சம்பந்தமே இல்லை என்று சொல்லும்படி அவ்வளவு வேறுபட்டது. ஏதோ டெனிசன் எழுதிய ஆங்கிலக் கவி பாரதியாரை அந்த விஷயங்கள் சம்பந்தமாகச் சிந்திக்கச் செய்தது; அவ்வளவுதான். உணர்ச்சி எழுந்ததும் அதற்குத் தக்கபடி தமிழ்ச் செய்யுள்

வந்து உதவியதும் பாவங்களின் புதுமையும் வேகமும் எல்லாம் தனி . . . மூலத்தில் உள்ள சோகம் எப்படியோ பாரதியாருக்கு ஆங்காரத்தை உண்டு பண்ணிவிட்டது. ஆங்கார பாவம் தமிழ்ச் செய்யுள்ளாக உருவம் எடுத்தது.

தனது மொழிப் பற்றும் நாட்டுப் பற்றும் நிரம்பப் பெற்றிருந்த பாரதி மேனாட்டுப் புலவரின் ஆத்ம வேட்கைகளையும் நன்கறிந்து பெல்ஜியம், ரஷ்யா, கிரேக்கம், இத்தாலி முதலிய நாடுகளின் வளர்ச்சி தேய்வுகளையும் உணர்ந்தபடியினாற்றான் உலகக் கண்ணோட்டத்துடன் மனிதனைப் பாடினான். “நமது பாட்டு மின்னலுடைத்தாகுக, நமது வாக்கு மின்போலிடித்திடுக” என்று விழைந்த பாரதியை, இருபதாம் நூற்றாண்டு உலகக் கவிஞருள் ஒருவனாக அவன் கற்றுச் சுவைத்துத் தனதாக்கிய பிறமொழிக் காவியங்களும் உதவின என்பது உண்மை. முன்னேறிச் செல்லும் எந்தச் சக்தியும் உலகமளாவியதா யிருத்தல் அவசியம்.

~

முடிவாகச் சில வார்த்தைகள் கூறலாம். பாரதியைக் கவர்ந்த ஆங்கிலப் புலவரில் ஷெல்லியும் பைரனும் ‘ரொமாண்டிக்’ எனப்படும் தன்னுணர்ச்சிக் கவிதாநெறியின் தலைமக்களாவர். “இவ்வாறுதான் கவிப்பொருளும் அமைந்திருத்தல் வேண்டும்” என்ற *Neo-classical* ஏற்பாட்டை யெதிர்த்து, தமது சுய உணர்வை உரைகல்லாகக் கொண்டு முனைப்பாகக் கவிதை பாடியவர்கள் இவர்கள். பாரதியும் “பொருள் புதிது, சுவை புதிது” என்று தன்முனைப்புடன் பாடியவனே. அந்த வகையிலே மனப்போக்கில் பாரதிக்கும் அவர்களுக்கும் நெருங்கிய ஒப்புமையுண்டு. ‘முன்னிக் கவிதை வெறி மூண்டு நனவழிய’ப் பாடியவனல்லவா பாரதி? உலக இலக்கிய அளவுகோல்களைக் கொண்டு பார்க்கும்பொழுது பாரதியை தன்னுணர்ச்சிக் கவி என்றே கூற வேண்டும். ஆனால் இவ்வொப்புமைக்குட் சிற்சில வேற்றுமைகளும் உள. உதாரணமாக, ஷெல்லி உரம் பெற்ற நிரீச்சுரவாதி; எத்தகைய கட்டுப்பாட்டையும் விரும்பாத அராஜகன் அவன். மானுடனைக் கட்டிய தளைகள் யாவும் நீங்க வேண்டும் என்று பாரதியும் துடி துடித்தானாயினும் சமயத்துறையில் அவன் ‘கட்டறுத்தவன்’ அல்லன். சமயத் தளத்தில் சாக்தனாகவும், தத்துவார்த்த

மட்டத்தில் அத்வைதியாகவும் இருந்தான். “அத்வைத நிலை கண்டால் மரணமுண்டோ?” என்று கேட்கிறான், தனது சுயசரிதையில். ஷெல்லியிடத்து ஆக்க நோக்கிலும் அழிவு நோக்கே அதிகம் எனலாம். பாரதியிடம் ஆக்க நோக்கே தலைதூக்கி நின்றது. பாரதியின் சமய நம்பிக்கையே இதற்கு அடிப்படை யெனலாம். இன்று பின்னோக்கிப் பார்க்கும்போது பாரதி இன்னுஞ் சிறிது தீவிரவாதியாக இருந்திருந்தால் கூடிய நலன் விளைந்திருக்கும் எனத் தோன்றுகிறது. ஆனால் அதே சமயத்தில் இவ்வேறுபாடே பாரதியை நிரந்தர “ஷெல்லிதாசனாக” விட்டு வைக்காது, நவதமிழ்க் கவிதையின் நாயகனாக்கியது. பாரதியையும் மேனாட்டுக் கவிஞரையும் ஒப்புநோக்கும்போது பாரதியின் பலமும் பலவீனமும் தெளிவாகின்றன.

இறுதியாக ஒன்று. அண்மைக் காலத்திலே பாரதியாரின் முற்போக்குத் தன்மை பற்றியும் வர்க்கச் சார்பு குறித்தும் சிற்சில வாதப் பிரதிவாதங்கள் நிகழ்ந்துள்ளன. புதிய ருஷ்யாவைப் பாடினார் என்பதற்காகக் கவிஞரைப் ‘புரட்சிக் கவிஞ’ராக நாம் புகழ்ந்துரைக்க வேண்டியதில்லை என்பது ஒப்புக்கொள்ளக் கூடியதே. பாரதியார் முற்றிலும் புதுமைக் கவிஞர் அல்லர் என்று வாதிடுவோர் கட்சியிலும் நியாயமுண்டு. எனினும் பாரதியை அவனது சரித்திரச் சூழலில் வைத்து நாம் மதிப்பிடுதல் வேண்டும். இயக்க ரீதியாகவும் தத்துவ ரீதியாகவும் பொதுவுடைமைக் கோட்பாடுகள் வலுப்பெறாத இந்தியாவில் வாழ்ந்தவன் பாரதி. வர்க்க வேறுபாடுகள் துலக்கமடையாத சிந்தனைச் சூழ்நிலையிலேயே பாரதியின் பெரும்பாலான கவிதைகள் முகிழ்த்தன என்னும் அடிப்படை உண்மையை எவரும் மறத்தல் கூடாது.

சோவியத் இலக்கிய ஆய்வாளர் சுகொவ் கூறியிருப்பது இவ்விடத்தில் பொருத்தமாய்த் தோன்றுகிறது. பாரதியைக் கவர்ந்த ஷெல்லியின் கற்பனாவாதப் போக்கினை விமர்சிக்கும்பொழுது அவர் பின்வருமாறு கூறியுள்ளார்:

> புதிய சமுதாய அமைப்பின் வர்க்க மோதல்கள் சிறிதளவே வளர்ச்சியுற்றும், வரலாற்று இயக்கத்தின் அடிப்படைக் காரணிகள் சரிவரத் தெளிவடை யாமலும் இருந்த காலப்பகுதியிற் கவிஞரது உணர்வு செயற்பட்டதை நாம் மனம் கொள்ளுதல் நன்று.

ஏங்கல்ஸ் கூறியிருப்பதுபோல, 'முதலாளித்துவ உற்பத்திமுறையின் செப்பமுறாத நிலைமைகளுக்கும், பக்குவமுறாத வர்க்க நிலைகளுக்கும் சரி ஒப்பா யிருந்தன, செப்பமற்ற கொள்ளைகள். சமூகப் பிரச்சினைகளுக்கான தீர்வு, அன்றையநிலையில் வளர்ச்சியடையாதிருந்த பொருளாதார நிலைமை களுக்குள் மறைந்திருந்ததை உணராத கற்பனா வாதிகள், தீர்வினைத் தமது மூளையிலிருந்து பெற முயன்றனர்.

ஷெல்லியின் கவிதைகளிற் காணப்படும் கற்பனாவாதப் போக்குக்குப் பொறிஸ் சுகொவ் கூறும் சமாதானமும் விளக்கமும் நமது கவியாம் பாரதிக்கும் ஓரளவு பொருந்தும் எனலாம்.

ஒப்பியல் இலக்கியம், ஜனவரி 1978

6

பாரதி வகுத்த தனிப்பாதை

பத்தொன்பதாம் நூற்றாண்டின் பிற்பகுதியிலும் இந்நூற்றாண்டின் தொடக்கத்திலும் தமிழ் இலக்கியத்திலே புதிய முயற்சிகள் மேற்கொண்டவர்களை இரு பிரிவினராக வகுக்கலாம். பழந்தமிழ் இலக்கியக் கருத்துக்களையும் வடிவங்களையும் பின்பற்றிப் "புதிய" பனுவல்கள் படைத்தோர் ஒரு பிரிவினர்; ஆங்கில இலக்கியங்களினாற் கவரப்பட்டு அவற்றைத் தழுவியும் பின்பற்றியும் நூல்கள் இயற்றினோர் மற்றொரு பிரிவினர். தமிழில் மாத்திரமின்றிப் பிற இந்திய மொழிகளிலும் இத்தகையதொரு நிலைமையைக் காணலாம்.

இந்திய எழுத்தாளரைப் பெரிதும் ஈர்த்த ஆங்கிலக் கவிதை வடிவங்களில் சொனெற் *(sonnet)* என்ற தனிப்பாடல் ஒன்று. சுப்பிரமணிய பாரதி எட்டயபுரத்தில் இருந்த காலத்திலே (ஜூலை 1904) எழுதி வெளியிட்ட பாடல்கள் சிலவற்றை 'சொனெற்' என்று குறிப்பிட்டுள்ளார். அதற்கு ஈராண்டுகளுக்கு முன்னர் (1902) பரிதிமாற்கலைஞர் என்ற வி.கோ. சூரியநாராயண சாஸ்திரியார் *தனிப்பாசுரதத் தொகை* என்னும் பெயரில் 'சொனெற்' பாக்களில் சிலவற்றை ஆக்கி வெளியிட்டிருந்தார். நவீன வங்காள இலக்கியத்தின் விடிவெள்ளியாகக் கருதப்படும் மைக்கல் மதுசூதன தத்தர் (1824–1873) கல்கத்தா இந்துக் கல்லூரியில் மாணவராக இருந்த காலத்திலே ஆங்கிலத்தில் 'சொனெற்' பாக்கள் எழுதியவர். அவர் இயற்றி வெளியிட்ட இறுதி நூலும் நூற்றி இரண்டு 'சொனெற்' பாக்களை

கொண்ட தொகையே. *சதுர்தஸ்பதீ கவிதாவலீ* (பதினான்கு அடிப் பாடற்றொகை) என்றே அதற்குப் பெயருமிட்டிருந்தார்.

மதுசூதன தத்தர், பரிதிமாற்கலைஞர், பாரதி முதலிய கவிஞரை நோக்கும்போது 'சொனெற்' என்ற பாவகை மீது அவர்களுக்கு இருந்த ஈடுபாடு ஐயத்திற்கு இடமின்றிப் புலப்படுகிறது. இப்பாவகை மீது இவர்களுக்கு ஈடுபாடு தோன்றக் காரணம் யாது என்று ஆராய்வது பயனுள்ள முயற்சியாகும்.

'சொனெற்' என்பது ஆங்கிலத்தில் தனிப்பாடல் வகையைச் சேர்ந்தது. இத்தாலிய இலக்கியத்தினின்று ஆங்கில இலக்கிய உலகிற்குப் பதினாறாம் நூற்றாண்டளவில் இடம் பெயர்ந்த இப்பாவகை பதினான்கு வரிகள் கொண்டது. அடியளவில் ஒற்றுமை இருப்பினும் ஆங்கிலத்தில் அது அமைந்தவாற்றிற்கும் இத்தாலி இலக்கியத்தில் இருந்தவாற்றுக்கும் சிற்சில பண்பு வேறுபாடுகள் உண்டு. பதினான்கு அடிகளை உடைய இப்பாவகை அளவிற் சிறியதாயினும் ஐரோப்பிய இலக்கிய விற்பன்னர்கள் பலராற் கையாளப்பெற்றுப் பண் கனிந்து இனிய பாடலாக அமைந்தது. சொற்செட்டும் பொருட்செறிவும் நிறைவுறப் பெற்றது. பெரும்பாலான சொனெற் பாடல்களிலே முதல் எட்டு அடிகளிற் பாடற்பொருள் அறிமுகஞ் செய்யப்பட்டுத் தடையோ, கேள்வியோ, ஐயமோ, பிரச்சினையோ எழுப்பப்படும். இறுதி ஆறடிகள் விடை பகர்ந்து கருத்தமைதி கண்டு முடிவடையும். இப்போது வரைவிலக்கணத்துள் சிறுசிறு மாற்றங்கள் ஏற்படுவதும் உண்டு.

இன்னமொன்று, தொடக்கத்திலே சொனெற் சிறப்பாகக் காதற்கவியாகவே வளர்ந்தது. ஆயினும் பிற்பட்ட கவிஞர்கள் அறவியற் கருத்துக்களுக்கும் அரசியல் உணர்வுகளுக்கும் அப் பாவகையைப் பயன்படுத்தியுள்ளனர். உதாரணமாக ஆங்கிலக் கவி இராட்சசனான மில்டன் (1608–1674) தனது அரசியல் சமூக உணர்ச்சிகளுக்கு வாகனமாகச் சொனெற் பாடலைப் பயன்படுத்தியிருக்கின்றான். ஆயினும் காலத்துக்குக் காலம் சொனெற் பாடலின் பொருளில் மாற்றம் ஏற்பட்டபோதும், அடிப்படையில் அது தனிநிலை உணர்ச்சிப் பாடலே. சொனெற் பாடலின் இப்பண்பு கவனிக்கத்தக்கது.

மதுசூதன தத்தர், பாரதி போன்ற 'புதுயுகக் கவிஞர்' தமக்கு முந்திய காலக் கவிஞரிலிருந்து வேறுபடும் பண்புகளிலொன்று அவரது தன்னுணர்ச்சிப் பாடல் முறையாகும். சான்றோர் செய்யுட்கள் தனிநிலைப் பாடல்களாக அமைந்த பொழுதும் அவை நாடகப் பாத்திரங்களின் கூற்றுக்களாய் அமைந்து கிடத்தலின், கவிஞனது சுய அனுபவத்தின் வெளிப்பாடாக

அமையவில்லை. ஒரு வகையிற் கூறப்போனால் கவிஞன் பிறர் அனுபவத்தைப் பற்றின்றிப் பாடும் கதைப்பாடல்களாகவே அவை காணப்படுகின்றன. இவற்றின் தருக்கரீதியான வளர்ச்சியாகவே பிற்காலத்தில் பிரபந்தங்களும் காப்பியங்களும் எழுந்தன. இவையெல்லாம் இவ்வாறு கவிஞனது தன்னுணர்ச்சியுடன் ஒன்றாப் பாடல்களாகவும் எடுத்துரைப் பாடல்களாகவும் அமைந்ததற்குத் தக்க காரணங்கள் உள்ளன. எனினும் பழந்தமிழில் தன்னுணர்ச்சியின் அடிப்படையிலே தோன்றிய தனி நிலைப்பாடல் இருக்கவில்லை என்பதே இவ்விடத்தில் மனங்கொள்ளத் தக்கதாகும்.

எடுத்துரைப் பாடல்களும் கதைப்பாடல்களும் பெரும்பாலும் மரபுவழி வருவன; முன்னோர் கருத்தைப் பொன்னேபோற் போற்றுவன. கவிஞன் வாழ்க்கையைக் கண்டனுபவித்துக் கூறுமதினும், வாழ்க்கை பற்றிய தத்துவங்களையும் இலட்சியங்களையும் எடுத்துரைப்பதே இப்பாடல்களின் சிறப்பியல்பு. ஆனால் சமுதாயத்திலே தலைதடுமாற்றம் ஏற்பட்டு "மேலது கீழாய்க் கீழது மேலாய்" மாறிடும்போது சடங்கு, சம்பிரதாயம், மரபு என்பன நிலையிழக்கின்றன. உண்மையான வாழ்க்கை நிலைக்கும் வழி வழி கூறப்பட்டு வந்த உயர் இலட்சியங்களுக்கும் முரண்பாடு தோன்றுகின்றது. இத்தகைய சூழ்நிலையில் அமுக்கப்பெறும் கவிஞன் அயர்ந்து, ஆவி சோர்ந்து ஆவென்று துடிக்கிறான். அப்பரிதவிப்பில் பிறப்பதே தன்னுணர்ச்சிப் பாடல். தன்னுணர்ச்சிப் பாடல் "தான்" சம்பந்தமானது. அன்பினைந்திணை என்ற தூய கோட்பாட்டிற்குள் சிறை செய்யப்பட்டிருந்த காதல் உணர்ச்சி, பல்லவர் காலத்திலே தெய்வீக முலாம் பூசப்பெற்று வெடித்துப் பாய்ந்ததுபோல, நவீன காலத்திலே, கவியுள்ளங்கள் உணர்ச்சிகளை வெளிப்படுத்தியமையின் பயனே தன்னுணர்ச்சிப் பாடலாகும். புலவர் உணர்ச்சிவயப்பட்டுத் தாம் கலந்து பாடுதல் பக்தி இலக்கியத்திற் காணப்பட்டதுபோல பிற பொருள்களுடனும் தாம் கலந்து பாடிய – ஒன்றிய பாட்டையே *(personal poetry)* தன்னுணர்ச்சிப் பாடல் என்பர். "நான் கலந்து பாடுங்கால்" என்று ஏலவே இராமலிங்கர் *(1823–1874)* இத்துறைக்கு எடுத்துக்காட்டாகப் பாடியிருந்தாரெனினும், பாரதியே தமிழில் முதன் முதலாகத் தன்னுணர்ச்சிப் பாடல்களைப் பூரண நிறைவுடன் பாடியவராவர். அவர் காட்டிய புது நெறியின் சிறப்பியல்பு அதுவே என்றும் கூறலாம்.

இவ்வாறு தன்னுணர்ச்சிப் பாடல்கள் எழுந்த காலப்பகுதியிலே சில கவிஞரால் பரிசீலனை செய்து பார்க்கப் பெற்ற வடிவங்களிலொன்றே 'சொனெற்'. ஷேக்ஸ்பியர்,

மில்டன், பிரௌனிங் முதலிய சிறப்புமிக்க ஆங்கிலப் புலவர்கள் உயிராற்றலுடன் கையாண்ட இப்பாவகையை இந்தியக் கவிஞர்கள் தமது தன்னுணர்ச்சிப் பாடல் முயற்சிகளுக்குப் பற்றுக்கோடாகக் கொண்டதில் வியப்பு எதுவுமில்லை. ஆனால் தமிழைப் பொறுத்தவரையில் பரிதிமாற் கலைஞரும், பாரதியும் சொனெற் பாவகையைக் கையாள்வதில் வெற்றி கண்டனர் என்பதற்கில்லை. பல்வேறு காரணங்களிலும் பழமையிலிருந்து விடுபட இயலாதிருந்த பரிதிமாற் கலைஞர் தன்னுணர்ச்சிக் கவிதையின் 'பூர்வ' வரலாற்றுக்கு எடுத்துக்காட்டாக விளங்கினாரேயன்றிக் குறிப்பிடத்தக்க தன்னுணர்ச்சிப் பாடல்களை எழுதியவர் அல்லர். உண்மையில் வெண்பா, விருத்தம் முதலிய மரபு வழி யாப்புக்களில் அவர் பாடிய சில (கையறுநிலைப்) பாடல்கள் அவர் பெரிதும் முயன்று இயற்றிய தமிழ்ச் சொனெற் பாக்களினும் சிறந்து காணப்படுகின்றன.

பரிதிமாற் கலைஞரும், பாரதியும் சொனெற் பாடலைத் தமிழிற் பெயர்க்க முனைந்தபொழுது, அடிக்கணக்கைத் தவிர அதன் யாப்பிலக்கணப் பண்புகள் பிறவற்றைப் பெயர்க்கவில்லை; பெயர்த்திருக்கவும் இயலாது. இரு மொழிகளிலுமுள்ள யாப்பமைதிகள் வேறுபட்டவை. ஆகவே, யாப்பமைதியைப் பொறுத்தளவில் இரு கவிஞரும் தமது சொனெற் பாக்களை அகவற்பாக்களாகவே அமைத்தனர். நாற்சீரடிகளாய் அப்பாடலடிகள் அமைந்தன. ஆங்கிலத்தில் சொனெற் ஐந்துசீர் அடிகளைக் கொண்டது.

பாரதி பாடிய *தனிமையிரக்கம்* (ஜூலை 1904), *யான்* (செப்டம்பர் 1906), *சந்திரிகை* (செப்டம்பர் 1909) ஆகியன பரிதிமாற் கலைஞரது 'சொனெற்' பாக்களினும் சிறப்புடையனவாகக் காணப்படுவது உண்மையாயினும், 'சங்க' யாப்பான அகவற்பாவில் இவற்றை இயற்றியமையினாலும், அடிக்கணக்கு என்ற வரையறைக்குள் கட்டுப்பட்டமையாலும் ஒருவிதமான கடின நடையில் அவற்றை எழுத நேரிட்டது. இப்பாடல்களில் வந்த சில பழந்தமிழ்ச் சொற்களுக்குக் கவிஞரே குறிப்பு எழுதியுள்ளார். உதாரணமாக, 'சந்திரிகை' என்ற பாடலின் முதற் சீர் 'யாணர்' என்பது. அதற்கு அழகு என்பது பொருள் எனக் குறிப்பிட்டுள்ளார் கவிஞர்.

தமிழிலே அகவற்பா உள்ளத்து நெகிழ்ச்சியையும் உணர்ச்சிப் பெருக்கையும் வெளிப்படுத்துவதற்கு உகந்த யாப்பன்று. அதனாலேயே பிற்காலத்தில் பாவினங்கள் தோன்றின. சொனெற் பாவகையைப் பின்பற்றியெழுதினால் அது தவிர்க்க இயலாதவாறு உயிர்த்துடிப்பற்ற அகவற்பாவைப் பயன்படுத்த வைக்கும்

என்றுணர்ந்த பாரதியார் வெகு விரைவிலேயே அதனைக் கைவிட்டு, எளிமையும் இனிமையும் இசைப் பாங்கும் கொண்ட பிற்கால இசைத் தமிழ் வடிவங்களைத் தனது கவிதைகளுக்கு ஏற்ற யாப்பாகக் கொண்டார். சகல விதமான தளைகளிலிருந்தும் விட்டு விடுதலையாகி நிற்க விரும்பிய கவிஞர் 'சொனெற்' என்ற பாவகை விதித்த கட்டுப்பாடுகளை விரும்பாது, சிந்து, கண்ணி முதலிய பா வகைகளின் நெகிழ்ச்சியைத் தழுவிக் கொண்டார்.

இவ்வாறு இசைப்பண்பு நிறைந்த பாவகைகளைப் பாரதியார் தழுவிக் கொண்டமைக்கு அவர் கவிதை பற்றி வகுத்த நெறியே அடிப்படைக் காரணம்.

> எளிய பதங்கள், எளிய நடை, எளிதில் அறிந்து கொள்ளக்கூடிய சந்தம், பொது ஜனங்கள் விரும்பும் மெட்டு இவற்றினையுடைய காவியம் ஒன்று தற்காலத்தில் செய்து தருவோன் நமது தாய்மொழிக்குப் புதிய உயிர் தருவோனாகின்றான்.

பாரதியின் சமகாலப் புலவர் சிலரிடத்துக் காணப்பட்ட இரு பண்புகளாம் பழந்தமிழ் நடையும் ஆங்கில வாடையும் தொடக்கத்திலே தவிர்க்க இயலாதபடி பாரதியிடத்துங் காணப்பட்டனவெனினும், தனது ஆழ்ந்த சமுதாய உணர்வின் அடிப்படையில் வெடித்துத் தெறித்த சன்னத்த கவிதைகளுக்கு ஏற்ற வாகனம் சிந்து முதலாம் பாடல்வகையே என்று விரைவிலேயே அவர் உணர்ந்து கொண்டார். இவ்வுணர்வு பிறந்ததும், அதாவது புதிய சமுதாய உணர்வு ஏற்பட்டதும், பாரதியார் புதுப்பிறவி பெற்றவர் போல, தனிப்பாதை ஒன்றை வகுத்துக் கொண்டார். 'சந்திரிகை'யான், தனிமையிரக்கம், முதலிய தமிழ்ச் 'சொனெற்' பாக்கள் கவிஞரது சொந்த மனஉளைவுகளைக் கடின நடையிற் காட்டுகின்றன. ஆனால் புதிய சமுதாய உணர்வு பிறந்ததும், தேசிய கீதங்கள் இசைக்கப்பட்டன. தமிழிலே 'சொனெற்' பாவின் வருகையின் வீழ்ச்சியும் நவீன கவிதையின் பிறப்பைக் கூறும் கதையின் ஒரு கூறாக அமைந்துள்ளன. அதனை அறிவது, பாரதியைச் சமகாலக் கவிஞர் பிறரிடமிருந்து பிரித்துப் பார்க்க உதவுவதாகும்.

தினகரன், ஜூன் 29, 1969

7

பாரதிக்கு முன்...

புதுமைக்கவி, புதுநெறி காட்டிய புலவன், நவயுகக்கவி, புரட்சிக்கவி என்றெல்லாம் பாராட்டப்படும் மகாகவி சுப்பிரமணிய பாரதியார் இருபதாம் நூற்றாண்டுத் தமிழிலக்கியத்திலே புதுமையுணர்வு புகுத்துவதற்குக் காரணமாயமைந்தவருள் குறிப்பிடத்தக்கவர். ஆயினும், பாரதியார் படைப்புக்களைப் பற்றிய ஆய்வுகள் பெருகப் பெருக, அவர் "பழமைக்கும் புதுமைக்கும் பாலமாக" விளங்கினார் என்பதும் பத்தொன்பதாம் நூற்றாண்டிலும் அதற்கு முன்னரும் வாழ்ந்த "பொது மக்கள் சார்ந்த இலக்கிய கர்த்தாக்களை"த் தனது உண்மையான வழிகாட்டிகளாய்க் கொண்டார் என்பதும், பாரதியின் புதுமைப் பண்பைச் சரியாக இனங்கண்டுகொள்ளவும் மதிப்பிடவும் அவருடன் அவரது சகபாடிகளையும் முன்னோடிகளையும் ஒப்புநோக்கித் தெரிந்து கொள்ளவேண்டும் என்பதும் தெளிவாகி வருகின்றன.

வடமொழியிலும் தமிழிலும் உள்ள தொல்லிலக்கியங்களை மட்டுமன்றி, பிற்காலத்தில் எழுந்த சித்தர் பாடல்கள், இசைப் பாடல்கள், 'தெருப் பாடல்கள்' முதலியவற்றையும் பாரதியார்

க. கைலாசபதி

ஆர்வத்துடன் படித்துத் தனதாக்கிக் கொண்டார் என்பது இப்பொழுது பலரும் நன்கறிந்த பொதுச் செய்தியாகும். இத்தொடர்பில் கோபாலகிருஷ்ண பாரதியார், அருணாசலக் கவிராயர், அண்ணாமலை ரெட்டியார், இராமலிங்க சுவாமிகள், முத்துத்தாண்டவர் ஆகியோர் பாரதியின் தோற்றத்துக்கு முன்னறிவித்தல் கொடுப்பவராய் இருக்கின்றனர் என்பதும் சில ஆராய்ச்சியாளரால் சுட்டிக்காட்டப்பட்டுள்ளது.

முற்கூறிய புலவர்கள் பெரும்பாலும் இனிய, எளிய நடையில் இசைப்பாங்குடன் செய்யுட்கள் இயற்றியவர்கள். சிந்து, கும்மி, கண்ணி முதலிய இசைப் பாக்களும் கீர்த்தனைகளும் இவர்களால் சிறப்பாகப் பாடப்பெற்றவை. சுருங்கச் சொன்னால், இசைத்தமிழ் இலக்கியத்துக்கு இவர்கள் காலத்துக்கேற்ற பங்கைச் செலுத்தினர். எனினும் பொருளில் இவர்கள் புதுமையையோ, மாற்றத்தையோ கண்டனர் என்பதற்கில்லை. இராமலிங்க சுவாமிகள் பாடலிலே ஆங்காங்குச் சமுதாய உணர்வு தலைகாட்டுகிற தெனினும், அது பிரக்ஞைபூர்வமானதன்று. அது சமய எல்லைக்குள் செயல்பட்டதுமாகும்.

ஆயினும், பத்தொன்பதாம் நூற்றாண்டின் கடைக்காலிலிருந்து சமுதாய உணர்வு படிப்படியாக உருவாகி வந்தது. ஒரு சில ஆசிரியரிடத்து அது இலக்கியப் பொருளாக இடம் பெறுவதையும் காணக்கூடியதாயிருக்கிறது. தென்னிந்தியாவிலும், இலங்கையிலும் நிகழ்ந்த தாது வருஷப் (1876) பஞ்சம், சமுதாயத்திலே சொல்லொணாத் துன்பங்களைத் தூலவடிவத்தில் உண்டாக்கியது. நாட்டில் ஏற்பட்ட பெரும் பஞ்சத்தினால் நலிவுற்றோர் பல்லாயிரக்கணக்கானோர். இதுவும் வேறு சில நிகழ்ச்சிகளும் அக்காலப் புலவர்கள் சிலரது கவனத்தை ஈர்த்தன. முன்சீப் வேதநாயகம் பிள்ளை (1823–1889) தாது வருஷப் பஞ்சம் குறித்துச் சில தனிச் செய்யுள்கள் பாடினார்; அழகிய சொக்கநாத பிள்ளை *காந்திமதி அந்தாதி* இயற்றினார்; வில்லியப்பிள்ளை என்ற ஆற்றல் மிக்க கவிஞர் *பஞ்சலட்சணத் திருமுக விலாசம்* பாடினார். கற்றறிந்த இப்புலவர்கள் பாடியவற்றைவிட ஏராளமான வாய்மொழிப் பாடல்கள் – நாட்டுப்பாடல்களும் அப்பஞ்சத்தைத் தத்ரூபமாக வருணித்துள்ளன.

தமிழர் சமுதாயத்தில் ஏற்பட்டு வந்த மாற்றங்களையும், காணப்பட்ட சீர்கேடுகளையும் எடுத்துக்காட்டி நற்போதனை செய்யும் நோக்கத்துடனும் சிலர் நூல்கள் இயற்றுவாராயினர். காசி விஸ்வநாத முதலியார் இயற்றிய *டம்பாசாரி விலாசம்*, *தாசில்தார் விலாசம்* முதலியவற்றைக் குறிப்பிடலாம்.

இத்தகைய பின்னணியிலே தோன்றிய பாரதியார் காலத்தின் தேவைகளுக்கு இயைய, புது வழி கண்டார். பாரதிக்கு முன்னோடிகளாகக் கொள்ளப்பட்டோ, கருதப்பட்டோ இதுகாலவரை குறிப்பிடப்பட்டிருப்பவரில் தஞ்சாவூர் வேதநாயகம் சாஸ்திரியார் (1774–1864) இடம் பெறவில்லை. வேதநாயக சாஸ்திரியார் இயற்றிய நூல்கள் சிலவற்றை அண்மையில் நான் படிக்க நேரிட்டது. அப்போதுதான் அவரையும் பாரதிக்குக் களம் சமைத்தவர்களில் ஒருவராகக் கொள்ள வேண்டும் என்ற எண்ணம் எனக்கு ஏற்பட்டது.

கிறிஸ்தவ தமிழ்த் தொண்டர்களில் ஒருவராக, தமிழிலக்கிய வரலாற்று நூல்களில் வேதநாயக சாஸ்திரியார் குறிப்பிடப்பட்டிருப்பினும் அவரது முக்கியத்துவம் சரியாக உணரப்பட்டிருப்பதாகக் கூற இயலாது. வேதநாயக சாஸ்திரியார் இயற்றியவை அனைத்தும் கிறிஸ்தவ (புரோட்டஸ்தாந்து) மதத்தைச் சார்ந்த பாடல்கள் என்ற வகையில் பெரும்பாலான கிறிஸ்துவர் அல்லாதவர்களால் கவனிக்கப்படவில்லை என்று நாம் சமாதானம் கூறலாம். அவர் இயற்றிய செபமாலை, ஞானபத கீர்த்தனங்கள், பெத்லகேம் குறவஞ்சி, பேரின்பக் காதலும் தியான புலம்பலும், ஆரணாதிந்தம், ஞானவுலா, பராபரன் மாலை, ஞானத்தச்சன் நாடகம், சாஸ்திரக் கும்மி, கல்யாண வாழ்த்துதல் முதலிய நூல்கள் கிறிஸ்துவ மார்க்கத்தில் முகிழ்த்த தமிழ்ப் பனுவல்கள் என்பதில் ஐயமில்லை. இவற்றுள் செபமாலை இன்றுவரை மிகச் சிறந்த பக்தி நூலாகப் பாராட்டப்பெற்று வருகிறது. ஏறத்தாழ ஐம்பதுக்கும் மேற்பட்ட நூல்களை இவர் இயற்றினார்.

வேதநாயக சாஸ்திரியாரின் பாடல்கள் முற்றிலும் கிறிஸ்துவ மார்க்கத்தின் கொள்கைகளைத் தன்முனைப்புடன் எடுத்துக் கூறுவனவாயுள்ளன; புதிதாக மதமாறியோரிடத்துக் காணப்படும் வரம்பு மீறிய கொள்கை வெறியும் பற்றார்வமும் சாஸ்திரியார் பாடல்களில் பிரதிபலிக்கின்றன. எனினும், அவர் இந்துக்களை ஆகடியம் பண்ணி எழுதிய பாடல்கள், ஒரு விதத்தில் அக்காலத்துச் சமுதாய அமைப்பின் சில அம்சங்களைச் சீர்திருத்த வேண்டும் என்னும் உணர்ச்சியின் அடிப்படையிலும் எழுந்தனவாகத் தோன்றுகின்றன. அக்காலத்தில் நிகழ்ந்த சமயப் பூசல்களின் அடியாகத் தோன்றிய, கண்டனவாத நூல்கள் இவை எனக் கூறக்கூடுமாயினும், வேதநாயக சாஸ்திரியார் 'தன்னை'யும் கலந்துதான் இப்பாடல்களைப் பாடியுள்ளார் என்பது வெளிப்படை. உதாரணமாக, செபமாலையில் சம்பிரதாயமான கிறிஸ்துவக் கருத்துக்களும் பொருளும்

அமைந்திருக்கும் அதேவேளையில் வேதநாயக சாஸ்திரியாரது 'கவியுள'த்தையும் காணக்கூடியதாயுள்ளது.

சாஸ்திரியாரது நூல்களில் *ஞானத்தச்சன் நாடகம்* விதந்து குறிப்பிடத்தக்கது. இந்து மதத்தை வன்மையாகக் கண்டிக்கும் நூலும் அதுதான். எவ்வாறு கோபாலகிருஷ்ண பாரதியாரது *நந்தன் சரித்திர*மும், அருணாசலக் கவிராயரின் *இராம நாடக*மும், கதாப்பிரசங்கத்துக்கு ஏற்றனவாய் இயற்றப்பட்டனவோ, அதுபோலவே சாஸதிரியாரின் *ஞானத்தச்சன் நாடக*மும் பாடிப் பிரசங்கிக்கத் தக்கவகையில் எழுதப்பட்டது. அவர் காலத்திலும் பிற்காலத்திலும் அந்நாடகம் இந்தியாவிலும் இலங்கையிலும் கதாப்பிரசங்கத்துக்காகப் பயன்படுத்தப்பட்டது. நாட்டார் பாடல்களின் செல்வாக்கை இவற்றிலெல்லாம் ஐயத்திற்கிடமின்றிக் கண்டுகொள்ளலாம்.

சைவசமய வரம்புக்குள் நின்று நந்தனார் கதையை நவீனப்படுத்தி, கோபாலகிருஷ்ண பாரதியார் பாடியதன் விளைவாக அக்காலச் சாதிப்பாகுபாடு, கொடுமைச் சீரழிவு முதலியன எமக்குத் தெரிவதைப்போல, வேதநாயக சாஸ்திரியார் முழுக்க முழுக்கக் கிறிஸ்தவப் பொருள் பற்றிப் பாடிய நாடகத்திலும், அக்காலத்தில் நிலவிய சமயாசாரங்கள், சாதிபேதம் ஆகியவற்றைக் கண்டுணரத்தக்கதாயிருக்கிறது. *ஞானத்தச்சன் நாடகத்தில்* "சாதியேது காண்" என்ற பாட்டிலும் ஏனைய இடங்களிலும் சாதியமைப்பை அவர் பரிகசிப்பதைக் காணலாம்.

சாதியேது காண் அதிலொரு
சைவமேது காண்

என்ற பாடலிலும் அதையடுத்து வரும் அடிகளிலும் சாஸ்திரியாரது கிண்டலைக் காணலாம்.

குலங்களேது தான் அதினுட
நலங்களேது தான்

என்ற பாட்டிலும் அதனையடுத்து வரும் பத்தொன்பது சரணங்களிலும் சமத்துவ நோக்கில் உருக்கமாகப் பாடியுள்ளார்.

இத்தகைய கருத்துக்களும் 'இனிய, எளிய' அடிகளும் நிரம்பிய *ஞானத்தச்சன் நாடகம்* முதலிய ஆக்கங்களைச் சுப்பிரமணிய பாரதியார் கேள்வி மூலமாகவேனும் அறிந்திருப்பார் என்று கருத இடமுண்டு. மகாகவி பாரதியார் பாடிய "பாரத நாடு" என்ற பாடலை அறியாதார் இலர்.

பாருக்குள்ளே நல்ல நாடு – எங்கள்
பாரத நாடு

ஞாலத்திலே பரமோனத்திலே – உயர்

>   மானத்திலே அன்ன தானத்திலே
>   கானத்திலே அமுதாக நிறைந்த
>   கவிதையி லேயுயர் நாடு இந்தப்   (பாரு)

என்னும் அடிகளுடன்

>   வீடு கட்டினானே ஞானத்தச்சன்
>   வீடு கட்டினானே
>   ஞாலத்திலே அதிகாலத்திலே – மிகு
>   ஞானத்திலே நனின் தானத்திலே கொண்டு
>   சாலத் தமக்குத் தேவாலயமாகவே
>   தம்முடைச் சாயலாய்த் தம்முடை ரூபமாய்   (வீடு)

முதலிய அடிகளை ஒப்புநோக்கும்போது ஒருவித ஒப்புமை தோன்றாமற் போகாது. அரசியல் – சமுதாய நோக்கிலே பாடியவரான பாரதிக்கும் சமய நெறி நின்று பாடிய சாஸ்திரியாருக்கும் கவிதையின் உள்ளடக்கத்திலே பெரும் வேறுபாடு உண்டு. எனினும் உருவத்திலே ஒப்புமை நிரம்ப உண்டு. இவ்வொப்புமை கவனிக்கத்தக்கது என்பார் ரா.பி. சேதுப்பிள்ளை *(கிறிஸ்தவத் தமிழ்த்தொண்டர்,* பக். 71).

வேதநாயக சாஸ்திரியாரை கவிஞர் என்ற முறையில் பாரதியாருடன் ஒப்புநோக்கி ஆராய்வதன்று எமது பிரதான நோக்கம். அது அத்துணைப் பயனுடையதாயும் இருக்காது. இருவர் காலமும் வேறு; இயங்கிய சூழ்நிலைகளும் வேறு. ஆனால் பாரதியின் தனிச்சிறப்பியல்புகளை நன்கு விளங்கிக் கொள்ளவும் மதிப்பிடவும், அவருக்குச் சிறிது முன்னர் வாழ்ந்த சிற்சில கவிஞர்களைப் பற்றிய ஆய்வு இன்றியமையாதது என்பதே இவ்விடத்தில் நாம் வற்புறுத்த விரும்புவதாகும். இந்து மரபில் வந்த கவிஞர்கள் எவருடனாகிலும் வேதநாயக சாஸ்திரியாரை ஒப்பிட வேண்டுமாயின் தாயுமானவருடனும், இராமலிங்க அடிகளுடனும் ஒப்புநோக்கலாம்.

வேதநாயகர் கவிதைகளில் காணப்படும் மூன்று பண்புகள், பாரதியார் ஆக்கங்களிலே முழுமையும் மெருகும் பெற்றுப் புதுப்பண்புகளாக மிளிர்கின்றன. அவற்றைச் சுருக்கமாகப் பார்ப்போம்.

முதலாவது: தன்னுணர்ச்சிப் பண்பு. இருபதாம் நூற்றாண்டிலே பாரதி கவிதைகளில் தன்னுணர்ச்சிப் பண்பு புதியவொரு கவிதைப் போக்கினைக் காட்டி நிற்கிறது என்பது யாவரும் அறிந்ததே. 'Lyricism' என்று ஆங்கிலத்தில் இதனைக் குறிப்பிடுவர். பாரதிக்குப் பின்வந்த கவிஞரிடத்து இதனைப் பரக்கக் காணலாம். பாரதிக்குமுன் இராமலிங்கரிடத்து இதனை ஆங்காங்குக் கேட்கலாம். சாஸ்திரியாருடைய பாடல்களில்

அவரது வாழ்வில் நிகழ்ந்த சம்பவங்களின் எதிரொலியைக் கேட்கலாம். உதாரணமாக, 'நெஞ்சே நீ கலங்காதே' என்ற கீர்த்தனையிலும், 'நீர் துக்கத்தில் என் ஆறுதல்' என்று தொடங்கும் பாட்டிலும் இப்போக்கு நன்கு துலங்குகிறது. இதன் தருக்கரீதியான விளைவாகவே கீர்த்தனைகளில் கடைசிச் சரணத்தில் அவர் தன் பெயரை முத்திரையாக அமைத்துக் கொண்டார். அக்காலத்தில் சில கிறிஸ்தவர்கள் அதனை ஒரு குறையாகக் கருதினர்.

இரண்டாவது: எளிமையான நடை. "இவருடைய பாடல்கள் இனியவைகளாகவும் எளியவைகளாகவும் அமைந்தபடியாலும், இவருக்கு முன் யாரும் இத்தகைய பாடல்களை இயற்றாதபடியாலும் இவருடைய பாடல்களுக்குச் சிறப்பு மிகுதிப்படுவதாயிற்று" (சு.அ. இராமசாமிப் புலவர், *தமிழ்ப் புலவர் வரிசை 8*, பக். 125). வேதநாயக சாஸ்திரியாரது பாடல்களின் தனிச்சிறப்பியல்பு இதுவெனலாம். இது விஷயத்தில் இதுவரைப் பாரதியாருடன் ஒப்புநோக்குதல் சாலப் பொருத்தமாகும். உதாரணமாக,

பேடே இளங் கொடியே
　　பிள்ளைக் கலிதீர்த்து
வீடே உலாவி
　　விளையாடும் நல்லறமே

என்ற திருச்சபைத் தாலாட்டுப் பகுதியை நோக்குவார்க்கு இது புலனாகும். கலாநிதி தா.வி. தேவநேசன் கூறியிருப்பதுபோல, "இசைத் தமிழினது சிறப்பியல்புகளைத் தேடி நாடி இன்புற விழையும் இந்துக்களானோர், யாப்பிலக்கணமும் இசையிலக்கணமும் வளமாகக் கொண்டு நிலவும் நம் கீர்த்தனைகளையல்லவோ பயின்று அறிந்து கோடல் வேண்டும்." உதாரணமாக,

எல்லாம் யேசுவே – எனக்கெல்லாம் யேசுவே
தொல்லை மிகும் இவ்வுலகில் – துணை இல்லையே

என்ற கீர்த்தனையில் சொற்சிறப்பும் பொருட் சிறப்பும் ஒலிமையினிமையும் காணப்படுகின்றன அல்லவா? (*தஞ்சை வேதநாயகம் சாஸ்திரியார்*, பக். 124).

மூன்றாவது: சமுதாய நோக்கு. ஏலவே நாம் குறிப்பிட்டிருப்பதுபோல் சாஸ்திரியாரின் பாடல்களில் சமுதாய உணர்வு நேரடியாகவும் பிரக்ஞை பூர்வமாகவும் காணப்படவில்லை. ஆயினும் பக்திப்பாடல்களிற்கூட அவரையறியாமலேயே சமுதாயம் பற்றிய செய்திகளும் கருத்துக்களும் புகுந்துள்ளன. போதகாசிரியராயும் கதாப்பிரசங்கியாயும் பல ஊர்களுக்கும் பிரயாணஞ் செய்பவராயும் இருந்த சாஸ்திரியார் 'நாட்டு நடப்புகளை' அவதானித்துள்ளார் என்பது தெளிவு.

முற்கூறிய இம்மூன்று பண்புகளுமே அவரைச் சென்ற நூற்றாண்டின் முக்கியக் கவிஞர்களில் ஒருவராயும், பாரதிக்கு வழி சமைத்துக் கொடுத்த ஒருவராயும் ஆக்கிவிட்டன எனலாம்.

"கிறிஸ்து பக்தர்கள் இயற்றிய கவிகளில் சாஸ்திரியார் செபமாலைக்கு இணையானதொன்று அறிந்திலேம். வங்காள தேயத்து கவிச்சக்கரவர்த்தி தாகூர் இயற்றியுள்ள *கீதாஞ்சலியும் செபமாலையின்* பக்தி விநயத்திறுனுக்கும், உட்கருத்துக்களுக்கும் பின்வாங்குமென்று கூற நான் துணிவேன்" *(தா.வி.தேவநேசன், மு.கு. நூல், பக். 86).*

இவ்வாறு ஒருவர் கூறத் துணிவதற்கு ஏதுவான நூலாசிரியரை, பொதுவாகத் தமிழலக்கிய வரலாற்று மாணவரும் சிறப்பாக நவீன தமிழிலக்கிய வரலாற்றாய்ச்சியாளரும் கட்டாயமாய்க் கற்க வேண்டும்.

Hartley College Miscellany, 1971

8

பாரதியும் வேதமரபும்

மகாகவி பாரதி "புதுநெறி காட்டிய புலவன்" என்னுங் கருத்து இன்று பொதுவாக நிலவுவ தொன்றாகும். பாரதியின் சமகாலப் புலவர் பலருடன் ஒப்பு நோக்குமிடத்து, அவர் ஈடிணையற்று விளங்குகிறார் என்பது மறுக்க இயலாத உண்மையாகும். ஆயினும், பாரதியின் சமய நம்பிக்கையும் நோக்கையும் கூர்ந்து கவனித்தால், அவர் பழமையை எந்த அளவுக்குக் கைக்கொண்டார் என்பதும், அவ்வாறு கைக்கொண்டதன் தருக்கரீதியான முடிவு எவ்வாறு அமைந்தது என்பதும் துலக்கமாகும்.

பாரதியின் சிந்தனை வளர்ச்சிக்குப் பின்னணியாக அமைந்த சமய மறுமலர்ச்சி இயக்கத்தின் சுருக்க வரலாறு இவ்விடத்திலே இன்றியமையாததாகிறது. இந்திய தேசிய மறுமலர்ச்சி என்று வரலாற்றாசிரியர்களால் வழங்கப் பெறும் இயக்கம் இந்துமத அடிப்படையிலேயே முகிழ்த்தது. மரபு வழி வந்த இந்துமத உணர்ச்சியே அவ்வியக்கத்திற்கு உரமூட்டியது. எனினும் இவ்வியக்கம் இரு பெருங்கிளைகளாய்ப் பிரிந்து வளர்ந்தது.

இந்து மதத்திலே காலப்போக்கிற் புகுந்த மூடக் கொள்கைகள், பொருளற்ற சடங்குகள் என்பவற்றைக் களைத்து எறிந்துவிட்டு, பகுத்தறிவும் பரிவுணர்ச்சியும் நிரம்பப்பெற்ற நவீன இந்துமதம் ஒன்றினைத் தாபிக்க விழைந்தார் ராஜா ராம் மோகன் ராயர் (1772-1833). ராயரது மாநிலமான வங்காளத்திலே இந்நவீன மதம் 'பிரம சமாஜம்' என்ற பெயருடன் பேரியக்கமாகப் பரவியது; அனைத்திந்திய முக்கியத்துவம் பெற்றது. 1828இல் இவ்வியக்கம் நிறுவன வடிவம் பெற்றது.

பண்டைக்கால இருடிகள் கண்டறிந்த வேதங்களை அப்படியே ஏற்றுக்கொண்டு, அவற்றிலே குறிப்பிடப்படும் வாழ்க்கை முறையை இந்தியர்கள் கடைப்பிடித்தல் வேண்டும் என்ற உறுதியான நம்பிக்கை உடையராயிருந்தார், பஞ்சாப் மாகாணத்தில் தோன்றியவரான தயானந்த சரஸ்வதி (1824-1883). பிரம சமாஜத்துக்கு எதிரிடையாகத் தோன்றியது எனக் கொள்ளத்தக்க வகையில் அமைந்தது, அவர் 1875இல் நிறுவிய 'ஆரிய சமாஜம்.'

பண்டை இந்தியாவின் சிறப்பைப் பற்றி இரு பிரிவினருமே அசைக்க முடியாத பற்றும் பெருமையும் கொண்டிருந்தனர்; நிகழ்காலத்துக்குகந்த நடைமுறைகளைப் பற்றியே வேறுபாடுகள் நிலவின. இவற்றை இங்கு விரிவாக உரைக்க வேண்டியதில்லை. ஆனால் பத்தொன்பதாம் நூற்றாண்டின் பிற்கூற்றிலும் இருபதாம் நூற்றாண்டின் முற்பகுதியிலும் இந்தியாவிலே எழுந்த சமயச்சார்பான மறுமலர்ச்சி இயக்கங்கள் அனைத்தும் ஏதோவொரு வகையில் மேற்கூறிய பிரிவுகளுக்குள் அடங்குவனவே. "மானுடனைக் கட்டிய தளைகள் யாவும் அறுக" என்று வீறுடன் பாடிய பாரதியாரும் இவ்விரு பிரிவுகளில் ஒன்றைச் சார்ந்தவராகவே இருந்தார். இவ்விரு பிரிவுகளுக்கும் மூலாதாரமான தத்துவார்த்த வட்டத்தை முற்றாக விட்டு விலகிப்போக அவரால் இயலவில்லை; ஏனெனில், அவர் அம்மறுமலர்ச்சி இயக்கத்தின் ஞானபுத்திரர்.

பாரதியைப் பற்றிப் பொதுவாக நாம் கொண்டிருக்கும் எண்ணங்களின் அடிப்படையில் சிந்திக்கும்பொழுது உய்த்தறி முறையில், அவர் சீர்திருத்தப் போக்கை வற்புறுத்திய பிரம சமாஜத்தையே பெரிதும் போற்றியிருப்பார் என்று கருதத் தோன்றும். ஆயினும், நுணுகி நோக்கின் பாரதி ஆரிய சமாஜத்தின் செல்வாக்குக்கு ஆளாகியிருந்தார் என்பது புலனாகும்.

பாரதியார் கவிதைகளை ஆராய்ந்திருப்பவர்கள் இவ்விஷயம் குறித்து விரிவாய் எழுதியிருப்பதாகத் தெரியவில்லை. இதை

ஆராய்வதற்கு உதவும் வகையில் முற்குறிப்புகள் சில இங்குக் கூறப்படுகின்றன.

அறிவியல் சம்பந்தமான விஷயங்களைப் பாரதியார் நாட்டு முன்னேற்றங் கருதி ஆதரித்தவரெனினும், அவரது ஆளுமை, உணர்ச்சி பூர்வமாகவே செயற்பட்டது. அறிவின் துணைகொண்டு கிறித்துவத்தின் நற்பண்புகள் சிலவற்றையும் நவீன இந்து மதத்துடன் இணைக்க விரும்பினார் ராம் மோகனர். ஆரிய சமாஜத்தினரோ, ஐயமெதுவுமின்றி வேதங்களைச் சிக்கெனப் பிடித்தனர். தெய்வத்தை நம்புவது போல வேதங்களை நம்பினர். இத் தளரா உறுதி பாரதியாருக்கு ஏற்றாதாயிருந்தது எனலாம். கலப்பற்ற தூய்மையையே பாரதி ஆதர்சமாகக் கொண்டார்.

தொடக்கத்தில் எவ்வாறிருந்த போதும் நாளடைவில், பிரம சமாஜம், சமரசஞானத்தை வற்புறுத்தி, மரபுவழி இந்து மதத்திலிருந்து வெகுதூரஞ் செல்லத் தொடங்கியது. 'தியாஸபி' என்ற சமயஞானம் மேனாட்டார் சிலரையும் கவர்ந்து, உலக மதமாகும் இலட்சியத்தைக் கொண்டிருந்தது. அரசியல் அடிப்படையில் பிரம சமாஜத்தினர் தீவிரவாதிகளல்லர்; தாகூர் இதற்குச் சிறந்த எடுத்துக்காட்டு. ஆனால் லஜபதி ராய் போன்ற ஆரிய சமாஜத் தொடர்புடையோர் (திலகர் மற்றுமோர் உதாரணம்) அப்பழுக்கற்ற விடுதலை வேட்கையுடையோராய்த் திகழ்ந்தனர். திலகரைக் குருவாகக் கொண்ட பாரதியார் ஆரிய சமாஜத் தொடர்பைப் போற்றியதில் ஆச்சரியமில்லை.

நடைமுறையில், பிரம சமாஜத்தினர் 'உயர் தட்டு' வர்க்கத்தினராயும், 'நவநாகரிக'த்திற்கு வளைந்து கொடுப்பவராயும் இருந்தனர். பிரம சமாஜத்தின் உள்ளார்ந்த பண்புகளில் ஒன்றாகவிருந்த பன்னலக் கூட்டுத் தன்மை இதற்கு ஏதுவாயிருந்திருக்கலாம். ஆனால், ஆரிய சமாஜத்தினர் வேதகால வாழ்க்கை என்ற வரம்புக்குள் ஒருவகையான எளிமை, படாடோபமின்மை, சிக்கனம், கிராமியத்தன்மை, நேர்மை முதலியவற்றைக் கருதினர். இதன் காரணமாக, பிரமசாரிகள், துறவிகள், சாதுக்கள், தியாகிகள் முதலானோர் ஆரிய சமாஜ வாயிலாக இந்திய அரசியலரங்கிற் பிரவேசித்தனர். மணியாச்சியில் ஆஷ்துரை கொல்லப்பட்ட காலத்துக்குச் சிறிது முன்பின்னாக, பாரதியாருக்கு இத்தகைய துறவிகள் தொடர்பு அதிகமிருந்தது. கவிஞர் வாழ்க்கை வரலாறு இந்நோக்கில் ஆராயத்தக்கது.

ஆரிய சமாஜம், இந்தியாவை முதலிற்கொண்டு அதன் மூலம் உலகை நோக்கியது. அதாவது இந்தியாவே உலகம். ஆனால் பிரம சமாஜமோ கிழக்கு மேற்கு என்ற உணர்வையும்

சர்வதேசிய நோக்கையும் பெருமளவிற் கொண்டியங்கியது. தாகூர், அரவிந்தர் ஆகியோர் இந்த வகையில் பிரம சமாஜத்தின் சிறந்த பிரதிநிதிகளாவர். ஆனால்,

எல்லாரும் அமர நிலை எய்து நன் முறையை
இந்தியா உலகிற் களிக்கும் – ஆம்
இந்தியா உலகிற் களிக்கும் – ஆம் ஆம்
இந்தியா உலகிற் களிக்கும்

என்று உறுதியுடன் பாடிய பாரதி இந்தியாவை ஆரிய நாடாகவே கருதினார்.

ஆரிய பூமி என்று பாரதி பாடும்பொழுது உலகம் முக்கியத்துவம் இழந்து விடுகிறது. 'ஆரியர்' என்ற சொல்லைப் பாரதியார் பல்வேறு சந்தர்ப்பங்களிலே பயன்படுத்தியிருக்குமாற்றைக் கவனிப்பவர்க்கு இதன் தாற்பரியம் நன்கு விளங்கும். பாரதமாதாவை "ஆரியராணி" என்கிறார்.

இந்தியத் தத்துவ ஞானமரபின் பல்வேறு கூறுகளைப் பற்றிய அறிவும் ஈடுபாடும் பாரதியாருக்கு நிரம்ப இருந்தது. ஆயினும் நடைமுறை வழிபாட்டைப் பொறுத்தவரையில் அவர் ஒரு சாக்தர். பிரமஞானமோ, சங்கரருடைய ஏகான்மவாதம் – ஒருமைவாதம் என்பனவற்றின் வழிவருவது; அரூபமான சிந்தனைகளுடன் மல்லாடும் அறிவுபூர்வமானது; செயலிலிருந்து விடுபட்டுத் தூய சிந்தனையில் ஈடுபடும் ஓய்வு வேளை முயற்சி அது. சாக்தமோ காளாமுகம், பாசுபதம், வீரசைவம் முதலிய வீறுகொண்ட சமயப் பிரிவுகளைப் போல் களத்திலே நிற்கும் பக்தரின் சித்த வைராக்கியத்தின் வெளிப்பாடு ஆகும். இவை இரண்டினுக்கும் பெரு வேறுபாடுண்டு.

சுற்றி நில்லாதே போ, பகையே
துள்ளி வருகுது வேல்.

என்றும்,

அச்சமில்லை அழுங்குத லில்லை
நடுங்குத லில்லை நாணுத லில்லை

என்றும், துணிந்து செயல்திறனும் வேண்டி நின்ற கவிஞன் உணர்ச்சி பூர்வமான பக்திமார்க்கத்தைத் தழுவி நின்றதில் வியப்பெதுவுமில்லை. அதுவே அவரை ஆரிய சமாஜவட்டத்தில் நிறுத்தியது என்பதில் ஐயமில்லை. பாரதியின் நெருங்கிய நண்பராயிருந்த வ.வே.சு. ஐயருக்கும் இது பொருந்தும்.

இக்குறிப்புக்கள் பாரதியைத் தக்கபடி இனங்கண்டு கொள்ளவும், சில புதிய கோணங்களிலிருந்து பார்க்கவும் உதவும் என்று நம்புகிறேன். பாரதியார் ஆரிய சமாஜத்தவர் என்ற நாமம் சூட்டுவதல்ல இக்கட்டுரையின் நோக்கம். ஆனால் இறுதியாய்வில், வேதத்தை மூலாதாரமாகக் கொள்ளும் வைதிக நெறியில் வருபவரே பாரதி என்னும் அடிப்படை உண்மையை நிறுவுவதற்கு இத்தகைய நோக்கு உபயோகப்படும் என்று எண்ணுகிறேன். அது பாரதியாரின் நிறைவை மட்டுமன்றி, குறையையும் கண்டுகொள்ள வழிவகுக்கும் அல்லவா?

யாழ் - நாயன்மார்கட்டு, *ஸ்ரீ ராஜராஜேஸ்வரி அம்பாள் கும்பாபிஷேக மலர்,* 1971.

9

பாரதியாரின் கண்ணன் பாட்டு

மகாகவி பாரதியார் கவிதைகள், *கண்ணன் பாட்டு, பாஞ்சாலி சபதம், குயில் பாட்டு* ஆகியன 'முப்பெரும் பாடல்கள்' என்று சிறப்பாக வழங்கப்படுவன. பாரதியார் நூல்களை வெளியிட்டோர் சிலர் இம்மூன்றையும் 'காவியங்கள்' எனவும் குறிப்பிட்டுள்ளனர். நெடும்பாடல்கள் என்ற வகையில் இவைக்கிடையே சில ஒற்றுமைகள் இருப்பினும் பொருளடிப்படையிலே பல வேற்றுமைகள் இருப்பது வெளிப்படை. குயில் பாட்டு 'மாலையழகின் மயக்கத்தால் உள்ளத்தே தோன்றியதோர் கற்பனையின்' வெளிப்பாடு என்று கவிஞரே கூறியுள்ளார். அதாவது தற்புதுமையான கற்பனைப் படைப்பு குயில். இதிகாசக் கதைக்கூறு ஒன்றைத் தழுவி இயற்றப் பெற்றதே பாஞ்சாலி சபதம்; அந்நூலின் முகவுரையிற் கவிஞரே மேல்வருமாறு கூறியிருக்கிறார்:

எனது சித்திரம் வியாசர் பாரதக் கருத்தைத் தழுவியது. பெரும்பான்மையாக, இந்நூலை வியாச பாரதத்தின் மொழிபெயர்ப்பென்றே கருதிவிடலாம். அதாவது, 'கற்பனை' திருஷ்டாந்தங்களில் எனது 'சொந்தச் சரக்கு' அதிகமில்லை. தமிழ் நடைக்கு மாத்திரமே நான் பொறுப்பாளி.

க. கைலாசபதி

தாம் வாழ்ந்த காலத்து இந்தியாவின் இழிநிலையை எடுத்துரைக்கவும், எதிர்காலத்தின் ஏற்றத்தை இயம்பவும் பாஞ்சாலியின் கதையை ஒரு சாதனமாகக் கவிஞர் பயன்படுத்தினாரெனினும், அந்நூலைப் பற்றிய விளக்கத்திலே கருத்து வேறுபாடு எதுவுமில்லை.

ஆனால் *கண்ணன் பாட்டு*, இலக்கிய விமர்சகரிடையே கருத்து வேறுபாடுகளைத் தோற்றுவித்திருக்கிறது. அந்நூலிலே பலவிதமாக வருணிக்கப்படும் கண்ணன் யார் என்பது குறித்தே அபிப்பிராய பேதங்கள் நிலவி வந்துள்ளன. இவற்றைச் சுருக்கமாக ஆராய்ந்து, பாரதியார் தீட்டியுள்ள கண்ணனை விளங்கிக் கொள்வதற்கு ஏதுவாகச் சில செய்திகளைக் கூறுவதே இக்கட்டுரையின் நோக்கமாகும்.

பாரதியாரே உருவாக்கிய கண்ணனைப்பற்றி மூன்று முக்கியமான நோக்கு நிலைகள் காணப்படுகின்றன.

முதலாவது: கண்ணன் பாட்டிலே கவிஞர் சித்திரித்திருக்கும் கண்ணன், மஹாபாரதத்திலும் வைணவ புராண இலக்கிய மரபிலும் வரும் ஸ்ரீகிருஷ்ணனே என்று ஒரு சாரார் கூறுவர். பாரதியாருக்குச் சமகாலத்தவரும் நெருங்கிய நண்பர்களுமான பரலி சு. நெல்லையப்பரும், வ.வே.சு. ஐயரும் இக்கருத்தை முற்பட எடுத்துக் கூறியவராவர். *கண்ணன் பாட்டு* முதற்பதிப்பின் முகவுரையில் நெல்லையப்பரும் *(1917)* இரண்டாம் பதிப்பின் முன்னுரையில் வ.வே. சுப்ரமண்ய ஐயரும் *(1919)* இக்கருத்தை அழுத்தமாகக் கூறினர்.

> "பாரதியாருக்கு கண்ணபிரான் மீதுள்ள அதி தீவிர பக்தி காரணமாக இந்நூலிலுள்ள பாடல்கள் வெளியாயின" (நெல்லையப்பர்).
>
> "பாரத நாட்டின் குலதெய்வமாகிவிட்ட கண்ணனுக்குப் பாமாலை சூட்டாத கவிகள் அருமை . . . அந்த உருவமானது நம் கவியின் இருதயத்திலும் எழுந்து அவருடைய கவிதைக்கு ஒரு சோபையைக் கொடுத்தது. இஷ்ட தெய்வத்தைப் பல பாவங்களால் வழிபடலாகும் என்று நமது பக்தி சாஸ்திரங்கள் கூறுகின்றன. நமது ஆசிரியரும் இதை அநுசரித்துக் கண்ணனைத் தாயாகவும், தந்தையாகவும், எஜமானாகவும், குருவாகவும், தோழனாகவும், நாயகியாகவும், நாயகனாகவும் பாவித்துப் பாடுகிறார்" (வ.வே.சு. ஐயர்).

பாரதியார் வடமொழியிலும் தமிழிலும் உள்ள வைணவ பக்தி நூல்கள் வழி நின்று தமது பாட்டிலே கண்ணனை

உருவாக்கியுள்ளார் என்பது இவர்களது வாதமாகும். பாரதியார் கவிதைகளைப்பற்றி எழுதியோரிற் பெரும்பாலானோர் இக்கருத்தையே எதிரொலித்திருக்கின்றனர். தொ.பொ. மீனாட்சிசுந்தரம், ரா.ஸ்ரீ. தேசிகன், சுத்தானந்த பாரதியார், ஏ.எஸ். கிருஷ்ணன் முதலியோர் இவர்களிற் குறிப்பிடத்தக்க சிலராவர்.

இரண்டாவது: கண்ணன் பாட்டிலே வரும் கண்ணன், கவிஞருடைய கற்பனையிலே முகிழ்த்த உருவம் என்று இன்னொரு சாரார் கூறுவர். இதிகாசங்களிலும், நாலாயிரப் பிரபந்தம் முதலிய பக்திப் பனுவல்களிலும் வரும் தெய்வீகக் கண்ணனுக்கும் பாரதியார் படைத்துள்ள கண்ணனுக்கும் 'இரத்த உறவு' எதுவுமில்லை என்பது இவர்களது வாதம். பாரதியார் படைப்புக்களை முதன் முதலிலே திறனாய்வு செய்து நூல்வடிவில் வெளியிட்ட மறுமலர்ச்சி எழுத்தாளர்கள் – கு.ப. ராஜகோபாலன், பெ.கோ. சுந்தரராஜன் – இருவரும் இக்கருத்தை மணிச்சுருக்கமாய்க் கூறியுள்ளனர். *கண்ணன் என்–கவி–பாரதி கவிதையும் இலக்கிய பீடமும்* (1937) என்னும் முன்னோடி நூலில் பின்வரும் கூற்று இடம் பெற்றிருக்கிறது.

> ஆழ்ந்து பார்த்தால் அப்பாட்டுக்களிலிருந்தும் (கண்ணன் பாட்டு), மற்றைய பாட்டுக்களிலிருந்தும் தோன்றுவது இதுதான்: கண்ணன் என்ற கவர்ச்சி உருவத்திற்குப் பாரதியும் ஒரு கற்பனை மாலை சூட்டியிருக்கிறார், அவ்வளவே. நாயக நாயகி பாவத்திலாவது பக்திமார்க்கத்தில் வழங்கப்படும் தசவித பாவங்களில் ஏதாவது ஒன்றிலாவது ஈடுபட்டு, பாரதி தன்னை நாயகி முதலிய அவஸ்தைகளில் வைத்துக்கொண்டு பாடியிருக்க முடியாது என்று தெரிகிறது. அவை ஆங்கிலத்தில் *objective* எனப்படும் தத்பாவமற்ற சித்திரங்கள்.

மேலேயுள்ள கருத்து விமர்சகர்களிடையே பரவலாகக் காணப்படாவிடினும், அவ்வப்போது சிலரால் எடுத்துரைக்கப்பட்டிருக்கிறது. சுருக்கமாய்க் கூறுவதானால், பாரதியார் பழைய புராணப் பெயரை மாத்திரம் எடுத்துக் கொண்டு அதைத் தமது கற்பனைப் போக்குக்கு இயைய நாடக உணர்ச்சியுடன் கையாண்டுள்ளார் என்பதே இவர்களது வாதத்தின் பிரதான அம்சமாகும்.

மூன்றாவது: கண்ணன் பாட்டிலே உயிர்த்துடிப்புள்ள பாத்திரமாக வார்க்கப்பட்டிருக்கும் கண்ணன், கவிஞரது

வாழ்க்கையோடு சம்பந்தப்பட்ட அவருக்குத் தார்மீக பலமும் தெளிவும் அளித்த பெருமகன் ஒருவரது பிரதிபிம்பமே என்பர் பிறிதொரு சாரார். ஏறத்தாழ மூன்று தஸாப்தங்களுக்கு முன் வெளிவந்து கொண்டிருந்த *கிராம ஊழியன்* என்னும் சஞ்சிகையிலே இது சம்பந்தமான சர்ச்சையொன்று நிகழ்ந்தது. 'மந்தஹாஸன்', ந. பிச்சமூர்த்தி, ரா.அ. பத்மநாபன், திருலோக சீதாராம் முதலியோர் இவ்வாதப் பிரதிவாதத்தில் சம்பந்தப்பட்டிருந்தனர். 15.9.43 *கிராம ஊழியன்* இதழில், 'கண்ணன் யார்' என்னும் வினாவை எழுப்பிக் கட்டுரையொன்று எழுதினார் "மந்தஹாஸன்."

> இந்த மாயக் கண்ணனைப் பற்றி, இலக்கிய விமர்சகர்கள் ஒரு நிச்சயமான முடிவுக்கு வர முடியாமல் இருக்கிறார்கள். எனக்குத் தோன்றும் ஒரு சந்தேகத்தையும் ரஸிகர்களிடம் சமர்ப்பித்து விடலாமென்று நினைக்கிறேன் . . . பாரதியின் கண்ணன் முழுமையும் ஸ்ரீகிருஷ்ணாவதாரம் அல்ல. வெறும் கற்பனைச் சிலையுமல்ல. ஆனால் பாரதியின் இந்த மாயக்கண்ணன் பெரும்பாலும் அவருடைய வாழ்வில் – ஆத்யாத்மக வாழ்வில் – சம்பந்தப்பட்டு அதை மலரச் செய்த ஒரு மஹா புருஷனுடைய பிரதிபிம்பமாகத்தான் இருக்க வேண்டும் என்று எனக்குத் தோன்றுகிறது.

இவ்வபிப்ராயத்தைப் பிச்சமூர்த்தி, திருலோக சீதாராம் முதலியோர் மறுத்துரைத்தனர். எனினும் பாரதியார் "சரித்திரச் சுவடுகளைச்" சேர்க்க வேண்டும் என்ற அவாவினால் உந்தப்பட்டுப் பலகாலம் உழைத்துவந்திருக்கும் ரா.அ. பத்மனாபன், மந்தஹாஸனின் வாதத்தில் ஓரளவு உண்மையுடைமை இருத்தல் கூடும் என்று கருதினார். 1.11.43 *ஊழியன்* இதழிலே, "பாரதியார் – சில சந்தேகங்கள்" என்னும் தலைப்பிலே எழுதிய கட்டுரையில், குள்ளச்சாமி, யாழ்ப்பாணச்சாமி, குவளைக்கண்ணன், கோவிந்தசாமி முதலியோரைத் தம் குருக்களாகப் பாரதியார் பாவித்துப் பாராட்டியிருப்பதால், கண்ணன் பாட்டில் மகாபுருஷர் ஒருவரைப் பாடியுள்ளார் எனக் கொள்ளவும் இடமுண்டு எனக் கூறினார்.

மேற்குறிப்பிட்ட மூன்று நோக்குநிலைகள் இருக்கவும், நான்காவதாக நான் ஒன்றை ஆய்வுதவியுரையாகத் தெரிவிப்பது குறையாகத் தோன்றாது என்றெண்ணுகிறேன். ஆனால் முற்கூறிய நோக்குநிலை ஒவ்வொன்றும், பிறிது விலக்கிய தனியொன்றாக முன்வைக்கப்பட்டிருக்க, நான்காவது நோக்குநிலை, தனி ஒரே

விளக்கமாக அன்றி கண்ணன் *பாட்டு* ஆய்வுக்கு உதவக்கூடிய ஒன்றாகவே தெரிவிக்கப்படுகிறது.

பாரதியாரைக் கவர்ந்த, முற்பட்ட தலைமுறை எழுத்தாளரில் ஒருவர், புகழ் பூத்த வங்காள இலக்கிய ஆசிரியர் பங்கிம் சந்திர சட்டோபாத்தியாயர் (1838-1894). இந்திய வரலாற்று நாவலாசிரியர்களில் முற்பட்டவரான பங்கிம் சந்திரர் எழுதிய *ஆநந்த மடம்* என்னும் நாவலிலேயே 'வந்தே மாதரம்' என்று தொடங்கும் தேசபக்திப் பாடலும் இடம் பெற்றிருக்கிறது. தேசபக்தி தெய்வபக்தியாக மாறிய 'புதிய மார்க்கம்' இந்தியாவில் வேகமடைவதற்கு இப்பாடல் முக்கியக் காரணமாயமைந்தது. ஆநந்தமடம் 1882இல் வெளிவந்தது. ஆனால் 1905இல் வங்கப் பிரிவினையை அடுத்தே 'வந்தே மாதரம்' என்பது இந்திய மக்களின் விடுதலைக் கீதமாக – தாரக மந்திரமாக – ஒலித்தது. இக்காலத்திலேயே 'வந்தே மாதரம்', 'வங்கமே வாழிய' முதலிய பாடல்களைப் பாரதியார் மொழிபெயர்த்தார். இவற்றில் பங்கிம் சந்திரரின் ஆக்கங்களுடன் கவிஞருக்குத் தொடர்புண்டாயிற்று.

தமது வாழ்வின் இறுதிப் பகுதியில் (1892) திருத்திய இரண்டாம் பதிப்பாகப் பங்கிம் சந்திரர் வெளியிட்ட நூல் *கிருஷ்ண சரிதம்* என்பது. பல்லாண்டுகளாகக் **கீதை** ஆராய்ச்சியில் திளைத்திருந்த பங்கிம், பழுத்த தத்துவ ஞானியாகிய நிலையில் எழுதப்பட்டதே *கிருஷ்ண சரிதம்*. கிருஷ்ணனது சரிதத்தையும் குணவியல்புகளையும் விவரித்த அந்நூல், பழைய நோக்கில் எழுதப்பட்டதன்று. மில்கொம்டே முதலிய மேனாட்டுச் சிந்தனையாளரால் பெரிதும் பாதிக்கப்பட்டிருந்த பங்கிம், தெய்வாம்சத்திலும் பார்க்க, மனித இயல்புகளையே சிறப்பாக அந்நூலில் அலசியிருந்தார். ஆசிரியரது ஆழ்ந்த ஆய்வையும், அறிவு முதிர்ச்சியையும், மனிதாபிமான நாட்டத்தையும் அதிலே காணலாம். கிருஷ்ணன் முற்றிலும் புதிய பாத்திரமாக அந்நூலிலே வார்க்கப்பட்டுள்ளான். ஹரிதாஸ் முகர்ஜி, உமா முகர்ஜி ஆகிய இருவரும் எழுதியுள்ள *Bande Mataram (1957)* என்னும் ஆங்கில நூலிலே பங்கிம் படைத்த கண்ணன் குறித்துக் கீழ்வருமாறு கூறப்பட்டுள்ளது:

> பங்கிம் சந்திரரின் கிருஷ்ணன் கடவுள் அல்ல. ஆனால் எக்காலத்துக்கும் உரிய இலட்சிய மனிதன் அல்லது அதிமனிதன். போராடிக் கொண்டிருக்கும் இந்திய மக்கள் அவனது கொடியின் கீழ் ஒற்றுமைப்பட்டுத் தேசிய ஒருமைப்பாடு காண முடியும் என்று அவர் எண்ணினார். கண்ணன்

என்னும் பாத்திரத்தைத் தேசிய ஒற்றுமைக்குச் சின்னமாகப் போற்றி மதித்தார்.

இம்மேற்கோளின் முற்பகுதி எமது கவனத்திற்குரியது. 'இலட்சிய மனிதன்' என்னும் தொடர்கள் 'மந்தஹாசன்' குறிப்பிடும் 'மஹாபுருஷன்' எனும் தொடரை நினைவூட்டுகின்றன. நான் இவ்விடத்தில் தெரிவிக்க விரும்பும் கருத்து இதுதான்: பங்கிம் சந்திரரின் கிருஷ்ண சரிதத்தாலும் பாரதியார் பாதிக்கப்பட்டிருத்தல் கூடும். இது நுண்ணியதாக ஆராயத்தக்கது. பாரதியார் உருவாக்கியிருக்கும் கண்ணன், கடவுள் என்றோ, கற்பனைப் பாத்திரம் என்றோ, அவரைக் கவர்ந்த ஒரு மஹாபுருஷர் என்றோ கூறுவோர் யாவரும் ஒரு விஷயத்தில் ஒத்த கருத்துடையராயுள்ளனர். அதாவது "உருவும் உயிரும் பெற்று, நித்திய யௌவனத்துடன் மனித உள்ளங்களுடன் ஒட்டி உறவாடும்" பாத்திரமாகக் கண்ணன் அமைந்துள்ளான் என்பதாகும். இங்கே வற்புறுத்தப்பெறும் சிறந்த மனித இயல்புகளை, வங்க நூலிலிருந்தும் பெற்றிருத்தல் கூடுமா? இஃது வினாவேயன்றி முடிவு அன்று. பாரதியாரின் கவி மூலங்களை மேலும் விரிவாகவும் ஆராய்தற்கு இக்கருதுகோள் துணைபுரியும் என்று நம்புகிறேன்.

வளர்மதி, 1974

10

பாரதி நூல்களும் பாடபேத ஆராய்ச்சியும்

சில குறிப்புகள்

1

சென்ற வருடம் (1973) விஜயபாரதி சுந்தரராஜன் இலங்கைக்கு வந்திருந்த சமயம் என் வீட்டிற்கு வந்திருந்தார். பொதுவாக இலக்கிய விஷயங்களைப் பற்றியும், குறிப்பாகப் பாரதியாரைப் பற்றியும் உரையாடிக் கொண்டிருந்தபொழுது, பேச்சினூடே, "இன்றுவரை ஆராய்ச்சி பூர்வமான பதிப்பு ஒன்று வெளியிடப்படாதிருத்தல் பெருங்குறையே" எனக் குறிப்பிட்டேன். பாரதியாரின் பேர்த்தியான அவர், நான் குறிப்பிட்ட பதிப்பு விஷயத்தைப் போதியளவு கிரகித்துக் கொண்டவராகக் காணப்படவில்லை. "கடினமான காரியம்; யார் முன்வந்து வெளியிடப்போகிறார்கள்?" என்று ஏதேதோ கூறி விஷயத்திலிருந்து நழுவிவிட்டார். விஜயபாரதி மட்டுமன்றி, பாரதி இலக்கியத்தில் ஈடுபாடுள்ள பலரும் பாரதி நூல்கள் 'திருத்தப்' பதிப்பாக வெளிவருவதில் அக்கறை அற்றவராகவே உள்ளனர்.

ரா.அ. பத்மநாபன், பெரியசாமித் தூரன், சிதம்பர ரகுநாதன் முதலிய சிலர் இத்துறையில் அவ்வப்போது, போகிற போக்கில், சிற்சில முயற்சிகளை மேற்கொண்டிருப்பினும்

பாடபேத ஆய்வு நோக்கிலே இவர்கள் தமது முயற்சிகளை மேற்கொண்டாரல்லர்.

'தெருவெல்லாம் தமிழ் முழக்கஞ் செய்தல் வேண்டும்' என்று விழைந்த பாரதியின் சொற்களுக்கு ஏற்ப, இக்காலத்திற் பாரதியின் கவிதை நூல்கள் பல்வேறு பதிப்புகளாக வெளிவந்துள்ளன; வெளிவருகின்றன. இத்தகைய நூற்பெருக்கம் மகிழ்ச்சிக்குரியதே யாயினும், இப்பதிப்புகளிற் பெரும்பாலானவை பாரதியாரின் மூல பாடத்திலிருந்து வெவ்வேறு வகையில் வேறுபட்டவை என்பது ஊன்றிக் கவனிக்கப்பட வேண்டியதாகும்.

பழந்தமிழ் நூல்களைப் பதிப்பிப்பதிலே கடந்த ஒன்றரை நூற்றாண்டுக் காலத்துக்கு மேலாக எமது ஆய்வாளர் சிலர் பெரு முயற்சிகள் செய்துள்ளனர். சி.வை. தாமோதரம் பிள்ளை, உ.வே. சாமிநாதையர், எஸ். வையாபுரிப் பிள்ளை, நீ. கந்தசாமிப் பிள்ளை ஆகியோர் பழந்தமிழ் நூல்கள் பலவற்றை மூலபாடத் திறனாய்வு செய்து பதிப்பித்திருக்கின்றனர். எனவே, மூலபாடத் திறனாய்வு எமது ஆராய்ச்சியாளர்கள் அறியாத ஒன்றன்று. ஆயினும், நவீன கவிஞனான பாரதியார் பாடல்களும் இத்தகைய நுண்ணிய பாடபேத ஆய்வுக்கு இடந்தருவன என்னும் உண்மையைப் பலர் சிந்தித்துப் பார்ப்பதில்லை.

பாரதியார் பாராட்டிய முப்பெரும் புலவர்களாம் வள்ளுவர், இளங்கோ, கம்பர் ஆகியோர் பற்றிய நூல்களுக்குச் சமமாகப் பாரதியார் பற்றிய இலக்கியத் திறனாய்வு நூல்கள் இன்னும் வெளிவரவில்லையாயினும், குறிப்பிடத்தக்களவு நூல்கள் இன்னும் வெளிவந்துள்ளன என்பதில் ஐயமில்லை. பல்வேறு கோணங்களிலிருந்தும், நோக்கு நிலைகளிலிருந்தும் பாரதியாரைப் பலர் கண்டு காட்டியிருக்கிறார்கள். இவர்களெல்லாம் பாரதியின் சொற்களையே ஆதாரமாய்க் கொண்டுள்ளனர். அச்சொற்கள் ஐயத்துக்கிடமானவை என்றால் முடிவுகள் என்னாகும்?

ஒரு சிறு உதாரணம். முப்பெரும் பாடல்களில் ஒன்று குயில் பற்றியது. இப்பாடலின் தலைப்பு குயில், குயில் பாட்டு, குயிலி, குயிலின் கதை, குயிற்பாட்டு என்றெல்லாம் வேறுபடப் பல்வேறு பதிப்புக்களிலும் குறிக்கப்பட்டிருத்தலைக் காணலாம். பாரதியார் குறித்த தலைப்பு யாது? 'குயிற்பாட்டு' என்ற தொடர் கவிஞரை 'இலக்கண சுத்தமான' எழுத்தாளராய்க் காட்டும்; 'குயில் பாட்டு' என்ற தொடர் கவிஞரை 'இலகு தமிழ்' எழுத்தாளராய்க் காட்டும். எது சரி? பெரும்பாலான மலிவுப் பதிப்பு நூல்களில் சந்தி பிரித்தே பாரதியார் கவிதைகள் அச்சிடப்பட்டுள்ளன. இதனாற் பாரதியாரது மூலபாடத்தைத் திடமாக அறியும் வாய்ப்புப் பலருக்குக் கிடைப்பதில்லை.

அண்மையில் மெர்க்குரி புத்தகக் கம்பெனியினர் பாட பேதங்களை மனங்கொண்டு ஓரளவுக்குச் சில ஒப்புமைப் பகுதிகளைத் தரும் பதிப்பொன்றை வெளியிட்டுள்ளனர். பாடபேத உணர்வு, அதாவது மூலபாடத் திறனாய்வு நோக்கு இப்பதிப்பிற் காணப்படுகிறதாயினும் 'சுத்தமான' ஆராய்ச்சிப் பதிப்பு ஒன்று எத்துணை அவசியம் என்பதையும் இப்பதிப்பு உணர்த்துவதாயுள்ளது.

இதுவரை வந்திருக்கும் பதிப்புக்களுள் சென்னை அரசாங்க வெளியீடாக (1953இல்) அமைந்ததே பாடபேத விவரங்களைக் குறிப்பிடுகிறது. எனினும் இப்பதிப்பில் எத்தனையோ மாற்றங்கள் செய்யப்பட்டுள்ளன. குறிப்பாக, அரசாங்கப் பதிப்பில், பாரதியார் கையாண்ட சமஸ்கிருதச் சொற்களில் எத்தனையோ அப்பதிப்பின் ஆலோசனைக் குழுவினரால் மாற்றம் செய்யப்பட்டுள்ளன. உதாரணமாக, "மாதாவின் துவஜம்" என்பது "தாயின்மணிக்கொடி" என மாற்றம் செய்யப்பட்டிருக்கிறது. (சில வருடங்களுக்கு முன் தென்னிந்திய சைவ சித்தாந்த நூற்பதிப்புக் கழகத்தினர் வேதநாயகம் பிள்ளையின் *பிரதாப முதலியார் சரித்திரம்* என்னும் பிரசித்தி பெற்ற நாவலைப் பதிப்பித்தபொழுது, அதிலுள்ள வடமொழிச் சொற்களையெல்லாம் களைந்து தனித்தமிழ்ச் சொற்களைப் பெய்து வெளியிட்டனர். ஆறுமுக நாவலர் காலத்து வேதநாயகம் பிள்ளை – தமது காலத்து வழக்கிற்கு இயைய வடமொழிச் சொற்களைக் கலந்து நூலியற்றிய வேதநாயகம் பிள்ளை – கழகப் பதிப்பிலே மறைமலையடிகளின் மாணவராகிறார்.) பாரதியாரின் மொழி நடையைத் துணிவதற்கு இன்று வழங்கும் பதிப்புக்கள் உதவமாட்டா என்பது மனங்கொள்ளத் தக்கது.

மொழிநடை, இலக்கண அமைதிகள் என்பன மட்டுமன்றி, பாடல்களின் ஒழுங்கும் மூலத்தை அநுசரித்து இன்று இருக்கிறதோ என்பது ஐயத்திற்குரியதே பற்பல பதிப்புக்களையும் வெளியிட்டவர்கள் புதிய புதிய பாடல்களைச் சேர்த்துப் பொருள் வகுப்புச் செய்துகொண்டனர். உதாரணமாக, கண்ணன், கண்ணம்மா என்னும் பெயர்கள் வரும் பாடல்கள் சிலவற்றைத் தனிப்பாடல்களாகப் பாரதியார் இயற்றியிருக்கிறார்; அவற்றையெல்லாம் *கண்ணன் பாட்டு* என்னும் தொகுதியிலே பிற்காலத்தவரான பதிப்பாசிரியர்கள் சேர்த்தமைத்துக் கொண்டனர். அதுபோலவே *ஸ்வ சரிதையும் பிற பாடல்களும்* என்ற பெயரில் (1937) வெளியான சிறு தொகுதியில் எத்தனையோ மாற்றங்கள் செய்து பிந்திய பதிப்பாசிரியர்கள் வெளியிட்டுவருகின்றனர். 'ஸ்வ சரிதை' என்று பாரதியார் வழங்கிய தொடர், 'சுய சரிதை' என்று சென்னை அரசாங்கப்

பதிப்பிலும் (அதைப் பின்பற்றிய சக்தி வெளியீட்டிலும்) 'தன் வரலாறு' என்று (உபதலைப்பாக) மெர்க்குரி புத்தகக் கம்பெனிப் பதிப்பிலும் மாற்றம் பெற்றுள்ளமையை நோக்குமிடத்து, இன்று நாம் படிக்கும் பாரதி பாடல்கள் எந்தளவிற்கு மூலபாடத்தை ஒத்தன என்பது நியாயமான வினாவாகும். இன்று 'சுயசரிதை'யிற் சேர்க்கப்பட்டிருக்கும் 'பாரதி அறுபத்தாறு' என்னும் பகுதி, முந்திய பதிப்புக்களில் 'வேதாந்தப் பாடல்கள்' என்னும் தலைப்பில் வெளிவந்ததாய்த் தெரிகிறது. இப்படிப் பற்பல மாற்றங்கள் நிகழ்ந்துள்ளன.

மொழி வரலாற்று மாணவன் ஒருவன், பாரதியார் கவிதைத் தொகுதியில், 'திருவேட்கை' என்னும் தொடரைக் காணும்போது எண்ணுவதற்கும், மூலபாடத்தில் 'லஷ்மி பிரார்த்தனை' என்பதைக் காணும்போது எண்ணக்கூடியதற்கும் எவ்வளவோ வித்தியாசம் இருக்குமல்லவா?

பாடல்களை அடி பிரித்து அச்சிடும் முறையிலும் பதிப்புக்குப் பதிப்பு வேறுபாடு காணப்படுகிறது. உதாரணமாகப் பாரதியாரின் அற்புத சிருஷ்டிகளில் ஒன்றான 'ஊழிக்கூத்து' என்னும் பாடல் அரசாங்கப் பதிப்பில் இசைப்பண்பு கண்களுக்குப் புலனாகும் வகையிற் சீர் பிரித்துப் போடப்பட்டுள்ளது. சக்தி வெளியீட்டிற் பாடலின் அமைப்பு அமுக்கப்பட்டுவிடுகிறது என்றே கூறத் தோன்றுகிறது.

இவை யாவற்றையும் எண்ணும்போது, பாரதி நூல்களுக்கு ஆராய்ச்சி பூர்வமான – மூலபாடத் திறனாய்வு நோக்கிலமைந்த – பதிப்பு ஒன்று எத்துணை அத்தியாவசியம் என்பது தெளிவாகும். *பாரதி தமிழ்* என்னும் பெயரிற் கவிஞரது உரைநடைப் பகுதிகள் சிலவற்றை எவ்வாறு அரும்பாடுபட்டு, அவை வெளிவந்த பத்திரிகைகளிலிருந்து தூரன் அவர்கள் தொகுத்துப் பதிப்பித்தார்களோ, அவ்வாறே அதைவிடப் பன்மடங்கு முயற்சியுடன் கவிதைகளைப் பதிப்பித்தல் இன்றியமையாதது. தனியொருவரின் முயற்சி இதற்குப் போதாது. ஆயினும் விரைவிற் செய்யப்பட வேண்டியதொன்றாகும்.

பாரதி ஆய்வு தொடர்ந்து முன்னேற வேண்டுமானால் மூலபாடத் திறனாய்வு இனி முக்கிய திருப்புமுனையாக அமைதல் வேண்டும். அதன் பின்னரே உண்மையான பாரதியை நாம் கண்டவர்களாவோம். காலம் போகப் போகப் பழைய பதிப்புக்கள் அருகிக்கொண்டே வருகின்றன. இந்நிலையில் தமிழ்நாட்டுப் பாரதி ஆர்வலர்கள் திட்டம் வகுத்துப் பாரதி நூல்களுக்கு ஆதாரபூர்வமான பதிப்பினை வெளிக்கொணரல் வேண்டும். இவ்வாய்வின் விளைவாகப் பாரதியின் படைப்புக்களைக் கால

ஒழுங்கில் வகுத்தமைக்கவும் வழிபிறக்கும். பாரதி கவிதைகள் இதுகாலவரை அவை இயற்றப்பெற்ற கால அடைவில் வெளியிடப்படாமையும் கவனிக்கத் தக்கதே. சிலைகள் எழுப்பும் 'சீசன்' இப்பொழுது தமிழ்நாட்டில் நிலவுகிறது. இதற்குள் பாரதி நூல்களுக்கு மூலபாடத் திறனாய்வு மேற்கொள்ளப்படுமா என்பதும் சந்தேகமே. ஆனால் அதிவிரைவிற் செய்யப்படல் வேண்டும் என்பதை மாத்திரம் நாம் வற்புறுத்தலாம்.

2

பாரதியார் பாடல்களிலே இக்காலத்திற் காணப்படும் பிரதிபேதங்களைப் பற்றி நான் எழுதியிருந்த குறிப்புக்களைப் படித்த சிலர், அப்பொருள் குறித்து மேலும் சில செய்திகள் கூறினால் உபயோகமாயிருக்கும் என்று கடிதங்கள் மூலம் தெரிவித்திருந்தனர். முக்கியமான இவ்விஷயம் சிலரது கவனத்தையேனும் ஈர்த்திருப்பது மகிழ்ச்சிக்குரியதொன்றாகும்.

முந்திய கட்டுரையிலே பாரதியார் கவிதைத் தொகுதிகளிற் காணப்படும் பிரதிபேதங்களின் தன்மையைப் பற்றிச் சில உதாரண விளக்கங்கள் கூறினேன். பொதுவிற் பாட பேதங்களை இருவகைப் படுத்தலாம். தற்செயற் பிழை, குறிக்கோட் பிழை ஆகிய இருவகைப் பாடபேதங்களும் பல்வேறு ஏதுக்களால் தோன்றுகின்றன. இவற்றைச் சுருக்கமாய்க் கூறுவதாயின், தற்செயற் பிழை பெரும்பாலும் காட்சி காரணமாகத் தோன்றும் மயக்கமாகும். எழுத்துப் பிழை முதலியன இப்பிரிவில் அடங்கும். முற்காலத்தில் ஏடெழுதுவோராலும், இக்காலத்திற் பிரதிசெய்வோராலும், அச்சுக் கோப்போராலும் இத்தகைய தவறுகள் ஏற்படுகின்றன. குறிக்கோட் பிழை என்பது சற்றுச் சிக்கலானது. மூல ஆசிரியர் இவ்வாறுதான் எழுதியிருப்பார் என்று பின் வந்தோர் கருதிச் செய்யும் மாற்றங்களே – பிரக்ஞை பூர்வமாகச் செய்யும் "திருத்தங்களே" – குறிக்கோட்பிழை என்னும் பிரிவில் அடங்குவனவாகும். குறிக்கோட்பிழை அடிப்படையில் மொழியியற் சார்புடையது; இலக்கண சம்பந்தமுடையது. எனினும் பண்பாடு, அழகியல், ரசனை முதலியவற்றின் அடிப்படையிலும் இத்தகைய பிழைகள் தோன்றுவதுண்டு.

உதாரணமாக, ரசிகமணி டி.கே.சி. பழந்தமிழ்ப் பாடல்கள் சிலவற்றையும் கம்பன் பாடல்களையும் தனது சொந்த ரசனையின் அடிப்படையிலும், 'கம்பனது கவித்துவம்' அகநிலைப்பட்ட அளவுகோலின் பேரிலும், மனம் போன போக்கில் மாற்றம்

செய்தபோது ஏற்பட்ட பிரதிபேதங்கள் குறிக்கோட் பிழைகள் ஆகும்.

மேற்கூறிய இருவகைப் பிழைகளும் பாடங்கள் படியெடுக்கப்படும் பொழுது (அல்லது மீண்டும் மீண்டும் பதிப்பிக்கப்படும் பொழுது) பல்வேறு வழிகளில் எழுகின்றன. இவை ஒருவிதத்தில் தவிர்க்க இயலாதவை என்றும் கூறலாம். ஆனால் இவ்விரண்டிலும் குறிக்கோட் பிழை இலகுவிற் கண்டறிய இயலாததாகும். தற்செயற் பிழைகளை வகைப்படுத்தி, அவற்றினிடையே சிற்சில அமைதிகளைக் கண்டுகொள்ளலாம். உதாரணமாக எழுத்துப் பிழைகள் பெரும்பாலும் வடிவொத்த எழுத்து மாற்றம், ஒலி ஒப்புடைய எழுத்து மாற்றம் என்பனவற்றால் தோன்றுகின்றன. இவற்றையெல்லாம் நுணுக்கமாக வகுத்து விவரித்தல் கூடும். ஆனால், பிரதிசெய்வோர் அல்லது பதிப்பிப்போர் தமது மனக்கோட்டம், முற்சாய்வு ஈடுபாடு, மொழிக் கொள்கை முதலிய மானசீகமான காரணங்களுக்காகச் செய்யும் மாற்றங்கள் எளிதில் வகைப்படுத்தக்கூடியன அல்ல. இவை எழுதுவோரது மனநிலை சம்பந்தப்பட்டவர்களின் 'ஆளுமை' நன்கறியப்படும் போதே, அவர்களது திருத்தங்களுக்கான ஏதுக்களும் அவற்றின் செயற்பாடும் ஓரளவு தெளிவாகும். மொழித் தூய்மை என்னும் நோக்கில் 'கிருஷ்ணன் மீது ஸ்துதி' என்னும் பாடல் தலைப்பை 'கண்ணனை வேண்டுதல்' என்று பதிப்பாசிரியர்கள் (சென்னை அரசாங்கப் பதிப்பு, 1953) மாற்றியுள்ளனர் என்பதை விளங்கிக் கொண்டாலன்றி அப்பிரதி பேதத்திற்குத் தக்க விளக்கம் காண்பது கடினம்.

இப்பொதுக் குறிப்புக்கள் சிலவற்றை மனங்கொண்டு பாரதி பாடல்களிற் காணப்படும் பிழைகளுக்குச் சில விளக்கங்கள் கூற விரும்புகிறேன். தற்செயற் பிழைகள் பற்றி இவ்விடத்தில் நான் அதிகம் எடுத்துரைக்க விரும்பவில்லை. அவை 'அச்சுப் பிழைகள்' என விவரிக்கத் தக்கவை. பார்த்த மாத்திரமே புலப்படக் கூடியன. உதாரணமாகப் 'பெண்மை வாழ்கென்று கூத்திடுவோமடா ..." என்று தொடங்கும் பாடலின் இரண்டாம் அடி, சக்தி வெளியீட்டிலே 'தன்மை இன்பம்நற் புண்ணியஞ் சேர்ந்தன' என உள்ளது. ஆனால் 'தன்மை' எனும் சொல் 'தண்மை' என்றேயிருத்தல் வேண்டும் என்பதைக் கண்டுகொள்ள அதிகநேரம் பிடிக்காது. இவை பிழைகளே. எனினும் இலகுவிற் கண்டறியக் கூடியவை.

பாரதியார் பாடல்களில் இன்று மலிந்துள்ளவை குறிக்கோட் பிழைகள் என்றே எனக்குத் தோன்றுகிறது. இவற்றுக்கான ஏதுக்கள் சிலவற்றைப் பார்க்கலாம்.

சென்ற கட்டுரையிலே நான் குறிப்பிட்டிருந்ததுபோல், பாரதியார் படைப்புகளில் வடமொழிச் சொற்கள் கலந்திருத்தல் கூடாது என்னும் குறிக்கோளுடைய சிலர் சென்னை அரசாங்கப் பதிப்பிற்கு உதவிய ஆலோசனைக் குழுவில் அங்கம் வகித்தனர். (இவர்களில் ரா.பி. சேதுப்பிள்ளையும், மு. வரதராசனாரும் குறிப்பிடத்தக்கவர்கள்.) இதன் விளைவாகக் கிரந்த எழுத்துக்களும், பல வடமொழிப் பதங்களும் கிரமமாக நீங்கப்பட்டன. உதாரணமாக, மேலே குறிப்பிட்ட 'பெண்மை' என்னும் பாடலில், 'தாயின் பேரும் ஸதி யென்ற நாமமும்' என்னும் அடி வருகிறது. ஆனால் அரசாங்கப் பதிப்பில் 'ஸ' எனும் கிரந்த எழுத்து நீக்கப்பட்டு 'ச' என்னும் எழுத்துப் புகுத்தப்பட்டுள்ளது. (பின்வந்த பிரசுரகர்த்தர்கள் பலர் இத்திருத்தத்தையே பின்பற்றியிருக்கின்றனர்.) ஸ, ஷ, ஹ போன்ற எழுத்துக்களை அப்பதிப்பில் இயன்றவரையில் நீக்கியுள்ளனர் என்பதே உண்மை. 'பிஜித்தீவிலே ஹிந்து ஸ்திரீகள்' என்னும் பாடல் தலைப்பை 'கரும்புத் தோட்ட'த்திலே என்று மாற்றிவிட்டனர். 'பாரத சமுதாயம்' என்னும் தலைப்புடைய பாடல் பிரசித்தி பெற்றதொன்று. அப்பாடலில் 'ஸமுதாயம்', 'ஸங்கம்', 'தான்யங்கள்' முதலிய சொற்களையெல்லாம் வெவ்வேறு வகையிற் பதிப்பாசிரியர் மாற்றியுள்ளனர். இவையெல்லாம் குறிக்கோட் பிழைகள்.

பாரதியார் கவிதைப் பதிப்புக்களிற் காணப்படும் பாடபேதங்களுக்கு மற்றுமொரு முக்கியக் காரணம் 'எளிமைப்படுத்தல்' எனும் முயற்சியாகும். பழங்காலத்திலிருந்தே இக்குறிக்கோள் இருந்து வந்துள்ளது என்பதை நாம் மனங்கொள்ள வேண்டும். ஆனால் பழைய ஏடுகளிலே அருஞ்சொற்களுக்குப் பதிலாக எளிமையான சொற்களை ஆங்காங்கே வைத்தமையே எளிமைப்படுத்தலாக அமைந்தது. மிக அருமையாகச் சொற்களைப் பிரித்து எழுதினர். பழங்காலத்தில் சந்திமாற்றங்கள் பாடபேதத்துக்கு ஏதுவாக இருந்ததாயினும், இச்சந்தி மாற்றங்கள் சொற்களை எளிமைப்படுத்த வேண்டும் என்னும் நோக்கில் எழுந்தனவல்ல.

ஆனால் நவீன பதிப்பாசிரியர்கள் சிலர், சொற்களைப் பிரித்து அச்சிடும் முறையைக் கைக்கொண்டுள்ளனர். பழந்தமிழ்ப் பனுவல்களைப் பதிப்பித்த சில பேரறிஞர்களே, இந்நோக்குடையரா யிருந்துள்ளனர். இது தொடர்பாக *நான்மணிக்கடிகைப்* பதிப்புரையில் எஸ். வையாபுரிப் பிள்ளை அவர்கள் கூறுவன விஷயத்தைத் தெளிவாக்குகின்றன.

இந்நூலினைப் பதிப்பிடுதலில் ஒருசில நியமங்களை கையாண்டுள்ளேன். இவற்றைக் குறித்துச் சில ஆண்டுகளாக நான் கருத்தூன்றி ஆலோசனை செய்ததுண்டு. புது நியமங்களுக்கு அவசியம் உண்டா என்ற ஐயப்பாடும் இடையிடையே தோன்றியது. ஆங்கிலத்தில் 'சாஸர்' இயற்றிய கவிகளைத் தற்காலத்துள்ளார் பொருளுணர்ந்து கொள்வதற்கு அருமையாயிருந்தல் பற்றி, சொல்லின் எழுத்தமைதியை (spelling) மாற்றி அச்சியற்றல் தகுமா? இதுபோன்றது தானே செய்யுளில் சொற்களைப் பிரித்து அச்சிடுதல்? இங்ஙனம் பிரிப்பதால் செய்யுளின் ஓசை கெட்டுவிடுமல்லவா? இவைபோன்ற கேள்விகளுக்கு விடையளிப்பது எளிதல்ல. ஆனால், பொருள் எளிதில் விளங்கும்படி அச்சியற்ற வேண்டும் என்ற நோக்கமும் கைக்கொள்ள வேண்டுவதாயுள்ளதே. இருவகை மனப்பாங்கிற்கும் ஒரு சமரசம் ஏற்பட வேண்டியது அவசியம். இந்நெறியில் நான் சிறிது முயற்சி செய்திருக்கிறேன். அனுபவம் பெருகப் பெருக இந்நியமங்கள் திருத்தியமையலாம். செய்யுள் பயிலுவோரின் தொகை அதிகரித்து வரும் இந்நாளில் இந்நியமங்கள் தக்கபடி ஆராயப்பட்டு அனைவருக்கும் உடன்பாடான சில நியமங்கள் ஏற்படக் கூடும். அக்காலம் விரைவில் வரின் நலமாகும்.

நியமங்களுக்கிடையே சமரசம் காண விழைந்த வையாபுரிப் பிள்ளை அவர்கள் சிலவகையான சொற்றொடர்களைப் பிரிக்காமலும், சிலவற்றைப் பிரித்தும் (இவற்றையெல்லாம் விவரமாகக் குறித்தும்), செய்யுள்களில் அரைப்புள்ளி, நிறுத்தப்புள்ளி, 'கோலன்' முதலிய குறியீடுகளை அமைத்தும் நூலைப் பதிப்பித்தார். இந்நெறி பெருமளவிற் பின்னர் வந்த எஸ். ராஜம் (மர்ரே அண்டு கம்பெனி, சென்னை) பதிப்புக்களிலும் மேற்கொள்ளப்பட்டுள்ளது.

ஆனால், பாரதியார் கவிதைகளைப் பொறுத்தவரையில் முற்கூறிய நியமங்கள் எதுவும் முறையாக விவரிக்கப்படாமல் பல்வேறு பதிப்புக்களிலும் பல்வேறு வகையில் 'எளிமைப் படுத்தல்' நடைபெற்றுள்ளது. அருணா, சக்தி முதலிய 'மலிவுப் பதிப்பு' வெளியீட்டாளர்கள் பொருள் எளிதில் விளங்கும்படி சொற்களைப் பிரித்துத் தம்மிச்சைப்படி பதிப்பித்துள்ளனர். வெளிவரும் பதிப்புக்கள் யாவும் "சுத்தப் பதிப்பு" என்று கூறத்தக்க

நிலையில் இருக்கும் என்று நாம் கூறவியலாது. ஆனால் இன்றிருக்கும் நிலையில் ஆராய்ச்சி பூர்வமான சுத்தப் பதிப்பு ஒன்றுதானும் இல்லாமை பெருங்குறையாகும். எளிமைப்படுத்தலுக்கு ஓர் உதாரணம் காட்டலாம். முன்னர்க் குறிப்பிட்ட 'பெண்மை' எனும் பாடலையே எடுத்துக் கொள்வோம். முற்பட்ட பதிப்புக்களிலே,

பெண்ண றத்தினை யாணமக்கள் வீரந்தான்
பேணு மாயிற் பிறகொரு தாழ்வில்லை
கண்ணைக் காக்கு மிரண்டிமை போலவே
காத லின்பத்தைக் காத்திடு வோமடா

என்று பாடம் அமைந்துள்ளது. பிந்திய சில மலிவுப் பதிப்புக்களிலே,

பெண் ணறத்தினை ஆணமக்கள் வீரம்தான்
பேணு மாயின் பிறகொரு தாழ்வில்லை;
கண்ணைக் காக்கும் இரண்டிமை போலவே
காத லின்பத்தைக் காத்திடு வோமடா!

என உள்ளது.

மேலெழுந்தவாரியாகப் பார்ப்போருக்கு இவ்விரு பாடங்களுக்குமிடையே அதிகம் வேறுபாடு தெரியாமலிருக்கக் கூடுமாயினும், கவனமாகப் பார்ப்போருக்குப் பிரதி பேதங்கள் தெளிவாகும். சமீப காலத்திற் பழந்தமிழ் நூல்கள் பல இவ்வாறு 'எளிமைப்படுத்தப்பட்ட பதிப்பாக வெளிவந்துள்ளன என்பது உண்மையே; அது விரும்பத்தக்க ஒரு போக்குமாகும். ஆனால் மூலபாடத்தைத் தெரிந்து கொள்ளவும், உறுதியாக அறிந்து கொள்ளவும் பயன்படக் கூடிய ஒரு பதிப்பு இருத்தல் இன்றியமையாதது.

சில வருடங்களுக்கு முன் அண்ணாமலைப் பல்கலைக்கழகத்துத் தமிழ்நூல் வரிசையில் வெளியிடப் பெற்ற *திருவாசகப்* பதிப்பில் இருவகையான பாடங்களையும் அச்சியற்றியுள்ளனர். தஞ்சாவூர் பள்ளியகரம் நீ. கந்தசாமிப் பிள்ளை அவர்கள் பதிப்பித்த இவ்வெளியீட்டிலே, "சிறந்த பாடங்களோடு திருந்திய மூலம் சந்தி பிரியாமலும் சீர் முதலிய யாப்பமைதி குன்றாதவாறும் பெரிய எழுத்தில் அமைக்கப்பட்டுள்ளது. அதன் எதிர்ப் பக்கத்தில் அதற்கு நேராக மூலச் செய்யுளே அனைவர்க்கும் பொருள் விளங்கத்தக்க நிலையிற் சந்திபிரித்தும் பொருள் இயைபிற்கேற்பச் சீர்வரையறை நோக்காது சொற்களைக் கூட்டியும், தொடர் மொழிக் குறியீடுகளை ஆங்காங்கு இட்டும் அமைக்கப்பட்டுள்ளது." இரு பகுதிகளாக வெளியிடப்பட்டுள்ள இத்திருவாசகப் பதிப்புப் பல வழிகளிற் சிறப்புடையது. சாதாரணமாகப் பாராயணஞ் செய்வோர் இப்பதிப்பைப் பயன்படுத்தாவிடினும், திருவாசகத்தின் மூலபாடத்தை ஓரளவு

திருப்தியுடன் தெரிந்து கொள்வதற்கு உகந்த 'சுத்தப் பதிப்பு' இது என்பதில் எவ்வித ஐயமுமில்லை.

இத்தகைய ஒரு பதிப்பு, பாரதி பாடல்களுக்கு அத்தியாவசியம். இவ்விடத்தில் இன்னுமொன்று கூறுவது பொருத்தமாய் இருக்கும். பெரும்பாலும் இசையுடன் பாடிச் சுவைப்பதற்காகப் பாடப்பட்டனவே பாரதியார் பாடல்கள். கர்நாடக இசையாக அமையாவிடினும் இசைப்பண்பு நிறைந்த பாடல்களைப் பாரதியார் இயற்றினார் என்பதை மறுப்பதற்கில்லை. ஆகையால், இப்பாடல்களின் 'இசையமைப்புப் பழுதுபடாவண்ணம்' பதிப்பிக்க வேண்டுவதும் பதிப்பாசிரியருடைய முதற் கடமையாகின்றது.

பாரதியார் பாடல்களிலே பாடபேதத்திற்கு மூன்றாவது காரணம் கவிஞரே தனது பாடத்தில் அவ்வப்போது திருத்தங்களும் மாற்றங்களும் செய்து கொண்டமையாகும். முதலில் ஏதாவதொரு சஞ்சிகையில் அல்லது பத்திரிகையில் வெளிவந்த பாடல் பின்னர் நூலிற் பிரசுரிக்கப்படும் பொழுது மூல ஆசிரியராலேயே திருத்தப்படுவதுண்டு. இப்பொழுது பாரதியார் பாடற்தொகுதிகளில் 'பாப்பாப் பாட்டு, என்ற தலைப்பில் இடம் பெற்றிருக்கும் பாடல் முதன்முதலில் (மார்ச் 1917) மதுரையிலிருந்து வெளியாகிக் கொண்டிருந்த *ஞானபாநு* என்னும் ஏட்டில் வெளிவந்தது. சமநிலைச் சிந்தாக அமைந்த அப்பாடலின் மூன்று கண்ணிகள் பிற்பட்ட பதிப்புக்களிற் பெரிதும் வேறுபடுகின்றன. *ஞானபாநு*வில் வெளிவந்தபின் இப்பாடலும் 'புதிய ஆத்திசூடி', 'முரசு' ஆகிய மூன்றும் ஒன்றாகச் சேர்த்துப் பதிப்பிக்கப்பட்டுத் தனி நூலாக வெளிவந்தது. இம்மூன்றையும் முதலில் நூலாக வெளியிட்டவர் பரலி சு. நெல்லையப்பர். பின்னர் இம்மூன்று பாடல்களுடன் 'பாரதி அறுபத்தாறு' என்னும் பாடலையும் சேர்த்து, பாரதி பிரசுராலயத்தார் வெளியிட்டனர். பின்னர் அரசாங்கப் பதிப்பில் இவை 'பல்வகைப் பாடல்கள்' என்னும் பிரிவில் இடம்பெற்றன. பரலி சு. நெல்லையப்பரே அக்காலத்தில் சுப்பிரமணிய சிவா நடத்திக்கொண்டிருந்த *ஞானபாநு* பத்திரிகையில் இப்பாடலை வெளியிட்டார் எனத் தெரிகிறது. இந்தப் பின்னணியில் இன்று நாம் காணும் 'பாப்பாப் பாட்டு' மாற்றம் பெற்றிருப்பதற்குத் தக்க காரணத்தைத் துணிய இயலவில்லை. *ஞானபாநு*வில் ஒரு பகுதி பின்வருமாறு காணப்படுகிறது:

> சொல்லி லினிதுதமிழ்ச் சொல்லே – அதைத்
> தொழுது படித்திடடி பாப்பா
> செல்வம் நிறைந்த ஹிந்துஸ்தானம் – அதைத்
> தெய்வமென்று கொண்டாடு பாப்பா.

பிற்பட்ட பாரதி நூல்களிலே,

சொல்லில் உயர்வுதமிழ்ச் சொல்லே – அதைத்
   தொழுது படித்திடடி பாப்பா
செல்வம் நிறைந்த ஹிந்துஸ்தானம் – அதைத்
   தினமும் புகழ்ந்திடடி பாப்பா.

இத்தகைய பிரதிபேதங்கள் சுவையானவை; சர்ச்சைக்குரியவை.

இதே பாப்பாப் பாட்டில் மேலும் இரு பிரதிபேதங்கள் காணப்படுகின்றன.

தமிழ்த்திரு நாடுதன்னைப் பெற – எங்கள்
   தாயென்று கும்பிடடி பாப்பா
அமிழ்தில் இனியதடி பாப்பா – நம்
   ஆன்றோர்கள் தேசமடி பாப்பா

என்று இன்றைய பதிப்புக்களிற் காணப்படும் கண்ணியின் மூலத்திலே தனிச்சொல்லும் ஈற்றடியும்

– எங்கள் ஆரிய தேசமடி பாப்பா

என்றுள்ளன.

சாதிகள் இல்லையடி பாப்பா– குலத்
   தாழ்ச்சி உயர்ச்சி சொல்லல் பாவம்
நீதி உயர்ந்தமதி கல்வி – அன்பு
   நிறைய உடையவர்கள் மேலோர்

என்னும் பகுதியும், மூல வடிவத்திலே

சாதிப் பெருமையில்லைப் பாப்பா – அதில்
   தாழ்ச்சி உயர்ச்சி சொல்லல் பாவம்
நீதி தெளிந்தமதி அன்பு – இவை
   நிறைய உடையவர்கள் மேலோர்

என அமைந்துள்ளது. பாரதியாரது கவிதைத் திறனாய்வுக்கு இத்தகைய பிரதி பேதங்கள் முக்கியமானவை என்பதில் ஐயமில்லை.

3

பாரதியார் கவிதைகளிலே பாட பேதங்கள் ஏற்படுவதற்கான காரணங்களில் ஒன்று அவர் வாழ்நாளிலும் அவர் மறைந்த பின்னும் அவரது நூல்கள் சில வெளியிடப்பட்ட விதமாகும். அவர் இறந்த பின்னரே அவரது கவிதைகள் பெரு நூல்களாகத் தொகுக்கப்

பெற்றன. இதனால் கவிஞரே அவற்றைச் சீராக வெளியிடும் வாய்ப்பிருக்கவில்லை. இது முக்கியமான காரணமாகும். அவர் வாழ்நாளில் வெளிவந்த சில நூல்களையும் நேரடியாக அவரே மேற்பார்வை செய்யும் வாய்ப்பும் குறைவாகவே இருந்தது. உதாரணமாகப் பாரதியார் இயற்றிய பாடல்களை, முதல் முதலில் நூல் வடிவில் வெளிப்படுத்தியவர் வி. கிருஷ்ணசாமி ஐயர். 1907இல் ஸ்வதேச கீதங்கள் என்னும் பெயரிற் பாரதியாரின் பாடல்கள் மூன்றை அவர் இலவச வெளியீடாகப் பிரசுரஞ் செய்தார். இதில் அடங்கிய "வந்தே மாதர மென்போம்" என்ற கீதத்தின் இறுதிப் பா இப்பொழுது புழக்கத்திலிருக்கும் பதிப்புகளிற் காணப்படவில்லை. முதற்பதிப்பிலே பாடலின் ஆறாவது சரணமாக,

தேவிநம் பாரத பூமி – எங்கள்
   தீமைகள் யாவையும் தீர்த்தருள் செய்வாள்
ஆவியுடல் பொருள் மூன்றும் – அந்த
   அன்னைபொற் றாளினுக் கர்ப்பித மாக்கி   (வந்தே)

என்பது இடம் பெற்றிருந்தது. ஆனால் 1919இல் நெல்லையப்பர் வெளியிட்ட 'நாட்டுப் பாட்டு' என்ற தொகுதியில் இந்தச் சரணத்தைக் காணவில்லை. பின் வந்த பதிப்புக்களில் முதற்பதிப்பில் இல்லாத "புல்லடிமைத் தொழில் பேணி" என்று தொடங்கும் பா இடம் பெற்றுள்ளது. *சித்திர பாரதி* என்னும் நூலிலே ரா.அ. பத்மநாபன் கூறுவதுபோல், "பாரதியாரே பாடல்களைக் கூட்டிக் குறைத்துத் திருத்தினாரோ என்பது ஆராய்ச்சிக்குரிய விஷயம்."

கவிஞர்கள் தாம் இயற்றிய பாடல்களைத் திருத்தியோ மாற்றியோ அமைப்பது சாதாரணமாய்க் காணக் கூடியதொன்றே. பாரதியாரும் பல பாடல்களைக் கூட்டியும் குறைத்தும் சிற்சில மாற்றங்கள் செய்திருக்கிறார் என்பதும் தெளிவு. ஆனால், இம்மாற்றங்கள் பற்றிய குறிப்புக்கள் முந்தைய பதிப்புக்களில் ஒழுங்காகக் கொடுக்கப்படாமையே மயக்கத்தை உண்டாக்குகிறது. குறிப்பாகத் தேசப் பக்தியைப் பொருளாகக் கொண்ட பாடல்களிலே பதிப்புக்குப் பதிப்பு வேறுபாடுகள் காணப்படுகின்றன. இது அக்காலச் சூழ்நிலை காரணமாக ஏற்பட்டிருக்கலாமோ என்னும் எண்ணமும் தோன்றுகிறது.

உதாரணமாக, 1907இல் கிருஷ்ணசாமி ஐயர் வெளியிட்ட சிறு நூலை அதற்கடுத்த ஆண்டில் பாரதியார் சற்றுப் பெரிய அளவில் வெளியிட்டார். இப்பதிப்பில் பதினான்கு பாடல்கள் இருந்தன. இதன் இரண்டாம் பாகம் 1909இல் *ஜன்மபூமி* என்ற பெயரில் வெளியாயிற்று. இதன் பின் சுமார் பத்து வருடங்களாகப்

பாரதியார் கவிதைகள் – குறிப்பாகத் தேசபக்திப் பாடல்கள் – தனி நூலாக வெளிவரவில்லை.

சிலகாலம் புதுவையிலே பாரதி குழாத்திலே ஒருவராக இருந்து, கவிஞரால் வாஞ்சையுடன் "தம்பி" என்று அழைக்கப்பட்டவரான நெல்லையப்பர் சென்னை திரும்பிய பின், உலகமறியாது உறங்கிக் கிடக்கும் கவிஞரது நூல்களை வெளிக்கொணரப் பெருமுயற்சிகள் செய்தார். அரசியல் சம்பந்தமான 'ஸ்வதேச கீதங்கள்' என்னும் நூலை அப்படியே வெளியிடத் தயங்கிய நெல்லையப்பர், 'தேசிய கீதங்கள்' போன்ற தலைப்புக்களைத் தவிர்த்து, 'நாட்டுப் பாட்டு' என்று பெயரிட்டுச் சில பாடல்களை 1917இல் வெளியிட்டார். அரசாங்கத்தின் அனுமதியுடன் வெளியிடப்பட்ட இந்நூலில் இடம் பெறாத (தீவிரமிக்க) பாடல்கள் சிலவற்றைத் தனியாக அச்சடித்து, நூலை வினியோகிக்கும்பொழுது ரகசியமாகச் சேர்த்து அனுப்பி வந்தாராம். நெல்லையப்பரே 1918இல் *கண்ணன் பாட்டு* என்னும் நூலையும் வெளியிட்டார். இவை பாரதியின் மேற்பார்வையின்றிச் சிரமமிகுந்த சூழ்நிலைகளில் நண்பர்களால் வெளியிடப் பெற்றவை. இக்காரணத்தினாலும் பாடல்களில் பாடபேதங்கள் எழுந்திருக்கலாம் எனக் கருதுதல் தவறாகாது. பாடல்கள் கூடிக் குறைவதற்கும் இது ஒரு காரணமாய் இருந்திருக்கலாம்.

உதாரணமாக, 1929இல் பாரதி பிரசுராலயம் வெளியிட்ட *பாரதி நூல்கள் — கவிதை* என்னும் தொகுதியில் உள்ள 'ஜய பாரத' என்னும் பாடல், நெல்லையப்பர் வெளியிட்ட 'நாட்டுப் பாட்டு' என்னும் நூலில் வேறுபட்டுக் காணப்படுகிறது. "சிறந்து நின்ற சிந்தையோடு" என்று தொடங்கும் அக்கவிதையின் பிந்திய பதிப்புகளிலே, "தேவருண்ணும் நன்மருந்து" எனத் தொடங்கும் பாடற் பகுதி காணப்படுகிறது. நெல்லையப்பர் பதிப்பில் இப்பகுதி எவ்வாறு விடப்பட்டது என்பதை அறியுமாறில்லை. இத்தகைய வினாக்களுக்கு மூலபாடத் திறனாய்வின் மூலமாகவே விடைகளைக்காண முடியும். ஆனால் பாரதியாரே செய்த சில மாற்றங்களுக்கும் உதாரணம் காட்டலாம். "வந்தே மாதரம் – ஜெய வந்தே மாதரம்" என்று தொடங்கும் பாடல், முதலில் *இந்தியா* என்ற பத்திரிகையில் வெளிவந்தபொழுது, ஆறு சரணங்கள் இருந்தன. ஆனால் 1908இல் கவிஞரே வெளியிட்ட 'ஸ்வதேச கீதங்கள்' தொகுதியில் இப்பொழுது உள்ளது போல் நான்கு சரணங்களே இடம்பெற்றன. சென்னை அரசாங்கப் பதிப்பிலே கூறப்பட்டிருப்பதுபோல, "இரண்டு சரணங்களை அவரே விட்டதற்குக் காரணம் விளங்கவில்லை." ஆயினும் முறையாக இதனை ஆராய்ந்தால் காரணம் புலப்படாமற் போகாது. அதுதான் மூலபாடத் திறனாய்வின் பயன்.

கவிஞர்கள் தமது பாடல்களைக் காலத்துக்குக் காலம் திருத்தியமைப்பது தனியாக ஆராயப்படக்கூடிய பொருளாகும். அதே வேளையில் மூலபாடத் திறனாய்வும் அதற்குத் துணை புரியும். மேனாட்டுக் கவிஞரான வால்ட் விட்மன் (1819–1882) இங்கு நோக்கத்தக்கவர். அவர் வாழ்நாளிலேயே *புல்லின் இதழ்கள்* *(Leaves of Grass)* என்ற அவரது பிரசித்தி பெற்ற நெடும் பாடல் ஒன்பது முறை பதிப்பிக்கப் பெற்றது. ஒவ்வொரு பதிப்பிலும் கவிஞர் பற்பல மாற்றங்களைச் செய்தார்; சில பாடல்களை நீக்குவார்; சிலவற்றை விரித்து எழுதுவார்; சிலவற்றைச் சிறு பகுதிகளாகப் பிரித்து அமைப்பார். சிலவற்றுக்குப் புதிய தலைப்புகள் அளிப்பார். இதனால் ஒவ்வொரு பதிப்பும் தனித்தன்மை கொண்டதாய் இருக்கும். அவர் இறப்பதற்கு முன் இறுதியாக 1892இல் தயாரித்த பிரதியே இக்காலத்தில் 'உத்தியோக பூர்வமான' பதிப்பாகக் கொள்ளப்படுகிறது. எனினும் 1902இல் ஓ.எல். திறிக்ஸ் என்பார் பாடபேதங்கள்அனைத்தையும் கொடுக்கும் *"Variorum Reading of Leaves of Grass"* பதிப்பை வெளியிட்டார். விட்மன் கவிதைகளின் 'சுத்தப் பதிப்பு' பின்னர் பல ஆராய்ச்சி யாளரின் கூட்டுமுயற்சியால் வெளிவந்துள்ளதெனினும், முற்கூறிய 'பாடபேதவளப் பதிப்பு' ஆராய்ச்சியாளருக்கு இன்றுவரை பெரிதும் பயன்படுவதாயிருக்கிறது. இந்நூல் வெளிவந்ததன் பின்னரே விட்மன் கவிதைகள் வளர்ந்த வரலாறு நுட்பமாக ஆராயப்படலாயிற்று. இதுபோன்று பாரதியார் கவிதைகளிற் (பதிப்புக்களிலே, காணப்படும் பாடபேதங்கள் அனைத்தையும் (இடைச்செருகல் உட்பட) அடக்கிய மூலப்பதிப்பு ஒன்று இன்றைய நிலையில் இன்றியமையாததாகும். இதன் பின்னரே வேறு துணைச் சான்றுகளின் உதவியுடன் ஆராய்ச்சி பூர்வமான 'சுத்தப் பதிப்பு' ஒன்றை ஒருவர் தயாரித்தல் சாத்தியமாகும்.

பாரதியார் கவிதைகள் பதிப்பிக்கப்பெற்ற வரலாற்றை நோககுமபொழுது இன்னும் ஒரு செய்தியும் நினைந்து கொளத்தக்கது. தமிழ் நாட்டிலே மட்டுமின்றி, வேறிடங்களிலும் சில தொகுதிகள் வெளியிடப் பெற்று இருக்கின்றன. உதாரணமாக, 1914இல் தென்ஆப்பிரிக்காவிலே *தேசிய கீதங்களும் பிற பாடல்களும், மாதா மணி வாசகம்* ஆகிய இரு நூல்கள் வெளிவந்தன. 1908இல் பாரதியார் வெளியிட்ட *ஸ்வதேச கீதங்கள்,* பின்னர் வெளியிட்ட *ஜன்ம பூமி* என்ற இரு தொகுதிகளையும் ஆதாரமாய்க் கொண்டு 'தேசிய கீதங்களும் பிற பாடல்களும்' என்னும் நூலும், 1910இல் புதுவையிலே பாரதியார் வெளியிட்ட 'மாதா வாசகம்' என்னும் தொகுப்பை ஆதாரமாய்க் கொண்டு *மாதா மணிவாசகம்* என்னும் நூலும் வெளியிடப்பட்டிருத்தல்

வேண்டும். கடல் கடந்த நாடுகளில் வெளியிடப்பெற்ற இத்தகைய நூல்களும் பாடபேத ஆய்வாளருக்கு அவசியமானவை.

பாரதியின் பாடல்களின் மூலப்படிவத்தைப் பற்றி ஆராய்கையில், இன்னொரு செய்தியும் நமது கவனத்திற்குரியது. அண்மையில் பாரதியார் கவிதைத் தொகுதிகளை வெளியிடுவோர் பலராவர். பாரதி நூல்களை வெளியிடுவதில் இப் பதிப்பாளர்களிடையே போட்டி எழுந்துள்ளது என்றும் கருதலாம். தத்தம் பதிப்புக்குத் தனிச்சிறப்புத் தேடுவதில் முனைந்து நிற்கும் சில வெளியீட்டாளர்கள், "இதுவரை வெளிவந்துள்ள மற்றவர் வெளியீட்டில் வெளிவராத (பல) புதிய கவிதைகள் இந்த எமது வெளியீட்டில் இடம்பெறுகின்றன என்பதை மகிழ்ச்சியோடு தெரிவித்துக் கொள்கின்றனர் (அருணா பதிப்பகம், பதிப்புரை, 1968). "எமது பற்பசையே ஏனையவற்றிலும் வெண்மையாக உங்கள் பற்களைத் துலக்கிப் பாதுகாப்பும் அளிக்கிறது" என்று பாவனைப் பொருள் உற்பத்தியாளர், சந்தையில் அறிவிப்பதுபோல இருக்கிறது இக்கூற்று.

அருணா பதிப்பகத்தினர் இருபத்தெட்டுப் புதிய பாடல்களைக் கண்டுபிடித்துப் பிரசுரித்திருப்பதாக உரிமை பாராட்டுகின்றனர். முயற்சி வரவேற்கத்தக்கதே. காலந்தோறும் 'புதிய' பாடல்கள் வெளிச்சமாதல் இயல்பே. மூலைமுடக்குகளில் சிறுசஞ்சிகையில் முடங்கிக் கிடக்கும் பாரதி பாடல்கள் தொகுதிகளில் இடம் பெறுதல் அத்தியாவசியமே. ஆனால் அதற்கும் நெறிமுறைகள் உண்டு. நேர்மையான ஆர்வத்துடன் விஷமத்தனமும் வேடிக்கை பார்க்கும் பண்பும் கலந்து வருவதுண்டு. பழந்தமிழ் இலக்கியங்களைப் பதிப்பிக்கும் முன்னோடி முயற்சிகள் மேற்கொள்ளப்பட்ட வேளையில் சி.வை. தாமோதரம் பிள்ளை, உ.வே. சாமிநாத ஐயர் முதலியோருக்கே பழந்தமிழ் நூல்கள் சிலவற்றின் பெயர்கள் சரிவரத் தெரியாத சூழ்நிலையிலே சில 'பழந்தமிழ்' நூற்பிரதிகளைப் பற்றிப் பேசலாயினர். உதாரணமாக, த.மு. சொர்ணம் பிள்ளை என்பவர் *இன்னிலை, ஊசிமுறி* முதலிய நூல்களைத் தாமே இயற்றிப் பழந்தமிழ் நூல்கள் எனப் பறைசாற்றினார். பிற்பட்ட ஆராய்ச்சிகளினால் இப்பொய்மை ஐயத்திற்கு இடமின்றி அம்பலப்படுத்தப்பட்ட தெனினும், இலக்கிய உலகிலே சிலகாலம் குழப்பத்தையும் மயக்கத்தையும் உண்டாக்கியது என்பதில் ஐயமில்லை. இதுபோன்ற நிகழ்வுகளிலிருந்தும் பாரதி நூல்கள் பாதுகாக்கப்படல் வேண்டும். வெளியிடப்பெற்ற சஞ்சிகைகளிலிருந்து விடுபட்ட கவிதைகளைச் சேர்த்துக்கொள்வது நியாயமானதே. ஆனால் தனிப்பட்டவர்கள் (எவ்வளவுதான் மதிப்புக்குரியவராயினும்) வைத்திருந்ததாகக் கூறப்படும் கையெழுத்துப் பிரதிகளை மிகவும் கவனமாகக்

கையாள வேண்டும். அது மட்டுமன்று; இது விஷயத்தில் மூலங்களை விவரிக்கும் மனப்பாங்கும் விரும்பத்தக்கதாகும்.

ஒரு உதாரணம் காட்டலாம். "இந்த எமது வெளியீட்டில் மட்டுமே சேர்க்கப்பட்டுள்ளன" என்று அருணா பதிப்பகத்தார் பெருமையுடன் அச்சிட்டுள்ள பாரதியார் பாடல்கள் சில *பாரதி புதையல்* என்னும் நூலிலே பாரதி அன்பர் பத்மநாபனால் ஏலவே தொகுக்கப் பெற்றவை. அவற்றிற் சிலவற்றைத் தக்க விளக்கக் குறிப்புகள் இன்றி அருணா பதிப்பகத்தார் 'மொட்டையாக'ப் பிரசுரித்திருப்பது கவலைக்குரியதாகும். காட்டாக "இந்தத் தெய்வம் நமக்கநுகூலம்" என்று தொடங்கும் பாடல், அருணா பதிப்பில் தலைப்பும் இல்லாமல், "அமரர் பாரதியார் அவரது மூத்த புதல்வி தங்கம்மாள் அவர்கள் ருதுவான நாள் அன்று பாடியது" என்ற-குறிப்புடன் மாத்திரம் வெளியிடப்பட்டுள்ளது.

ஆனால், ரா.அ. பத்மநாபன் தனது தொகுப்பிலே பயன்தரும் தகவல்களைத் தந்துள்ளார். மூலபாடத் திறனாய்வுக்கு முக்கியமான தகவல்கள் தொகுப்பாசிரியரது குறிப்பிற் காணப்படுவதால் அதை இங்கே தருகிறேன்.

> புதுவையில் *இந்தியா* பத்திரிகையை நடத்திவரும் பாரதி, வ.வே.சு. ஐயர், அரவிந்தர் முதலிய 'சுதேசித் தலைவர்'களுக்குப் பெருந்துணையாக இருந்தவருமான ஸ்ரீநிவாசாச்சாரியாரின் புதல்வி யதுகிரி அம்மாள் எழுதிவைத்திருந்த கையெழுத்துப் பிரதியிலிருந்து கிடைத்த பாடல் இது. இப்பாடலின் பிரதியைத் தாம் பாரதியாரிடமிருந்து பெற்றதாகவும், பாரதியாரின் மூத்த புதல்வி தங்கம்மாள் ருதுவான தினம் இது பாடப் பெற்றதாகவும் யதுகிரி அம்மாள் தமது *பாரதி நினைவுகள்* நூலில் குறிப்பிடுகிறார். அந்நூலில் வெளிவந்துள்ள இப்பாடல் பாரதி பாடல் தொகுதிகளிற் சேரவில்லை.

பத்மநாபன் குறிப்பிடும் *பாரதி நினைவுகள்* என்னும் நூல் 1954இல் வெளிவந்தது. *பாரதி புதையல்* 1958இல் வெளிவந்தது. இவையிரண்டிலும் இப்பாடல் போதிய குறிப்புரைகளுடன் வெளிவந்திருக்கவும், அருணா பதிப்பு விவரங்கள் கொடுக்காதது பெருங்குறையென்றே கருத வேண்டும்.

மூலபாடத் திறனாய்வாளன் ஒருவனுக்கு இவ்விடத்திற் பல சிக்கல்கள் தோன்றும். முதலாவது, இப்பாடல் அச்சில் பாரதி காலத்தில் வெளிவராதது, கையெழுத்துப் பிரதியாக யதுகிரி அம்மாளிடம் இருந்திருக்கிறது. அவரிடம் இருந்த நூலில்

அச்சிடப் பெற்றது. பாரதியார் கையெழுத்தில் இருந்ததா, அல்லது அம்மாள் அவர்கள் செய்துகொண்ட பிரதியா? ஏனெனில் யதுகிரி அம்மாள் "புதுவையில் பாரதியார் இருந்த சமயம் சிறுமியாக இருந்தவர்." பாரதியாரைப் பற்றிய சிறுவயது மனப் பதிவுகளையே பின்னோக்கி 1938–39இல் எழுதி நூலாக்கினார். ஆகையால் இப்பாடலை அணுகுவதிலும் அங்கீகரிப்பதிலும் சாவதானம் அவசியம். இதுபோலவே சக்தி வெளியீட்டில் "புதிதாகச் சேர்க்கப் பெற்றபாடல்கள்" என்ற பிற்சேர்க்கையில் "இளசை ஒருபா ஒருபஃது" என்னும் பாடல் காணப்படுகிறது. "இந்தப் பாடல் இதுவரை அச்சேறாதது. இதனைப் பாதுகாத்து வைத்திருந்த அன்பர் பாரதியாரின் பள்ளித் தோழரான காந்திமதிநாத பிள்ளை அவர்களின் புதல்வர் 'இசைமணி' கா. சங்கரனார்" என்ற குறிப்பு மட்டும் உள்ளது. இவையெல்லாம் மூலபாடத் திறனாய்வாளனது கூர்ந்த ஆராய்ச்சிக்கு உரியவை.

பாரதியார் படைப்புக்களையும் கடிதங்களையும் பாரதியாருடன் தொடர்புடைய பலவகைப்பட்ட விஷயங்களையும் சேகரிப்பதில் பல்லாண்டுகள் உழைத்து வந்துள்ள ரா.அ. பத்மநாபன் அவர்கள் 1957இல் *சித்திர பாரதி* என்னும் நூலை வெளியிட்டார். அந்நூலுக்கு முன்னுரையாக அமைந்திருக்கும் 'நூல் தோன்றிய கதை'யில் ஆசிரியர் பின்வருமாறு கூறுகிறார்:

> இன்றும்கூட பல அபூர்வமான பாரதிச் சுவடுகள் எதிர்பாராதபடியெல்லாம் கிடைத்துக் கொண்டேயிருக்கின்றன என்பதும் குறிப்பிடத்தக்க விஷயமாகும். உதாரணமாக இந்நூலின் விஷயப் பக்கங்கள் அச்சாகி வந்த சமயம், பாரதி 1907இல் வெளியிட்ட 'எங்கள் காங்கிரஸ் யாத்திரை', 'புதிய கட்சியின் கொள்கைகள்' என்ற இரு கிடைத்தற்கரிய பிரசுரங்களின் பிரதிகள் கிடைத்தன. மேலும் காணாமற் போய்விட்டதெனக் கருதப்பட்ட 'சந்திரிகையின் கதை' கடைசி இரு அத்தியாயங்களின் கையெழுத்துப் பிரதி கிடைத்துள்ளது, பாதியாய்க் கிழிந்து. இதிலிருந்து ஒன்று நிச்சயமாய்த் தெரிகிறது. போன காலதாமதமெல்லாம் போகட்டுமென்று நாம் இப்போதாவது விரிவானதோர் தேடுதல் முயற்சியை மேற்கொண்டோமானால் இன்று கிடைத்திராத இன்னும் பல பாரதி எழுத்துக்கள் கிடைப்பது சாத்தியமே. ஆனால் தனிப்பட்ட ஒருவரது முயற்சி மட்டும் போதாது.

அநுபவத் தெளிவுடன் இவ்வாறு கூறியுள்ளார் ஆசிரியர். இன்றுவரை 'புதிய' விஷயங்கள் கிடைத்த வண்ணமிருக்கின்றன. உதாரணமாக அண்மையில் (*தாமரை,* செப்டம்பர், 1973) பாரதியார் கவிதை ஒன்றும், கட்டுரை ஒன்றும் சிதம்பர ரகுநாதன் முயற்சியால் கண்டெடுக்கப்பட்டு வெளியிடப்பட்டிருக்கின்றன. 'தொழில் முறை: கர்மயோகம்' என்னும் கவிதை பின்வரும் குறிப்புரையுடன் வெளியிடப்பட்டுள்ளது.

> இதுவரை வெளிவந்துள்ள பாரதியின் கவிதைத் தொகுப்பு எதிலும் இடம்பெறாத பாரதியின் புதிய கவிதை இது. பாரதியின் ஜீவிய காலத்திலேயே பாரதியின் கவிதைகளைத் தேனீபோல் சேகரித்து எழுதி வைத்து வந்த பாரதி பக்தர்களில் ஒருவரும் தேசபக்தருமான காலஞ்சென்ற திருநெல்வேலி எஸ். முத்தையா பிள்ளையவர்கள் எழுதி வைத்திருந்த பாரதி கவிதைகளிலிருந்து கண்டெடுத்த கவிதை இது.

இவ்வாறு காலத்திற்குக் காலம் 'புதிய' கவிதைகள் கண்டெடுக்கப்படும் என்பதில் ஐயமில்லை. இத்துறையில் முன்னின்று உழைத்துவரும் பத்மநாபன், ரகுநாதன், வி.ஜி. சீனிவாஸன் முதலியோர் பாராட்டுக்குரியவர்கள். இங்குதான் மூலபாடத் திறனாய்வும் இன்றியமையாததாகிறது. முன்னர் குறிப்பிட்டது போன்று, புதிதாய்க் கண்டெக்கப்படும் பாரதி படைப்புக்களைத் தக்கபடி பரிசோதித்தும், அவற்றின் நம்பகத்தன்மையை நிறுவியும், தகுந்த விளக்கவுரைகள் எழுதியும் வெளியிடல் அவசியம்.

இதுவரை பாரதியார் கவிதைகளிலே பாடபேதங்கள் ஏற்படுவதற்கான முக்கியக் காரணங்கள் சிலவற்றைப் பார்த்தோம். இனி, கவிஞரே செய்த திருத்தங்களினால் ஏற்பட்ட பாடபேதங்கள் குறித்துச் சிறிது கூற வேண்டும். கவிஞரது கையெழுத்துப் பிரதிகளைப் பரிசோதிப்போர்க்கு இவ்விகற்பம் பற்றிய உணர்வு இன்றியமையாதது. ஒருதாரணங் காட்டலாம். 'பாரத மாதா திருப்பள்ளி எழுச்சி' என்னும் பாடல் முதல் முதலிற் *சூரியோதயம்* என்ற சஞ்சிகையில் வெளிவந்தது. முதற்பாடலில் இரண்டாவது அடியாக,

> எழுபசும் பொற்சுடர் எங்கணும் பரவி
> யெழுந்து விளங்கிய தறிவெனும் பரிதி

என்றே பாரதியார் இயற்றியிருந்தார். பின்னர் பரலி சு. நெல்லையப்பரின் யோசனையின்படி, பரிதி என்ற சொல்லை நீக்கிவிட்டு, இரவி என்ற சொல்லை அந்த இடத்தில்

அமைத்துக் கொண்டார். கவிஞர் செய்த மாற்றத்துக்கு இன்னுமோர் உதாரணம் பார்க்கலாம். *பாஞ்சாலி சபதம்* தொடக்கத்தில் ஸரஸ்வதி வணக்கம் என்னும் பகுதியில் "வேதத் திருவிழியாள் . . ." என்று தொடங்கும் (நான்காம்) பாடல் கவிஞரது கையெழுத்துப் பிரதியில் அடிக்கப்பட்டுள்ளது. ஆனால் அச்சில் வந்த நூல்களிலெல்லாம் அப்பாடல் இடம் பெற்றிருக்கிறது. கையெழுத்துப் பிரதியில் இப்பாடலை நீக்கிய கவிஞர், பின்னர் நூல் அச்சேறுகையில் தன் எண்ணத்தை மாற்றிக் கொண்டாரா அல்லது பதிப்பித்தோர் சேர்த்துக் கொண்டனரா என்பது அறுதியாய் கூறப்பட இயலாதவை. இவை மூலபாடத் திறனாய்வினாலேயே விளக்கமுறலாம். இதைப் போலவே இன்னுமொரு உதாரணங் காட்டலாம். "மோகத்தைக் கொன்றுவிடு – அல்லாலென்றன் மூச்சை நிறுத்தி விடு" என்று தொடங்கும் 'மஹாசக்திக்கு விண்ணப்பம்' கவிதையில் மூன்றாம் பாடலின் முதலிரண்டடிகள் பின்வருமாறே இப்பொழுதுள்ள பதிப்புக்களிற் காணப்படுகின்றன.

உள்ளம் குளிராதோ – பொய்யாணவ
ஊன மொழியாதோ ?
கள்ளமுருகாதோ – அம்மா பக்திக்
கண்ணீர் பெருகாதோ ?

*1910*ஆம் வருடம் நவம்பர் மாதத்திற் பாரதியாரின் கவிதைத் தொகுதியொன்று வெளியிடப்பெற்றது. அப்பதிப்பில் மேலேயுள்ள மூன்றாவது பாடலின் முதலிரண்டடிகள் பின்வருமாறு காணப்படுகின்றன.

கள்ள முருகாதோ – அம்மா பக்திக்
கண்ணீர் பெருகாதோ
உள்ளம் தெளியாதோ – பொய்யாணவ
ஊன மொழியாதோ ?

இம்மாற்றமும் கவிஞரே செய்ததொன்றா அல்லது பின்வந்த பதிப்பாசிரியர்கள் செய்ததா என்பது இப்பொழுது நன்கறியப்படாத தொன்றாகும்; ஏனெனில் பாரதியார் வாழ்நாளில் வெளிவந்தபின் *1930*ஆம் ஆண்டிலேயே இப்பாடல் மீண்டும் நூற்றொகுதியொன்றில் இடம்பெற்று வெளிவந்தது. நாம் மேலும் காட்டியன போன்ற மாற்றங்களும், திருத்தங்களும் (உண்மையில் இவற்றைப் பாடபேதங்கள் என்றே கொள்ளவேணடும்) எப்பொழுது எவ்வாறு ஏற்பட்டன என்பது துனிந்தாராயப்பட வேண்டிய விஷயமாகும்.

இதுகாலவரை, எத்தனையோ பதிப்புக்களில் பாரதி படைப்புக்கள் வெளிவந்துள்ளன; எனினும் மூலப்பிரதிகளைத் தேடியும் ஒப்புநோக்கியும் ஓரளவுக்கேனும் ஆராய்ச்சி நெறிகளைக்

கடைப்பிடித்துப் பாடல்களை அச்சிட்டுக் கொண்ட பதிப்புக்கள் மூன்றே ஆகும். ஏனையவை உண்மையில் “மறு அச்சுக்களே; பதிப்புக்கள் அல்ல.” திருத்தமான பாடத்தை மனங்கொண்டு வெளிவந்த பதிப்புக்களில் முற்பட்டது, பாரதி பிரசுராலயத்தார் 1929இல் வெளியிடத் தொடங்கிய பாரதி நூல்கள் வரிசையாகும். தேசிய கீதங்கள் (1929) தோத்திரப் பாடல்கள் (1930) வேதாந்தப் பாடல்கள் (1930) என்று சிறுசிறு தொகுதிகளாய் வெளியிட்டுப் பின்னர் இருபெரு நூல்களாக (பாரதி நூல்கள் – காவியங்கள், பாரதி நூல்கள் – வசனங்கள்) அனைத்தையும் தொகுத்து வெளியிட்டனர். பாரதி பிரசுராலயத்தினர் பாரதியாரின் குடும்பத்தினர் சிலர் உதவியையும், சுத்தானந்த பாரதியார், தேசிக விநாயகம் பிள்ளை ஆகியோரது உதவியையும் பெற்றுத் தமது நூல்களை வெளியிட்டனர் எனத் தெரிகிறது. “எஸ். தேசிக விநாயகம் பிள்ளையவர்கள் கண்டறிந்த பாடபேதங்களும் அவர்கள் சரியானவையென்று ஊகித்தறிந்த பாடபேதங்களும் கீழே குறிப்பிடப்பட்டுள்ளன” என்று *தோத்திரப் பாடல்கள்* அநுபந்தத்திற் காணலாம். 1929ஆம் ஆண்டுக்கு முன் ளிவந்த (*ஸ்வதேச கீதங்கள், ஜன்மபூமி,* 1910ஆம் வருடம் பாரதியார் வெளியிட்ட பாடல் தொகுதி, *மாதா மணிவாசகம், நாட்டுப் பாட்டு*) நூல்களை ஆதாரமாகக் கொண்டு பாரதி பிரசுராலயத்தினர் தேசிய கீதங்கள் தொகுதியைப் பதிப்பித்தனர். எனவேதான், “இவ்வாறான ஐந்து நூல்களையும் ஒப்புநோக்கி இப்பகுதி அச்சிடப்பெற்றது” எனறு குறிப்பிட்டனர். இப்பதிப்பில் பாடபேதங்கள் குறிக்கப்பட்டிருப்பினும், அவை முந்திய பதிப்புக்களிற் காணப்பட்டனவேய்ன்றி, துணைச் சான்றுகளின் உதவியுடன் நிச்சயிக்கப்பட்டனவல்ல. அதுமட்டுமன்றி, தேசிக விநாயகம் பிள்ளை முதலியோர் ‘முழுநேர’ப் பதிப்பாசிரியர்களாகக் கடமையாற்றினார்கள் அல்லர். ஆங்காங்கே அவர்கள் குறித்து வைத்திருந்த சில பாடங்கள் அப்பதிப்பிற் சேர்த்துக் கொள்ளபபடடன என்பதே பொருத்தமாகும்.

1949இல் பாரதி நூல்களின் பதிப்பு உரிமையைப் பாரதியாரின் சகோதரரிடமிருந்து சென்னை அரசாங்கத்தார் வாங்கியதையடுத்தும், ஏ.வி. மெய்யப்பச் செட்டியாரிடமிருந்து பாரதி பாடல்களின் ஒலிப்பதிவு உரிமையைப் பெற்றுக் கொண்டதையடுத்தும், 1950இல் சென்னை அரசாங்கத்தாரால் ‘பாரதி நூல்களின் பதிப்புக்குழு’ ஒன்று நியமிக்கப்பட்டது. ரா.பி. சேதுப்பிள்ளை, சி. விசுவநாத ஐயர், கி. சுவாமிநாதன், ரா. கிருஷ்ணமூர்த்தி (கல்கி) என்போர் பதிப்புக்குழுவில் பணிபுரியும்பொழுது, பரலி சு. நெல்லையப்பர், கி.வா. ஜகந்நாதன், மு. வரதராசன், ரா.பி. சேதுப்பிள்ளை ஆகியோர் ‘ஆலோசனைக்

குழு'வில் அங்கத்துவம் வகித்தனர். ஒட்டுமொத்தமாக நோக்குமிடத்து மதிப்புக்குரிய இப்பெரியோர்கள் சுத்தமான மூலபாடத்தை நிர்ணயிப்பதிலும் பார்க்க, "பாடல்களை வரிசைப்படுத்துவதிலும், சிற்சில தலைப்புக்களை மாற்றி அமைப்பதிலுமே" கூடுதல் கவனஞ் செலுத்தினர் எனலாம். மொழித் தூய்மை நோக்கும், இவர்களிற் சிலரை உந்தியது என்பதிலும் ஐயமில்லை. ஆயினும் அரசாங்கப் பதிப்பிலே, பாடபேதங்கள் தொடர்பான அநுபந்தத்தில் பின்வரும் குறிப்புரை காணப்படுகிறது.

> இந்நூல் அச்சாகி வருங்காலத்து நேர்ந்த பல ஐயங்கள் குறித்துப் பேராசிரியர் எஸ். வையாபுரிப் பிள்ளை அவர்களிடத்தும், கவிமணி சி. தேசிக விநாயகம் பிள்ளை அவர்களிடத்தும் கேட்டபோது, அவர்கள் இருவரும் தங்கள் கருத்துக்களைத் தெரிவித்துதவினார்கள். கவிமணி அவர்கள் திருத்தங்கள் பல குறித்து வைத்திருந்த தமது பாரதி நூல்களின் முதற்பதிப்புப் பிரதியையும் தந்தார்கள். இவற்றால் பல இடங்கள் மூலபாடத்தில் திருத்தம் பெற்றன.

அரசாங்கப் பதிப்புடன் நேரடியாகத் தொடர்பு கொண்டிருந்தவர்களுள், பாடபேத ஆராய்ச்சியிற் பயிற்சியும் அநுபவமும் பெற்றிருந்தவர் கி.வா. ஜகந்நாதன் ஒருவரே எனத் துணிந்து கூறிவிடலாம். அவரும் ஆலோசனைக் குழுவிலேயே கடமையாற்றினார். பாடபேத ஆராய்ச்சிப் பேரறிஞரான வையாபுரிப் பிள்ளை அவர்களிடம், "ஐயங்கள் குறித்துக் கேட்டபோதும்" அவர் குறித்துதவிய திருத்தங்களாக எவையும் இடம்பெற்றிருக்கக் காணோம். ஆகவே அவரிடம் கேட்கப்பட்டது சம்பிரதாயத்தை அநுட்டித்த அளவுக்கு மாத்திரமே எனக் கொள்ளல் தவறாகாது. எனவே பாடபேதங்கள் பல குறிக்கப்பட்டுள்ள போதிலும், மூலபாடத் திருத்தம் பற்றிய பிரஸ்தாபம் நூலிலே காணப்படினும், அதற்கு வேண்டிய ஆய்வாளரும் அகவமைதியும் அரசாங்கப் பதிப்பு முயற்சிக்கு வாய்க்கவில்லை யென்றே தோன்றுகிறது. பின்னாளில் மர்ரே கம்பெனி (எஸ். ராஜம் பதிப்புக்கள்) சிலவற்றுக்கு வையாபுரிப் பிள்ளை அவர்கள் ஆற்றிய அருஞ்சேவையை எண்ணிப் பார்க்கும்பொழுது, அரசாங்கப் பதிப்பு அவ்வாராய்ச்சியாளரைத் தகுந்தபடி பயன்படுத்தத் தவறியது என்பதில் தவறிருக்காது. ஆயினும், இதுகாறும் வெளிவந்துள்ள பதிப்புகளில் அரசாங்கப் பதிப்பே பாடபேத ஆய்வுக்குப் பெருந்துணை புரிவதாக

இருக்கிறது என்பதனையும் இதுவிடத்திற் குறிப்பிட்டேயாக வேண்டும்.

இதற்குப் பின் 1969இல் மெர்க்குரி புத்தகக் கம்பெனி வெளியிட்ட *பாரதியார் கவிதைகள்* என்னும் நூலைக் குறிப்பிடலாம். பதிப்புரையில் பின்வருங் குறிப்புக் காணப்படுகிறது.

> இக்கவிதைத் தொகுப்பு நூலைப் பதிப்புச் செய்யுங்கால் பழைய பதிப்புப் பிரதிகளை ஒப்புநோக்க வேண்டிய அவசியம் ஏற்பட்டது. அதன் விளைவாக அப்பழைய பதிப்புகளில் காணப்பட்ட பாடபேதங்கள் கவிமணி அவர்கள் கண்டறிந்த பாடபேதங்கள், குறிப்புரைகள், ஸமர்ப்பணங்கள், முன்னுரைகள் முதலியன இப்பகுதியில் இடம்பெற்றால் பொருத்தமாயிருக்கும் எனக் கருதி, அவற்றின் உரிய இடங்களில் இணைத்துள்ளோம். இது இந்நூலின் தனிச் சிறப்பு எனலாம்.

இப்பதிப்பிற்குக் காலஞ் சென்ற பாரதிபக்தர் திருலோக சீதாராம் அவர்களும், ம.ரா.போ. குருசாமி அவர்களும் உதவியிருப்பதாய்க் கூறப்பட்டிருக்கிறது. இப்பதிப்புக்கு அணிந்துரை வழங்கியுள்ள அ.ச. ஞானசம்பந்தன் கூறுவதும் கவனிக்கத்தக்கது.

> பாரதியின் பாடல்கட்குப் பாடபேதம் உண்டு என்பதைப் பலரும் அறியார். முன்னர் கவிமணி தேசிக விநாயகம் பிள்ளையவர்கள், ஓரளவு இப்பாடபேதங்களுடன் பதிப்பித்தார்கள். அவற்றையெல்லாம் ஒப்புநோக்கித் தேவையான பாடபேதங்களையும் அடிக்குறிப்பாக இட்டு இப்புதிய பதிப்பு வெளிவருகிறது.

இளைய தலைமுறையைச் சேர்ந்த எழுத்தாளர் துணையும் நேர்மையான நோக்கும் இப்பதிப்பாளருக்குக் கிடைத்திருப்பினும், மூலபாடத் திறனாய்வில் முன்னேறிச் சென்றுள்ளனர் என்பதற்கில்லை.

இதனை இரண்டொரு உதாரணங்கள் மூலம் நிறுவுவோம். 1909இல் வெளிவந்த *ஜன்ம பூமி* என்ற சிறுநூல் புதுச்சேரியிலிருந்து சைகோன் சின்னையா அச்சகத்தில் அச்சிடப்பெற்றது. பாரதியாரே வெளியிட்டமையால் அப்பதிப்பிற்குத் தனிமதிப்பும் சிறப்பும் உண்டு. மூலபாடத் திறனாய்வாளர் அதற்கு முதன்மை அளித்தல் வேண்டும். அப்பதிப்பில் உள்ள பாடல்கள் மெர்க்குரி பதிப்பில் பெருமளவிற்கு மூலத்தை யொட்டினவா யிருப்பினும், ஆங்காங்குப்

பாடபேதங்களும் காணப்படுகின்றது. கிரந்த எழுத்துக்களை நீக்குதல் என்ற கோட்பாடு அல்லது குறிக்கோள் மெர்க்குரி பதிப்பிலும் சிற்சில இடங்களிலே செயற்பட்டிருக்கின்றதென்றே தோன்றுகிறது. உதாரணமாக, மூலப்பதிப்பில், ஸமர்ப்பணம், முகவுரை ஆகியவற்றின் கீழ் ஸி. சுப்பிரமணிய பாரதி என்றே கவிஞர் பொறித்திருக்கிறார். ஆனால் மெர்க்குரி பதிப்பில் சி. சுப்பிரமணிய பாரதி என்றே காணப்படுகிறது. இன்னும் 'ஸர்வ சுபங்கள்' என்பது, 'சர்வசுபங்கள்' என்றும், 'கக்ஷியார்' என்பது 'கட்சியார்' என்றும், 'ஸ்வதந்திரம்' என்பது 'சுதந்திரம்' என்றும் காணப்படுகின்றன. வேறு வகையான பாடபேதங்களும் உண்டு. 'விவேகாநந்தர்' என்பது 'விவேகானந்தர்' என்றும், 'பெங்காளி பாஷை' என்பது 'வங்காளி பாஷை' என்றும், 'இராகம்' என்பது 'ராகம்' என்றும் வேறுபட்டுக் காணப்படுகின்றன. இவற்றோடு பாடல் தலைப்புகள், சந்தி பிரிக்கும் முறை முதலியவற்றிலும் பேதங்கள் பெரிதும் காணப்படுகின்றன. மெர்க்குரி பதிப்பில் சில பாடல்கள் 1937ஆம் வருடப் பதிப்பையொட்டி அச்சிடப்பட்டுள்ளன. அதிகாரப்பூர்வமான முந்திய பதிப்பு இருக்கையில், பிந்திய பதிப்பைப் பின்பற்றுவதற்குரிய காரணம் கூறப்படவில்லை. நமக்கும் புலப்படுமாறில்லை. இத்தகைய உதாரணங்களை விரித்துரைப்பதில் பயனில்லை. தற்சமயம் கிடைப்பனவற்றுள் விதந்துரைக்கத் தக்கதாயுள்ள மெர்க்குரி பதிப்பிற்கூட திருத்தமடைய வேண்டிய அம்சங்கள் பல உள்ளன என்பதே இவ்விதத்தில் மனங்கொள வேண்டிய செய்தியாகும்.

முந்திய பதிப்புகள் மட்டுமின்றி, கையெழுத்துப் பிரதிகள், கவிதைகள் வெளிவந்த பத்திரிகைகள், பாடல் சேகரிப்போர் பிரதிகள், மேற்கோளாய் எடுத்தாண்டோர் பாடங்கள் முதலிய பல்வேறு பாடாந்தரங்களையும் பலவாறு நுணுகி ஆராய்ந்தே மூலபாடம் நிர்ணயிக்கப்படுகிறது. இலக்கண, யாப்பு அமைதிகள் முதலியனவும் கவனிக்கற்பாலனவே. இவற்றை ஆலோசகர்கள் மாத்திரம் சாதித்துவிட இயலாது. பல ஆய்வாளரது கூட்டு முயற்சியால் நிறைவேற்றப்பட வேண்டிய பணிகள் இவை.

"நமது மொழிக்கும் நமது சமுதாயத்துக்கும் புத்துயிர் அளித்தவர் பாரதியார்" என்று அடிக்கடி கூறப்படுகிறது. மொழிக்குப் புத்துயிர் அளித்தமையைச் செம்மையாகத் தெரிந்துகொள்ள வேண்டுமானால், அவரது பாடல்களின் சுத்தமான வடிவம் நமக்குத் தெரிய வேண்டும். அது இன்றைய காலகட்டத்தில் அத்தியாவசியமாகும். இறுதியாக, ரா.அ. பத்மநாபன் அவர்களின் கூற்று ஒன்றுடன் இக்கட்டுரையை முடிக்க விரும்புகிறேன்.

> பழைய பத்திரிகைகளும் கையெழுத்துப் பத்திரிகைகளும் கல்வெட்டுக்களல்ல, அஜாக்கிரதையையும் கால வேகத்தையும் எதிர்த்து நிற்க. எளிதில் சேதப்பட்டு அழிந்து போகும் தன்மை வாய்ந்த அவைகளைக் காலத்தில் தேடிக் காப்போமானால் நாமும் பயனுறுவோம்; எதிர்கால சந்ததியரும் நம்மை வாழ்த்துவர். ஒரு முந்திய தலைமுறை பாரதியை அறியாது தவிக்கவிட்டதென அங்கலாய்க்கிறோம். அன்று பாரதிக்கு நேர்ந்த கதி இன்று அவரது எழுத்துக்களுக்கும் நேர்ந்து வருகிறது. இதற்கு இன்றைய தமிழ்த் தலைமுறை சரியான வழி செய்ய வேண்டாமா?

சித்திர பாரதி என்ற நூலில் அவர் பதினேழு வருடங்களுக்கு முன் எழுதியவை இன்றும் பொருத்தமாயுள்ளன. பாரதியின் பாடல்களையும் (ஏனைய எழுத்துக்களையும்) பவித்திரமாகச் சேகரிப்பதோடு, பாடபேதங்களையும் பழுதற ஆராய்ந்து உண்மைப் பாடங் காண்பது இன்றைய தலைமுறையினரின் தலையாய கடமையாகும்.

***இலக்கியச் சிந்தனை*, 1974**

11

பாரதி நூற்றாண்டை நோக்கி...

செய்ய வேண்டியவை செய்யக் கூடியவை!

தமிழ் மறுமலர்ச்சிக்குக் கட்டியங் கூறிய மகாகவி சுப்பிரமணிய பாரதியாரின் நூற்றாண்டு விழா 1982ஆம் வருடம் தமிழ்கூறு நல்லுலகத்தில் பெருவிழாவாகக் கொண்டாடப்படும் என்பதில் ஐயமில்லை. நூற்றாண்டு விழா நெருங்கி வரும் இவ்வேளையில் பாரதி ஆய்வில் இனி நடக்க வேண்டியவை பற்றியும் இத்தருணத்தில் நடக்கக்கூடியவை பற்றியும் சில கருத்துகளைச் சுருக்கமாய்க் கூறுவதே இச்சிறு கட்டுரையின் நோக்கமாகும்.

பாரதியார் பிறந்து நூறு ஆண்டுகள் ஆகப்போகின்றன; இறந்து அறுபது ஆண்டுகள் ஆகின்றன. கடந்த ஐந்து தசாப்தங்களாகக் கவிஞரைப் பற்றிய பல்வேறு மதிப்பீடுகளும், ஆய்வுகளும், நூல்களும் வெளிவந்திருக்கின்றன. நாளுக்கு நாள் அவை பெருகிவருதலும் கண்டுகூடு. எனினும் *சங்க இலக்கியங்கள், திருக்குறள், சிலப்பதிகாரம்* முதலியன குறித்து வெளிவந்துள்ள விவரண – விமர்சன – இரசனை – நூல்களின் எண்ணிக்கையை நோக்குமிடத்து, நவயுகத்தின் தலைமகன் பற்றிய ஆய்வுகளும் நூல்களும் குறைவாகவே உள்ளமை தெளிவாகும். கடந்த சில வருடங்களாக இலங்கையிலும் தமிழ்நாட்டிலும் தற்கால இலக்கியங்கள் சம்பந்தமான சர்ச்சைகளிலும்

விசாரங்களிலும் பலருக்கு ஈடுபாடு அதிகரித்திருப்பது வெளிப்படையே யாயினும் பெரும்பாலான ஆர்வலர்களுக்கு இலக்கியக் கொள்கை, வரலாற்றுணர்வு, சமூகவியல் அறிவு என்பனவற்றில் பயிற்சியும் பரிச்சயமும் போதியளவுக்கு இல்லாமையால், அரங்கின்றி வட்டாடுவதாகவே அவர்களின் எத்தனங்கள் அமைந்துவிடுகின்றன. ஆக்கங்கள் அச்சகங்களிலிருந்து வெளிவந்த உடனே சிந்திப்பதற்குக்கூட அவகாசமின்றி அவசர அவசரமாக அபிப்பிராயங்களைச் சிந்திவிடும் நுனிப்புல் மேயும் நோக்கு, விமர்சனக் கலைக்கு ஊறுசெய்து வருகிறது. இந்நிலையில் நவீன தமிழ் இலக்கியமேயன்றி பாரதியார் படைப்புகளும் ஆழமான ஆய்வுக்கு உட்படுத்தப்படாமை ஆச்சரியத்தைத் தர வேண்டியதில்லை.

இன்றும் நாளையும் நாம் மேற்கொள்ள வேண்டிய பாரதி ஆய்வுகளை நோக்குமுன், இதுகாலவரையில் நடந்தவற்றைச் சுருக்கமாக நினைத்துக் கொள்ளுதல் பொருத்தமாகும். காலத்தின் தேவைகளும் போக்குகளும் இலக்கிய விசாரத்தைப் பெருமளவுக்குப் பாதிப்பது இயல்பே. அந்த வகையில், கடந்த காலத்தில் பாரதி பற்றிய நோக்குகளும் மதிப்பீடுகளும் இருபெரும் பிரிவுகளில் அடங்குவனவாய்க் காணப்படுகின்றன. தேசிய நோக்கு, சமுதாய சீர்த்திருத்த நோக்கு ஆகிய இரண்டுமே முனைப்பாகச் செயற்பட்டு வந்துள்ளன. அந்நிய ஆட்சியாளராலே தடைசெய்யப்பெற்ற காரணத்தாலும் காலமுதலாகவும் பாரதியார் கவிதைகளின் தேசியப் பண்பும் விடுதலை வேட்கையும் முதன்மை பெற்றன. 'தேசிய கவி' என்ற அடைமொழி அடிபடுவதாயிற்று. தேசியம் விடுதலை பெற்ற பின்னர் தவிர்க்க இயலாதவாறு சமுதாயப் பிரச்சினைகள் முன்னிலைக்கு வரத் துவங்கியதும் கவிஞரின் சமுதாய சீர்திருத்தக் கருத்துகளும் கவிதைகளும் முதன்மை பெறலாயின. அவற்றையும் இருவேறுபட்ட கோணங்களிலிருந்து பார்த்தவர்களே பெரும்பான்மையினர். பாரதி காலத்துக்குப் பின்னர் தமிழ் நாட்டிலே வேகம் பெற்ற சுயமரியாதை இயக்கம், திராவிடர் கழகம், தி.மு.க இயக்கம், பகுத்தறிவு இயக்கம் என்பன தமது நோக்கில் பாரதியாரைச் சீர்திருத்தவாதியாகக் கண்டன; காட்டின. வருணாசிரம எதிர்ப்பு, பிராமணிய எதிர்ப்பு என்பனவற்றுக்கு முக்கியத்துவம் வழங்கியோர் பாரதியாரை – அவர் அந்தணராயிருந்தபோதும் – தம்மவராகவே கொண்டு போற்றினர். பார்ப்பன எதிர்ப்பைப் பாடற் பொருளாக்கிய பாரதிதாசனாரும் தமது குருப்பற்றி உயர்ச்சியாகவே பாடினார்.

இந்தநூற் றாண்டில் இருவர் பார்ப்பனர்
செந்தமிழ்ப் பற்றுடை யார்கள்

முத்து பாவலன் பாரதி மற்றவன்
முத்தமிழ் வல்லவன் பரிதிமாற் கலைஞன்.

பிராமணராயிருந்தும், சூரியநாராயண சாஸ்திரி என்ற வடமொழிப் பெயரை நீக்கி, பரிதிமாற் கலைஞன் என்ற தனித்தமிழ்ப் பெயரைச் சூட்டிக்கொண்டமைக்காக அவரைப் பாரதிதாசனார் பாராட்டுகின்றார். அதுபோலவே பாரதியாரையும் சாதியெதிர்ப்பு முதலிய சமரசப் போக்குகளுக்காகத் திராவிடர் இயக்கத்தினர் பாராட்டினர்.

இன்னொரு கோணத்திலிருந்து பொதுவுடைமைவாதிகளும் பாரதியாரின் சமுதாய சீர்திருத்த – சமுதாய மாற்ற கொள்கைகளை முதன்மைப்படுத்தி சோசலிஸ தத்துவத்தால் ஈர்க்கப்பெற்ற ஒரு கவிஞராக அவரைப் பாராட்டினர். குறிப்பாக ருஷ்யப் புரட்சி பற்றி பாரதி பாடிய பாடல் விதந்து போற்றப்பட்டு வந்துள்ளது. தேசிய ஒற்றுமை, உழைப்பாளர் மகத்துவம், பெண்கள் விடுதலை – முன்னேற்றம், வறுமை ஒழிப்பு முதலியவற்றில் பாரதியார் காட்டிய மறுக்க முடியாத ஆர்வமும் வேகமும் பொதுவுடைமை ஆர்வலர்களைக் கவர்ந்ததில் வியப்பு எதுவும் இல்லை. இவ்விரு நோக்குகளும் ஓரளவிற்குக் காலத்தின் ஓட்டத்தைப் பிரதிபலித்தன என்பதையும் மறுக்கவியலாது. சிற்சில வரம்புக்குள் அவை செயற்பட்டபோதும் பயனுள்ளவையாய் இருந்தன என்பதும் ஒப்புக்கொள்ள வேண்டியதே. ஆயினும், அவை இப்பொழுது காலாவதியாகிவிட்டன.

பெரும்போக்கான இத்தகைய 'சமுதாய நோக்கு' ஆய்வுகளுக்கு மத்தியில், கவிரசனை மரபிலே பாரதியார் கவிதைகளை மதிப்பீடு செய்த முயற்சிகளும் அருந்தலாக எழுந்தன. *கண்ணன் என் கவி (1937)* என்ற நூலிலே கு.ப. ராஜகோபாலனும் பெ.கோ. சுந்தரராஜனும் (சிட்டி), பாரதியின் கவிதையும் இலக்கிய பீடமும் எத்தகையவை என்பதை அழகியல் நோக்கில் விவரிக்க முயன்றனர். அதனையடுத்து, புதுமைப்பித்தன், ரா.ஸ்ரீ. தேசிகன், வி.ஆர்.எம். செட்டியார், ஆ. முத்துசிவன் முதலியோர் இரசனை நெறியில் காலத்துக்குக் காலம், பாரதியார் கவிதைகளை விவரித்திருக்கின்றனர். மிகச் சமீபகாலம் வரை மேற்கூறிய வகையிலேயே பாரதி ஆய்வுகள் நடைபெற்றுள்ளன. (இலக்கிய வரலாற்று நூல்களிலே வாய்ப்பாடு ரீதியில் அவரைப் பற்றிக் கூறப்பட்டு வரும் செய்திகளை நான் இங்குக் கருத்திற் கொள்ளவில்லை.)

கடந்த அரை நூற்றாண்டுக் காலத்தில் பாரதியார் வாழ்க்கைச் சரிதங்கள் சிலவும் வெளிவந்துள்ளன. கவிஞரின் குடும்பத்தவர் எழுதியவற்றைத் தவிர வ.ரா. எழுதிய சரித்திரமே

சிறப்பாகக் குறிப்பிடத்தக்கதாகும். பாரதியாரை நேரில் அறிந்தவர்களான ஸ்ரீ.ஸ்ரீ. ஆசார்ய, பரலி சு. நெல்லையப்பர், வி. சக்கரை செட்டியார், ச. சோமசுந்தர பாரதியார், ஏ.வி. சுப்பிரமணிய ஐயர், எஸ்.ஜி. இராமாநுஜலு நாயுடு முதலியோர் எழுதிய நினைவுக் கட்டுரைகள் பெரிதும் பயனுள்ளவை. அவை போன்ற குறிப்புக்கள் வாயிலாகவே பாரதியாரை ஓரளவேனும் துல்லியமாக அறிந்துகொள்ள முடிகிறது.

இனி நடக்க வேண்டியது என்ன?

மூன்று தேவைகளை இவ்விடத்திற் குறிப்பிடலாம் என்று எண்ணுகிறேன்.

முதலாவது: பாரதியார் வாழ்க்கையை ஆராய்ந்து நிறுவும் சரித நூல் இனிமேல்தான் வரவேண்டியுள்ளது. இப்பொழுது நிலவும் வாழ்க்கை வரலாற்று நூல்கள் இரு வகையின. பாரதியாரை அறிந்தவர்கள் – குடும்பத்தவர், உறவினர், நெருங்கிய நண்பர்கள், அபிமானிகள் – காலத்துக்குக் காலம் எழுதிய நூல்களும், கட்டுரைகளுமே சுவையுடையனவாயும், பயன் தருவனவாயும் விளங்குகின்றன. மேலே நான் குறிப்பிட்டதுபோல இவற்றின் மூலமாகவே ஓரளவாகிலும் பாரதியின் அருமையையும் ஆக்கத் திறமையையும் ஈடுபாடுகளையும் நாம் தெரிந்துகொள்ள வாய்ப்பு ஏற்பட்டது. ஆயினும் இவை நுண்ணாய்வு செய்யப்பட வேண்டியவை. முக்கியமானவையாய் இருக்கும் அதேவேளையில் இவை தனி நபர்களின் நினைவுகளாக அமைந்திருப்பது கருதத்தக்கது. பல வருடங்களுக்குப் பின்னர், முதுமை, அயர்வு, மறதி என்பனவற்றின் மத்தியில் இவற்றில் பல எழுதப்பட்டன. மறதி புரியும் தவறுகள் கொஞ்சமோ?

இன்னொரு வகை நூல்கள் வழிநூல்கள், சார்பு நூல்கள். முன்னர் வந்த நூல்களைத் தழுவி எழுதப்படுவன இவை. பாட நூல்களாகவும், பொது நிலைப்பட்ட வாசகர்களுக்கு ஏற்றனவாகவும் இவை இருக்கலாம். ஆனால் பாரதியார் பற்றிய ஆதாரப்பூர்வமான நூல்களாக இவை அமையமாட்டா.

இன்றைய நிலையில் புதிய ஆராய்ச்சிப்பூர்வமான வரலாறு எழுதப்படுவது இன்றியமையாதது. பாரதியார் சம்பந்தமான அனைத்தையும் நடுவுநிலைமையுடன், மனச் சார்புகள் எதுவுமின்றி ஆராய்ந்து அந்நூல் எழுதப்படல் வேண்டும். பாரதியாரைப் பற்றிய ஐதீகங்களும் கட்டுக்கதைகளும் எழுந்துள்ளன. இவற்றையெல்லாம் தீர விசாரித்து, சான்றுகள் அனைத்தையும் மீளாய்வு செய்து, புதிதாய்க் கிடைக்கக்கூடிய தகவல்களையும் சேர்த்து ஆதாரப்பூர்வமான வாழ்க்கை வரலாறு அவசியம்

எழுதப்படல் வேண்டும். அறுதியிட்டுக் கூறும் வகையில் அவ்வாழ்க்கை வரலாறு அமைதல் வேண்டும். மேனாட்டிலே *Definitive Biography* என்று குறிப்பிடுவது போல இனிமேல் ஆராயத் தக்கன எவையுமில்லை என்று கூறும்படியான முழுமையான வரலாறு, நூற்றாண்டு விழாவின்போது வருமாயின் பாரதி ஆய்வு மேலும் சிறப்படையும் என்பது உறுதி. இந்த விதத்தில் ரா.அ. பத்மநாபன் அரும்பாடுபட்டு வெளியிட்ட *சித்திரபாரதி (1957)* முன்மாதிரியாய் விளங்கத் தக்கது. அது ஒரு குறிப்பிட்ட நோக்கில் ஆக்கப் பெற்றது; படங்கள் முன்னுரிமை பெற்றுள்ளன. அதைப் போல மேலும் ஆழமாகவும் விரிவாகவும் நுணுக்கமான ஆய்வுகள் மேற்கொள்ளப்பட்டால் விஞ்ஞானபூர்வமான வாழ்க்கை வரலாற்று நூல் தோன்றும் என்பதில் ஐயமில்லை. அத்தகைய வாழ்க்கை வரலாற்று நூல், பாரதியார் கவிதைகளுக்கு, ஒளிபாய்ச்சி உறுதியான விளக்கங்களை அளிக்கும் என்பது கூறாமலே விளங்கும்.

இரண்டாவது: மூலபாடத் திறனாய்வின் விளைவாகத் திருத்தம் பெற்ற ஆராய்ச்சிபூர்வமான பதிப்பு இதுவரை வெளியிடப்படாமை பெருங்குறையாகும். இப்பொழுது வழக்கிலுள்ள பாரதி நூற் பதிப்புகளிற் பெரும்பாலானவை மூலபாடத்திலிருந்து வெவ்வேறு வகையில் வேறுபட்டவை என்பது மனங்கொள வேண்டியதொன்றாகும். சி.வை. தாமோதரம் பிள்ளையிலிருந்து பள்ளியகரம் நீ. கந்தசாமிப் பிள்ளை வரை ஆய்வாளர்கள், பழந்தமிழ் நூல்கள் பலவற்றை மூலபாடத் திறனாய்வு செய்து பதிப்பித்திருக்கின்றனர். எனவே, மூலபாடத் திறனாய்வு நம்மவர் அறியாத ஒன்றன்று. ஆயினும் இருபதாம் நூற்றாண்டுக் கவிஞனான பாரதியாரின் கவிதைகளும் நுண்ணிய பாடபேத ஆய்வுக்கு உட்படுத்தப்பட வேண்டியன என்னும் உண்மையைப் பலர் உணர்வதில்லை; சிந்தித்துப் பார்ப்பதில்லை. பாடல்களை அடி பிரித்து அச்சிடும் முறையிலும் பதிப்புக்குப் பதிப்பு வேறுபாடு காணப்படுகிறது. பல பாடல்களின் தலைப்புகள் சில பதிப்பாளர்களால் மாற்றப்பட்டுள்ளன. இவை யாவற்றையும் எண்ணும்பொழுது, பாரதி படைப்புக்களுக்கு ஆராய்ச்சிபூர்வமான மூலபாடத் திறனாய்வு முறையில் அமைந்த பதிப்பு எத்துணை அத்தியாவசியம் என்பது தெளிவாகும். *பாரதி நூல்களும் பாடபேத ஆராய்ச்சியும் (1974; 1980)* என்னும் கட்டுரையிலே இவ்விஷயத்தை விரிவாக விளக்கியிருக்கின்றேன். அண்மையில் சீனி. விசுவநாதன், டி.வி.எஸ். மணி ஆகிய இருவரும் வெளியிட்டுள்ள *பாரதியார் கவிதைகள் (1980)* பாடபேதங்களைக் குறிப்பிடுகிறது. "இந்தப் புதிய பதிப்பு ஆதாரபூர்வமான் பதிப்பாகவே மதிக்கப்பட வேண்டும் என்பதில் விசேஷ அக்கறையும் கவனமும் செலுத்தி,

பல காலங்களில் முயன்று சேகரித்த பல தகவல்களைப் பின் இணைப்புகளாகச் சேர்த்துள்ளோம்" என்று பதிப்பாசிரியர்கள் குறிப்பிட்டுள்ளனர். இது பலவழிகளிற் சிறந்த பதிப்பு என்பதை ஏற்றுக்கொள்வதில் தடை இல்லை. இதுவே ஒரு பெரிய சாதனை எனினும் பதிப்பாசிரியர்களின் பேரார்வத்தையும், பெரு முயற்சியையும் பாராட்டும் அதே வேளையில் நூலிலே முறையியல் குறைபாடுகள் உண்டு என்பதையும் சுட்டிக்காட்ட வேண்டும். மூலபாடத் திறனாய்வுக் கோட்பாடுகள் முறையாகக் கடைப்பிடிக்கப்படும்போதே பாடபேத ஆய்வு சிறப்பாக அமையும். இன்னுமொன்று; பாரதி படைப்புகள் கால அடைவில் – இவை எழுந்த கால ஒழுங்கில் – இன்னும் பதிப்பிக்கப்படவில்லை. மூலபாடத் திறனாய்வின் ஓர் அம்சமாக Chronology கவனிக்கப்படல் வேண்டும். தமிழ்நாட்டில் பெ. தூரன், ரா.அ. பத்மநாபன், சிதம்பர ரகுநாதன் ஆகியோர் இவ்விஷயத்தில் சில முயற்சிகள் மேற்கொண்டுள்ளனர். குறிப்பாக, ரகுநாதன் கால அடைவில் கவிதைகளை அமைத்து வைத்திருக்கிறார். அவற்றை நூற்றாண்டு வெளியீடாகப் பிரசுரித்தால் பெரும் பயன் விளையும். பரிணாமத்தையும் இனங்கண்டு கொள்ள இத்தகைய பதிப்பு இன்றியமையாததாகும். கவிஞனது ஆன்ம விகசிப்பை அறிந்து கொள்ளவும் அதுவே துணை செய்யும். மற்றொன்றும் வேண்டற்குரியது. பாரதி நூல்களுக்குச் சொல்லடைவு (Concordance) இதுகாறும் தயாரிக்கப்படவில்லை. சொல்லடைவு என்பது, ஒரு நூலிலுள்ள சொல் தொகுதி விளக்கப்பட்டியல்; ஆராய்ச்சிக்கு மிக்க அவசியமானது. தமிழில் சங்க நூல்கள் சிலவற்றிற்கும் திருக்குறள், கம்பராமாயணம் முதலிய சில நூல்களுக்கும் சொல்லடைவுகள் ஆக்கப்பட்டுள்ளன. பாரதியார் நூல்களுக்கு – கவிதைகள், உரைநூல்கள் – அனைத்துக்கும் சொல்லடைவுகள் தோன்ற வேண்டும். ஒப்பியல் ஆய்வு ஓங்குவதற்கும் இவை வேண்டப்படுவன.

மூன்றாவது: மார்க்சிய சமூகவியல் அடிப்படையில் பாரதி நூல்கள் மேலும் மேலும் ஆராயப்பட வேண்டும். வர்க்க ஆய்வை எவ்வாறு மேற்கொள்வது? அணுகுமுறையில் பாரதியை மதிப்பீடு செய்வது எப்படி? இவை பலரிடையே வாதப் பிரதிவாதங்களை எழுப்பியுள்ளன. புதிய ருஷ்யாவை பாடினார் என்பதற்காகக் கவிஞரைப் புரட்சியாளனாக நாம் புகழ்ந்துரைக்க வேண்டியதில்லை என்பது ஒப்புக்கொள்ளக் கூடியதே. அதேசமயம், பாரதியார் முற்றிலும் புதுமைக் கவிஞர் அல்லர் என்ற வாதத்திலும் நியாயம் இல்லாமல் இல்லை. பாரதி பற்றிய முரண்பாடுகளைத் தீர்ப்பது எப்படி? பாரதியை அவனது சரித்திரச் சூழலில் வைத்து நோக்குதல் வேண்டும். இந்தியாவின்

– ஆசியாவின் – நவீன வரலாற்றுப் பின்னணியில் பாரதியை நுட்பமாக எடைபோடுவது எப்படி? இவை முக்கியமான கேள்விகள். ஆழமான நுட்பமான – மார்க்சிய ஆய்வுகளின் பயனாகவே இவ்வினாக்களுக்குத் திருப்திகரமான விடைகள் கூறலாம். அவையும் நாம் மேற்கொள்ள வேண்டிய கடமைகளில் சில. இத்துறையில் அண்மையில் சில ஆரம்ப முயற்சிகள் வெளிவந்துள்ளன. கோ. கேசவன், து. மூர்த்தி ஆகியோர் பாரதி பற்றிய கட்டுரைகளில் பாரதி நூற்களிற் காணப்படும் முரண்பாடுகளுக்கு இயக்கவியல் அடிப்படையில் விளக்கம் கூற முயன்றுள்ளனர். இத்தகைய ஆய்வுகள் விரிவடைதல் வேண்டப்படுவதாகும்.

பாரதியார் எழுதியன அனைத்தும், குறிப்பாகச் சிறு சஞ்சிகைகளில், அவர் அவ்வப்போது தமது சொந்தப் பெயரிலும் புனைபெயர்களிலும் எழுதியன யாவும் நூலுருவம் பெற்றுவிட்டன எனக் கூறுவதற்கில்லை. ரா.அ. பத்மநாபன், பெ. தூரன் இருவரின் முயற்சிகளைத் தவிர, பாரதியாரின் *இந்தியா* பத்திரிகைக் கட்டுரைகள் சிலவற்றைத் தொகுத்துப் *பாரதி தரிசனம்* (1975) என்ற தலைப்பில் இரு தொகுதிகளாக இளசை மணியன் வெளியிட்டிருக்கிறார். இது ஆராய்ச்சியாளர்களுக்கு அரிய பொக்கிஷம். 1906ஆம் ஆண்டில் கவிஞரின் சிந்தனைகள் இருந்தவற்றை இக்கட்டுரைகள் எமக்கு நன்கு புலப்படுத்துகின்றன. சீனி. விசுவநாதன், டி.வி.எஸ். மணி ஆகிய இருவரும் *சக்கரவர்த்தினி* பத்திரிகையிலே 1905–1906 காலப்பகுதியில் பாரதியார் எழுதிய கட்டுரைகளைத் தொகுத்து 1979இல் தனிநூலாக வெளியிட்டுள்ளனர். பெண்களுக்காக பாரதியார் சிலகாலம் நடத்திய ஏடு *சக்கரவர்த்தினி.*

> இந்நூற் கட்டுரைகள் மகாகவியின் ஆரம்பகால எண்ணங்களையும் கருத்துகளையும் பிரதிபலிக்கின்றன என்று கொள்வதைப் போலவே, அந்தக்கால அரசியல் நடைமுறைகளையும், அரசியல் தலைவர்களின் அரசியல் ஒழுக்கத்தையும், நேர்மையையும் படம்பிடித்துக் காட்டுகின்றன எனவும் கருத இடமுண்டாகிறது. மற்றும் சமூகத்தில் பெண்களுக்குரிய ஸ்தானம் எத்தகையது என்பதையும் தெள்ளத் தெளிவாகக் காட்டுகின்றன, சில கட்டுரைக் கருத்துக்கள்.

பதிப்பாசிரியர்களின் கூற்று, நூலின் முக்கியத்துவத்தை ஒருவாறு உணர்த்துகின்றது. நூலிற்கு எழுதப்பட்டுள்ள பதிப்புரையும் பயனுள்ளதாகவே அமைந்துள்ளது. *சக்கரவர்த்தினி*

பத்திரிகையில் (ஆகஸ்ட் 1906) "ராஜாராம் மோஹன ராயர்" என்ற தலைப்பில் கவிஞர் எழுதிய கட்டுரை பிரசித்திபெற்றது. இந்திய மறுமலர்ச்சியின் விடிவெள்ளியாகக் கருதப்படும் ராஜாராம் மோஹனராயர் பாரதியாரைப் போலவே பூனூலை விட்டெறிந்தவர். முனைப்பான சீர்திருத்தவாதியாகத் திகழ்ந்தவர். வங்காள மறுமலர்ச்சிக்கும் வித்திட்டவர். அவரைப் பற்றி பாரதியார் அக்கட்டுரையில் இறுதியில் கூறியிருப்பது பாரதியாரை அற்புதமாக நமக்குப் படம் பிடித்துக் காட்டுகிறது.

> ஸ்ரீ புத்தபெருமான், சங்கராச்சாரியர், கிறிஸ்து யேசு முதலியவர்களைப் போல அத்தனை உயர்ந்த நிலையில் ராம் மோஹனர் இருக்கவில்லை. ஜாதி சமயக் கட்டுக்களையெல்லாம் அவர் அறுத்து வெளியேறியபோதிலும் மரண காலத்தில் அவர் மார்பின் மீது பிராமணர்கள் போடுகிற முப்புரி நூல் தவழ்ந்துகொண்டிருந்ததாம். ஐயோ, பாவம்! இத்தேச ரக்ஷணையின்பொருட்டு முழுவீரனொருவனை யனுப்ப ஈசனுக்குக் கருணை பிறக்கவில்லை.

எத்தனையோ பாடல்களைவிட இச்சிறுபகுதி பாரதியின் உளப்பாங்கினைத் துலாம்பரமாய்க் காட்டுகிறதல்லவா? இவ்வாறு முக்கியமான கட்டுரைகள் இன்னும் எத்தனையோ உலகறியாமல் உள்ளன. அவையும் கிடைத்தால் பாரதி ஆய்வுகள் ஆழ அகலம் பெறும் என்பதை வற்புறுத்த வேண்டிய அவசியம் இல்லை.

இறுதியாக ஒன்று. ஒருவரின் நூற்றாண்டு சரிநுட்பமான – நேர்மையான – மதிப்பீடுகளுக்கு – மறு மதிப்பீடுகளுக்கு – வழிகோலுவதாய் அமைதல் வேண்டும். ஏலவே தமிழறிஞர் சிலரின் நூற்றாண்டு நிறைவு விழாக்கள் ஆக்கபூர்வமான ஆய்வுகளுக்கும் வெளியீடுகளுக்கும் ஏதுக்களாய் இருந்தன. அதுபோல பாரதி நூற்றாண்டு விழாவும் பயனுள்ள புது முயற்சிகளுக்கு உந்துதல் அளிக்க வேண்டும். அவ்வாறு அமைந்தாலன்றி பாரதி பாரம்பரியத்தைப் பக்குவமாக முன்னெடுத்துச் செல்ல முடியாது.

***வசந்தம்*, ஜனவரி-பெப்ரவரி, 1981**

12

பாரதி ஆய்வுகள்: வளர்ச்சியும் வக்கிரகங்களும்

தமிழ் கூறு நல்லுலகம் பாரதியாரின் நூற்றாண்டு விழாவை எதிர்நோக்கியிருக்கும் இவ்வேளையிலே, அண்மையில் பாரதி சம்பந்தமாக வெளிவந்துள்ள சில நூல்களை எடுத்தாராய்தல் பொருத்தமாக இருக்கும் என எண்ணுகிறேன். ஓர் இலக்கிய கர்த்தா ஆற்றலுள்ள எழுத்தாளனாக மதிப்புப் பெறத் துவங்கியதும் அவனுடைய ஆக்கங்கள் ஆய்வாளர்களின் கவனத்துக்குட்படுகின்றன. நூலகங்கள் அவ்வெழுத்தாளனது படைப்புகள் பற்றிய விவரங்களைத் தொகுக்க முற்படுகின்றன. அவ்வாறு தொகுக்கப்படும் விவரணக் கோவைகள் மேலும் பல ஆராய்ச்சிகளுக்கு வழி வகுப்பனவாகவும், துணைபுரிவனவாகவும் அமைகின்றன. ஒரு நாட்டினதோ அல்லது காலப் பகுதியினதோ இலக்கியங்கள் முக்கியத்துவம் பெறும்பொழுது நூல் விவரப் பட்டியல்களும், நுண்ணாய்வுகளும் மேற்கொள்ளப்படுகின்றன. இவற்றினடியாக ஒப்புநோக்கு ஆராய்ச்சிகளும் நடைபெறுவதற்கு வாய்ப்பு உண்டாகிறது. ஆராய்ச்சி வளர்ச்சியில் இது கவனிக்கக்கூடிய முறையியலாகும். நவீன ஆராய்ச்சி நெறிமுறைகளுக்கு நூல்களை விவரிக்கும் பட்டியல்களும் விவரணத் தொகுதிகளும் இன்றியமையாதன.

இவ்வுண்மையை மனங்கொண்டு நோக்கும் பொழுது மகாகவி பாரதியாரைப் பற்றி நூற்பெயர்க் கோவை ஒன்றுதானும் இத்துணைக் காலமும்

வெளிவராதிருந்தமை வியப்புக்குரியதாகும். நவயுகத்தை தமிழிலக்கியத்திற் புகுத்திய பெருங்கவிஞனைப் பற்றி ஆதார உசாத்துணை நூல்கள் வெளிவராமை நமது ஆராய்ச்சியின் வறுமையையும் மேலோட்டத் தன்மையையுமே சுட்டுகிறது. இதற்குரிய காரணங்களை இவ்விடத்திலே ஆராய்தல் இயலாது. ஆயினும் ஒன்று மட்டும் கூறுதல் வேண்டும். பாரதியைப் பார்க்கிலும் பாரதிதாசனாரைச் சிறப்பித்தல் வேண்டும் என்ற பட்சபாதமும் வக்கிரமும் கடந்த காலங்களிலே பாரதி ஆய்வுகளைப் பாதகமாய்ப் பாதித்தன. இதனால் பாரதிதாசன் பற்றிய ஆய்வுகள் செம்மையாக நடைபெற்றுள்ளன என்பது பெறப்படுவது அன்று. அதே வரலாற்றுக் குருட்டுணர்வும் வக்கிரமும் பாரதிதாசனைப் பற்றிய சீரிய சிந்தனை தெளிவாவதற்குத் தடையாய் இருந்து வந்திருக்கின்றன.

பாரதி ஆய்வுகள் ஆரோக்கியமான கதியில் செல்லத் துவங்கியிருப்பதைக் குறித்துக் காட்டுவதாக அமைந்துள்ளது மகாகவி பாரதி நூற்பெயர்க் கோவை (ஏப்ரல் 1981) என்னும் நூல். தொகுப்பாசிரியரான சீனி. விசுவநாதன் நூலைப்பற்றிப் பின்வருமாறு எழுதியிருக்கிறார்:

> ... இந்த நூற்பெயர்க் கோவையிலே மகா கவியின் படைப்பு இலக்கியங்களும் அம் மகாகவியின் படைப்பிலக்கியங்களை அடியொற்றிப் பதிப்பித்த நூற் செல்வங்களும், படைப்புக்களுக்கான விமர்சன நூல்களும், விமர்சன நோக்கோடு வெளிவந்துள்ள வாழ்க்கை வரலாற்று நூல்களும் பெரும்பான்மை இடம்பெற்றுள்ளன. குறிப்பாகச் சொல்ல வேண்டுமானால், மகாகவி பாரதியைப் பற்றியும், அவரது நூல்களைப் பற்றியும், வரலாறு பற்றியும் உள்ள மதிப்பீட்டு, ஒப்பீட்டு நூல்கள் இங்கே முறையாகத் தொகுத்துத் தரப்பட்டுள்ளன; 1908 ஜனவரி முதல் 1980 டிசம்பர் இறுதி வரை வெளியாகியுள்ள நூல்கள் இத்தொகுதியில் சேர்க்கப்பட்டுள்ளன ... இந்த நூற்பெயர்க் கோவையை, 1908 ஜனவரி முதல் 1980 டிசம்பர் முடிய உள்ள காலப் பகுதிகளில் பிரசுரமான மகாகவி பாரதி நூல்களுக்கான விவர அட்டவணைத் தொகுதி எனக் கொள்ளலாம்... பாரதியின் நூல்கள், விமர்சன நூல்கள் ஆகியவை பற்றிய முறையான வரலாற்றினையறியவும் இத்தொகுப்பு துணையாக நிற்கிறது என்பதிலே ஐயப்பாடு இருக்க முடியாது.

ஏறத்தாழ முந்நூற்றெழுபது நூல்கள், நூற்றி நாற்பத்தைந்து எழுத்தாளர்கள், நூற்று அறுபத்திரண்டு பதிப்பாளர்கள் சம்பந்தமான தகவல்களைப் பயன்படுத்துவோரின் வசதிக்காக ஒன்றுக்கொன்று அனுசரணையான பிரிவுகளில் வகுத்து அமைத்திருக்கிறார் சீனி. விசுவநாதன். உதாரணமாக ஒரு குறிப்பிட்ட நூலின் விவரங்களை ஆசிரியர் பெயர் கொண்டு ஆசிரிய – நூல் அகர வரிசைப்பட்டியலில், அல்லது நூலின் பெயர் கொண்டு நூல் வெளியீட்டு அகரவரிசைப் பட்டியலில், அல்லது பதிப்பாசிரியர் பெயர் கொண்டு பதிப்பாளர் – நூல் அகர வரிசைப் பட்டியலில் கண்டுகொள்ளலாம். பாரதி பற்றிய ஆய்வுகள் எப்படி எப்படியெல்லாம் நடைபெற்று வந்திருக்கின்றன என்பதை ஒருவாறு இனங்கண்டு கொள்வதற்கு இப்பட்டியல் உறுதுணை செய்யும் ஆதாரபூர்வமான செய்திகளைக் கொண்டு வெளிவந்துள்ள முதலாவது பாரதி நூற்பெயர்க் கோவை இதுவே. இதன் ஆக்கபூர்வமான விளைவுகள் நிச்சயம் எதிர்காலத்திலே தெரியவரும்.

பாரதியார் 1904ஆம் வருடம் மதுரையிலிருந்து வெளிவந்த *விவேகபாநு* என்ற சஞ்சிகையில் வெளியிட்ட பாடலே அச்சிற் பிரசுரமாகிய முதலாவது பாடல் எனக் கருதப்படுகிறது. 1907ஆம் வருடம் முதலாவது கவிதைத் தொகுதி இலவசமாக வெளியிடப்பட்டது. அதற்கு அடுத்த வருடத்திலிருந்தே அவரது நூல்கள் வெளியிடப்படலாயின. இதனை மனங்கொண்டே திரு. விசுவநாதன் 1908ஆம் வருடத்தை எல்லையாகக் கணித்திருக்கிறார். கடந்த ஏழு தஸாப்தங்களுக்கு மேலாகப் பாரதி பற்றி வெளிவந்த நூல்கள் அனைத்தையும் தேடிக் கண்டுபிடித்து விவரம் திரட்டி முறைப்படுத்தி வெளியிடுதல் சாதாரண காரியமன்று. ஆராய்ச்சியைத் தொழிலாய்க் கொள்பவர்களுக்கே சிரமமான பணியாயிருக்கும். ஆகவே ஆசைபற்றி இப்பணியை மேற்கொண்டு அநேகமாக எல்லா நூல்களையும் குறிப்பிட்டிருக்கும் ஆசிரியர் பாராட்டுக்குரியவர்.

பாரதி பற்றிய நூல்கள் பெரும்பாலும் தமிழ்நாட்டிலேயே வெளியிடப்பட்டவையா யிருப்பினும், சிறுபான்மை இந்தியாவின் ஏனைய மாநிலங்களிலும், மலாயா, தென்னாப்பிரிக்கா, இலங்கை, பர்மா முதலிய நாடுகளிலும் வெளியிடப்பட்டுள்ளன. இவற்றையெல்லாம் தனியொருவர் அறிந்து விவரிப்பது கடினந்தான். உதாரணமாக இலங்கைத் தமிழறிஞரான வித்துவான் வி.சீ. கந்தையா 1963இல் *பாரதியாரின் பாஞ்சாலி சபதம்* என்னும் நூலை வெளியிட்டார். பாடநூல் தேவைகளைக் கருத்திற் கொண்டே நூல் வெளியிடப்பட்டதாயினும் அதிலிடம்பெற்ற விளக்கக் கட்டுரைகள் குறிப்பிடத்தக்கவை. ஆகையால் பாரதி

பற்றி நமது நாட்டில் பிரசுரமாகிய ஆய்வு நூல்களில் அது ஒன்று என்பதில் ஐயமில்லை. ஆயினும் விசுவநாதனின் நூலிலே (பக். 148), 'விவரங்கள் தர இயலாத நூல்கள்' என்ற அடிக்குறிப்புப் பகுதியில் அந்நூல் குறிப்பிடப்பட்டிருக்கின்றது. நூலிற் காணும் விடுபாடுகளுக்கு இது ஓர் எடுத்துக்காட்டு எனலாம். தமிழ் நாட்டிலே வெளிவந்த சில நூல்களும் விடுப்பட்டிருப்பதை அவதானிக்கக் கூடியதாயிருக்கிறது. உதாரணமாக, காரைக்கால் கல்வித்துறை ஆணையாளராயிருந்த 'நயனுடைச் செல்வர்' சு. மார்க்கண்டனின் *பாரதி ஆந்திரே ஷெனியே* (1960) என்னும் சிறப்புமிக்க ஆய்வு நூலைக் குறிப்பிடலாம். பிரெஞ்சு, ஆங்கிலம், தமிழ் (மொழிபெயர்ப்பு) ஆகிய மும்மொழிகளிலும் வெளியிடப்பெற்ற இந்நூலை, இருபெரும் புலவர்களின் ஒப்பியல் ஆராய்ச்சி என்று மார்க்கண்டன் குறிப்பிட்டிருக்கிறார். ஆந்திரே ஷெனியே (1762–1794) கீர்த்தி வாய்ந்த பிரெஞ்சுக்கவி, அவனுக்கும் பாரதிக்கும் பல ஒப்புமைகள் உள்ளன! தேச பக்தி, அரசியல் ஈடுபாடு, இளமையிலே மரணம், இசையில் ஆர்வம் என்பனவற்றைக் குறிப்பிடலாம். தமிழில் வெளிவந்த ஒப்பியல் ஆய்வு நூல்களில் இது விதந்துரைக்கத் தக்கது. 'நூற்கோவை'யில் இத்தகைய ஒரு முக்கியமான நூல் விடுபட்டமையை விளங்கிக் கொள்வது கஷ்டமாகவே இருக்கிறது. இருபத்தோரு வருடங்களுக்கு முன் காரைக்காலில் நூலாசிரியராலேயே வெளியிடப்பட்டு இப்பொழுது கிடைத்தற்கு அரிதாயுள்ள இச்சிறு நூலை பாரதி நூற்றாண்டு விழாவையொட்டித் தமிழ்நாட்டு வெளியீட்டாளர்கள் யாராகிலும் பிரசுரித்தால் நன்றாயிருக்கும்.

நூல்களின் விவரணப் பட்டியல் ஒன்று வெளிவந்திருப்பதைப் போல, பாரதியார் பற்றிய கட்டுரைகளின் பட்டியல்கள் வெளிவரின் பெரும் பிரயோசனமாயிருக்கும். சீனி. விசுவநாதன் இந்நூலிலேயே இரண்டொரு கட்டுரைகளைக் குறிப்பிட்டிருக்கிறார். பாரதியார் பற்றிய முழுமையான நூல்களின் பெயர்க் கோவையாகவே நூலைத் தயாரித்திருப்பினும், விதிவிலக்குகள் உண்டு போலும். எடுத்துக்காட்டாக, அடக்கமான காந்தீயவாதியாயும், விஞ்ஞான நூல்களைத் தமிழில் ஆக்கியவர்களில் ஒருவராயும், *கலைக் களஞ்சியம்* கூட்டாசிரியருள் ஒருவராயும் இருந்து மறைந்த தமிழன்பர் பொ. திருகூடசுந்தரம் வெளியிட்ட கட்டுரைத் தொகுதி நூல் *பாஞ்சாலி சபதம்* (1951). அந்நூலிலே வேறு பொருள்கள் பற்றிய கட்டுரைகளும் உண்டு. ஆயினும் அதனைத் தனது நூலிலே சேர்த்திருக்கிறார் சீனி. விசுவநாதன். அது வரவேற்க வேண்டியதே. அதுபோல் வேறு பல நூல்களிலே பாரதி பற்றிய கட்டுரைகள் இடம்பெற்றுள்ளன. இவையெல்லாம் தனியொரு கட்டுரை பெயர்க் கோவையில் குறிப்பிடப்பட வேண்டியன.

இத்துறையில் தமிழகப் பல்கலைக் கழக நூலகங்களும் ஆராய்ச்சி நிறுவனங்களும் உழைக்க நிறைய வாய்ப்புண்டு.

பாரதியாரோடு தொடர்புடையதாய் அமைந்திருக்கும் பிறிதொரு நூல் சொ. பாரதிபித்தன் எழுதியுள்ள 'ஆத்திசூடி' இலக்கியம். பல நூற்றாண்டுகளாகத் தமிழ்ச்சிறார்களின் ஆரம்பக் கல்வியில் அடிநாதமாக இருந்து வருவது ஒளவையாரின் 'ஆத்திசூடி'. பலவழிகளில் புதுமையைப் புகுத்திய பாரதியார் 'புதிய ஆத்திசூடி' இயற்றினார். 'அறம் செய விரும்பு' என்று தர்மத்தை வலியுறுத்தினார் ஒளவைப்பிராட்டியார். 'அச்சம் தவிர்' என்று விடுதலை வேட்கைக்கு வேண்டிய அச்சமின்மையை அழுத்திக் கூறினார் பாரதியார். பாரதியாரைப் பின்பற்றி பாரதிதாசன், வாணிதாசன், சுத்தானந்த பாரதியார், நாரா. நாச்சியப்பன், விந்தன், இ. முருகையன், சோம. இளவரசு, ச. மெய்யப்பன் முதலியோர் புதிய ஆத்திசூடிகள் இயற்றியுள்ளனர். இவற்றில் பாரதியாருடைய அறிவும் உணர்ச்சியும் ஒருங்கிசைந்த அற்புதப் படைப்பு என்பதில் அபிப்பிராய பேதம் இருக்க இயலாது. யுகத்தின் கவிஞனான பாரதி தனது யுகக் குரலைப் 'புதிய ஆத்திசூடி' என்ற சிறு படைப்பில் பொதிந்துள்ளான் என்பது கூறாமலே விளங்கும். ஒளவையார், பாரதி, பாரதிதாசன் ஆகிய மூவரின் ஆத்திசூடிகளையும் ஒப்புநோக்கில் விரித்து விளக்கியிருக்கிறார் பாரதிப்பித்தன். திருவையாறு அரசர் கல்லூரி முதல்வராகப் பணிபுரியும் பேராசிரியர் பாரதிப்பித்தன் தமிழக முற்போக்கு எழுத்தாளர்களில் ஒருவர். புதுமையும் பொதுமையும் கலந்த பாரதியார், பாரதிதாசனார் வாக்கியங்களுக்கு அல்லது குறளடி வஞ்சிப்பா அடிகளுக்கு முற்போக்கான கருத்து விளக்கம் செய்திருக்கிறார். 'வேறுபட்ட, காலப்பகுதிகளைச் சார்ந்த' மூன்று புலவர்களின் படைப்புக்களை ஒப்பிட்டு விளக்க முற்பட்டிருப்பது ஏன் என்று கேட்கத் தோன்றும். ஒப்பிடுவது உயர்வுத் தாழ்வு கற்பிக்க அல்ல; நம் சிந்தனையைக் கூர்மைப்படுத்திக் கொள்ளவே; ஆசிரியரின் இக்கூற்று அவரையும் அவரது நூலையும் நன்கு விளக்கிவிடுகிறது.

பாரதியாருடைய 'ஆத்திசூடி' குறித்து எழுதப்பட்டிருப்பது குறைவே. ஆங்கிலத்தில் தெ.பொ. மீனாட்சிசுந்தரனார் எழுதிய ஒரு கட்டுரையே பலராலும் நன்கு அறியப்பட்டது. பாரதிப்பித்தனின் இந்நூலில் பாரதியார் சிறப்பிடம் பெறுகிறார். பாரதிப்பித்தன் என்று தன் பெயரையே மாற்றிக் கொண்டிருக்கும் சொ. சண்முகானந்தம் பாரதியின் ஆத்திசூடியை உரியவாறு உரைத்து விளக்கியுள்ளார். பாரதி ஆய்வில் இது குறிப்பிடத் தக்கது.

நடுநிலையாய்வு, விஞ்ஞானப் பார்வை என்பன பாரதியாராய்ச்சிகளை வளப்படுத்தும் வேளையில் வக்கிர நோக்குடன் எழுதப்பட்டு வெளிவந்திருக்கிறது *பாரதி வளர்த்தது பார்ப்பனீயமே* (மே 1981) என்னும் நூல், இதன் ஆசிரியர் வெற்றிமணி. பெரியார் பண்ணையில் பலவகையான செடிகளும் கொடிகளும் மரங்களும் வளர்ந்தன. பெரியார் நடத்திய இயக்கத்தில் சிற்சில ஜனநாயக – முற்போக்கு அம்சங்களும் இருந்தன. பின்னர் கிளைத்த தி.மு.க.வை விட, பெரியார் வழி வந்த தி.க. கொள்கையைப் பற்றும் சமூக சீர்திருத்த வேட்கையும் நிரம்பப் பெற்றிருந்தது என்பதை வரலாற்று மாணவர் எவரும் மறுக்க மாட்டார். அண்மையில் தி.க. மரபில் வந்த பலர் பொதுவுடைமை இயக்கங்களில் நேச சக்திகளாக விளங்குவதும் கவனிக்கக்கூடியதே. ஆயினும் வெற்றிமணியின் இந்நூல் காலங்கடந்த – பாமரத்தனமான – பார்ப்பனீய எதிர்ப்புடன் எழுதப்பட்டிருக்கின்றது. பாரதியிடம் இந்து மதாபிமானமும் பழைமைப் பிடிப்பும் மிதவாதமும் குடிகொண்டிருந்த அதேவேளையில் சமரச ஞானமும் புதுமை வேட்கையும் உணர்ச்சி ரீதியான அபேதவாதமும் பொங்கிக்கொண்டிருந்தன என்பதை எவரும் கண்டுகொள்ளலாம். பாரதியைப் போன்ற மகாகவிகளிடம் முரண்பாடுகளும் காணப்படும். சிக்கலான மனோபாவம் கொண்டவன் பாரதி. 'பார்ப்பனீயம்' என்ற லேபிளை அத்துணை இலகுவில் அவனுக்கு ஒட்டிவிட முடியாது என்பதை வெற்றிமணி உணரத் தவறிவிட்டார். இத்தகைய நூல்கள் நமது ஆய்வுலகின் பரிதாப நிலையையே துலக்கிக் காட்டுகிறது. முற்போக்காளர்கள் எத்துணைப் பெரிய சவால்களை எதிர்நோக்க வேண்டியிருக்கிறது என்பதையும் இந்நூல் எடுத்துக்காட்டுகிறது.

மல்லிகை, ஆகஸ்ட் 1981

13

பாரதி நூல் பதிப்புகள்

மகாகவி பாரதியின் நூற்றாண்டு விழா தமிழ்கூறு நல்லுலகத்திற் கொண்டாடப்படும் இவ்வேளையில் அக்கவிஞனின் நூல்கள் தக்கமுறையில் பதிப்பிக்கப் பெறாமல் இருத்தல் கவலைக்குரியதொன்றாகும். 'தெருவெல்லாம் தமிழ் முழக்கஞ் செய்தல் வேண்டும்' என்று விழைந்த கவிஞனின் சொற்களுக்கு இயைய அவனது கவிதைகள் கடந்த அரை நூற்றாண்டுக் காலத்தில் பல்வேறு பதிப்புக்களாக வெளிவந்துள்ளன என்பது உண்மையே. ஆயினும், அவனுடைய படைப்புக்கள் அனைத்தையும் கொண்ட அடக்கப் பதிப்பு ஒன்றுதானும் இதுகாலவரை வெளிவராமை சிந்தித்தற்குரியது. அதுபோலவே, இதுகாறும் வெளிவந்திருக்கும் பதிப்புக்களிற் பெரும்பாலானவை பாரதியாரின் மூலபாடத்திலிருந்து வெவ்வேறு வகையில் வேறுப்பட்டவை என்பதும் நினைந்து கொள்ள வேண்டியது. அதாவது 'சுத்தமான' ஆராய்ச்சிப் பதிப்பு ஒன்றுதானும் இதுகாலவரை வெளிவரவில்லை என்பது ஊன்றிக் கவனிக்கப்பட வேண்டியதாகும்.

பாரதியார் படைப்புக்கள் இதுகாலவரையில் ஏறத்தாழ நூற்று நாற்பதுக்கும் மேற்பட்ட பிரசுரங்களாக வெளிவந்திருக்கின்றன. அண்மையில் சீனி. விசுவநாதன் வெளியிட்டிருக்கும் *மகாகவி பாரதி நூற்பெயர்க் கோவை* (1981) என்னும் நூலிலே பாரதியார் நூல்கள் வெளியீடு சம்பந்தமான விவரங்களைக் கண்டு கொள்ளலாம். பாரதி ஆய்வுகளுக்கு அந்நூல் பேருதவியாயிருக்கும்.

பாரதி நூல்களின் பதிப்புக்களைப்பற்றி எண்ணும்பொழுது ஓர் அடிப்படைச் செய்தி நினைத்துக்கொள்ள வேண்டியது; கவிஞர் இறந்த பின்னரே அவரது ஆக்கங்களிற் பெரும்பாலானவை தொகுக்கப் பெற்று நூலுருவம் பெற்றன. இதனால் கவிஞரே அவற்றைச் சீராக வெளியிடும் வாய்ப்பிருக்கவில்லை. அவர் வாழ்நாளில் வெளிவந்த சில நூல்களையும் நேரடியாக அவரே மேற்பார்வை செய்யும் வாய்ப்பும் குறைவாகவே இருந்தது. அக்கால அரசியற் சூழ்நிலையே அதற்குக் காரணம். பாரதியார் நூற்பதிப்புக்களின் வரலாறு தனியே ஆராயப்படக் கூடியது. இவ்விடத்தில் அதனை விவரித்தல் சாத்தியமில்லை. ஆயினும், மிகச் சுருக்கமாக இரண்டொரு முக்கியமான தகவல்களை மாத்திரம் குறிப்பிடுதல் வேண்டும். 1907ஆம் வருடம் கிருஷ்ணசாமி ஐயர் மூன்று பாடல்களைக் கொண்ட *ஸ்வதேச கீதங்கள்* என்னும் சிறுநூலை இலவசப் பிரசுரமாக வெளியிட்டார். பாரதியார் தாமாகவே வெளியிட்ட முதற்கவிதை நூல் ஸ்வதேச கீதங்கள், 1908இல் பதினான்கு பாடல்களைக் கொண்டிருந்தது. இதன் இரண்டாம் பாகம் 1909இல் *ஜன்மபூமி* என்ற மகுடத்துடன் வெளியாயிற்று. இத்தகைய சிறு நூல்களே பாரதியாரால் வெளியிடப் பெற்றவை. கவிஞர் புதுவைக்குக் குடிபெயர்ந்ததையும் வேறு காரணங்களும் தொடர்ச்சியான நூற் பிரசுரத்திற்கு அனுகூலமாயிருக்கவில்லை. முதலாம் உலகப் போருக்குப் பின் இருந்த சூழ்நிலையிலே பரலி சு. நெல்லையப்பர் சில கவிதைகளை வெளியிட்டார். அரசியல் சம்பந்தமான *ஸ்வதேச கீதங்கள்* என்னும் நூலை அப்படியே வெளியிடத் தயங்கிய நெல்லையப்பர் 'தேசிய கீதங்கள்' போன்ற தலையங்கத்தைத் தவிர்த்து 'நாட்டுப் பாட்டு' என்னும் பெயருடன் சில பாடல்களை (அரசாங்கத்தின் அனுமதியுடன்) 1917இல் வெளியிட்டார். அவரது பெரு முயற்சியாலேயே 'கண்ணன் பாட்டு', 'பாப்பா பாட்டு', 'முரசு' முதலிய ஆக்கங்கள் உலகிற்குத் தெரிய வந்தன. 1914இல் தென் ஆப்பிரிக்காவிலே, *தேசிய கீதங்களும் பிற பாடல்களும், மாதா மணி வாசகம்* ஆகிய இரு நூல்களும் வெளிவந்தன. இவை பாரதியின் நேரடியான மேற்பார்வையின்றிச் சிரமமிருந்த சூழ்நிலைகளில் அபிமானிகளால் வெளியிடப் பெற்றவை. இக்காரணத்தினாலே பாடல்களில் பாடபேதங்கள் எழுந்தன; பாடல்களில் அடிகளின் எண்ணிக்கை, கூடிக் குறைந்தன.

பாரதியார் உயிர் வாழ்ந்த காலத்தில் அவருடைய பாடல்கள் பெருந்தொகுதியாக வெளிவரவில்லை. 1954ஆம் வருடத்திலேயே 'பாரதியார் கவிதைகள்' என்னும் பெயர் அர்த்தமுள்ள முறையில் வழக்கிற்கு வந்தது. கவிஞர் இறந்த பின் செல்லம்மாள் பாரதி, பாரதி பெயரால் பிரசுராலயம் ஒன்றை நிறுவிச் சில நூல்களை

வெளியிட்டார். அதன்பின் மகாகவியின் இளவல் சி. விசுவநாத ஐயர் 'பாரதி பிரசுராலயம்' என்னும் நிறுவனத்தின் வாயிலாக, பாடல்களை ஒரு தொகுதியாகவும் வசனப் பகுதிகளை மற்றொரு தொகுதியாகவும் வெளியிட்டனர். அதற்குப் பின்னர் தமிழக அரசின் ஆதரவில் வசனங்களும் பாடல்களும் தொகுதிகளாய் வெளியிடப்பட்டன. அதனைத் தொடர்ந்து தனிப்பட்ட வெளியீட்டாளர்கள் பல்வேறு வடிவங்களில் பாரதியின் படைப்புகளை மக்களுக்கு அளித்து வந்திருக்கின்றனர்.

இதுகாலவரை, எத்தனையோ பதிப்புகளில் பாரதி படைப்புகள் வெளிவந்துள்ளன. ஆயினும் மூலப்பிரதிகளையும் முற்பட்ட பதிப்புகளையும் தேடிப் பெற்று ஒப்புநோக்கி ஓரளவிற்காயினும் ஆராய்ச்சி முறையில் பதிப்பிக்கப் பெற்றவை நான்கே ஆகும்; ஏனையவை உண்மையில், "மறு அச்சுக்களே; பதிப்புக்கள் அல்ல." திருத்தமான பாடத்தைக் கருத்திற் கொண்டு வெளிவந்த பதிப்புகளில் முற்பட்டது, 1929இல் பாரதி பிரசுலாயத்தார் வெளியிடத் துவங்கிய பாரதி நூல்கள் வரிசையாகும். அவர்கள் கவிஞர் குடும்பத்தின் சிலரின் உதவியையும் சுத்தானந்த பாரதியார், கவிமணி தேசிக விநாயகம் பிள்ளை ஆகியோரது உதவியையும் பெற்றனர் எனத் தெரிகிறது. இப்பதிப்புகள் ஆராய்ச்சிக்குப் பயன்படத் தக்கனவேயன்றி ஆராய்ச்சி அடிப்படையில் அமைந்தவை என்பதற்கில்லை.

1950இல் சென்னை அரசாங்கத்தாரால் 'பாரதி நூல்களின் பதிப்புக்குழு' ஒன்று நியமிக்கப்பட்டது. பாரதி ஆர்வலர்களும் சில அறிஞர்களும் இக்குழுவிலே இடம் பெற்றிருந்தனரெனினும், ஒட்டுமொத்தமாக நோக்குமிடத்து இவர்கள் சுத்தமான பாடத்தை நிர்ணயிப்பதிலும் பார்க்க, "பாடல்களை வரிசைப்படுத்துவதிலும் சிற்சில தலைப்புக்களை மாற்றி அமைப்பதிலுமே" அதிக ஈடுபாடு காட்டினர் என்று கூறத் தோன்றுகிறது. பாரதியார் பயன்படுத்திய வடமொழிச் சொற்களை நீக்கித் 'தூய' தமிழ்ச் சொற்களைப் பெய்தமையும் இக்குழுவினரின் கைங்கரியமாகும். இது பாடபேதங்களை மிகுவித்துக் கொண்டது. அரசாங்கப் பதிப்பிலே பாடபேதங்கள் பல குறிக்கப்பட்டுள்ளனவாயினும், மூலபாடத்தைக் கண்டறிதல் வேண்டும் என்னும் குறிக்கோள் பதிப்பாசிரியர்களுக்கு இருந்ததெனக் கூறவியலாது. ஆயினும் இப்பதிப்பு பாடபேத ஆய்வுக்குப் பெருந்துணை புரிவதாய் இருக்கிறது என்பதைக் குறிப்பிட்டேயாக வேண்டும்.

1969இல் மெர்க்குரி புத்தகக் கம்பெனி வெளியிட்ட பாரதியார் கவிதைகள் என்னும் நூல் குறிப்பிடத்தக்கது. அரசாங்கப் பதிப்பில் மேற்கொள்ளப்பட்ட மொழி மாற்றங்களைக்

குறிப்பிட்டு ஓரளவுக்குப் பாரதியாரின் மூலபாடத்தை நிர்ணயிக்க இப்பதிப்பிற்கு உதவிய திருலோக சீதாராம், ம.ரா.போ. குருசாமி ஆகியோர் முயன்றிருக்கின்றனர். பழைய பதிப்புகளை ஒப்புநோக்கி இப்பதிப்பு செய்யப்பட்டிருத்தல் வெளிப்படை. எனினும், பாரதி இயல்பாகவே கையாண்ட கிரந்த எழுத்துக்களை நீக்குதல் என்ற கோட்பாடு அல்லது குறிக்கோள் மெர்க்குரி பதிப்பிலும் ஆங்காங்கே செயற்பட்டிருக்கிறது என்றே தோன்றுகிறது. பல வழிகளில் பாராட்டத்தக்க இப்பதிப்பிலே கூடத் திருத்தமடைய வேண்டிய அம்சங்கள் பல உண்டு என்பதே மனங்கொள வேண்டியது.

பாரதி ஆய்வில் பல காலம் ஈடுபட்டு வந்துள்ள சீனி. விசுவநாதன், திரு. டி.வி.எஸ். மணி என்பவரின் உதவியுடன் வானவில் பிரசுரமாக 1980இல் வெளிக்கொணர்ந்த *பாரதியார் கவிதைகள்* குறிப்பிட்டுச் சொல்ல வேண்டிய பதிப்பாகும். கவிதைகள் மெர்க்குரிப் பதிப்பின் மறு அச்சாகவே இருப்பினும், 'பின் இணைப்புகள்' என்னும் பகுதியில் சீனி. விசுவநாதன் பாடல்கள் விவரம், முன்னுரைகள், பாராட்டுரைகள், வரலாற்றுச் சுருக்கங்கள், குறிப்புரைகள், சில முக்கிய தகவல்கள் என்ற தலைப்புகளில் பயனுள்ள சங்கதிகளையும் செய்திகளையும் தொகுத்தளித்திருக்கிறார். அநுபந்தமாக இருப்பினும் ஆராய்ச்சிக்கு இன்றியமையாதவை. இவற்றை அடிப்படையாகக் கொண்டு நல்லதொரு பதிப்பைக் கொண்டு வந்திருக்கலாம். முற்பட்ட ஒரு பதிப்புக்கு விளக்கமாகவே இந்நூல் அமைந்துவிட்டது.

ஆக, இதுகாலவரையில் வெளிவந்துள்ள நான்கு முக்கியமான பதிப்புக்களையும், சக்தி வெளியீடாக வந்த மலிவுப்பதிப்பையும் ஏனைய சில பதிப்புக்களையும் சீர்தூக்கிப் பார்க்கும் பொழுது இரண்டொரு செய்திகள் புலனாகின்றன. மிகச் சமீபகாலம் வரையில் பாரதியார் கவிதைகளிலேயே பெரும்பாலானோரின் கவனஞ் சென்றிருக்கிறது. காலத்திற்குக் காலம் 'புதிய' கவிதைகள் கண்டெடுக்கப்பட்டுச் சிற்சில பதிப்புகளில் சேர்க்கப்பட்டுள்ளன. இவ்விஷயத்தில் ரா.அ. பத்மநாபன், சிதம்பர ரகுநாதன், வி.ஜி. சீனிவாசன் முதலியோர் குறிப்பிடப்பட வேண்டியவர்கள். ஆயினும் இவ்வாறு புதிதாய்க் கண்டெடுக்கப்படும் பாரதி படைப்புகள் தக்கபடி பரிசோதிக்கப்பட்டும், அவற்றின் நம்பகத் தன்மை ஐயத்துக்கிடமின்றி நிறுவப்பட்டும் ஏற்றுக் கொள்ளப்படல்வேண்டும். இறுதியாக வந்த வானவில் பிரசுராலயப் பதிப்பிலும் சீனி. விசுவநாதன் பல 'புதிய' பாடல்களைப் பின் இணைப்பாகச் சேர்ந்திருக்கிறார். இவை நிரந்தரமாகவே பின்னிணைப்புகளாக இருக்க வேண்டுமா? கால

அடைவை ஒட்டி உரிய இடங்களிற் சேர்க்கப்பட வேண்டுமா? இது சிந்தனைக்குரியது.

திரு. ரகுநாதன் பாரதி பாடல்கள் சிலவற்றுக்குக் காலகுறிப்பும் பின்னணி விளக்கமும் அளித்துச் சில கட்டுரைகள் எழுதியிருக்கிறார். ரா.அ. பத்மநாபனும், தூரனும் சில முயற்சிகள் செய்தவர்களாவர். இவற்றையெல்லாம் மனங்கொண்டும் மேலும் ஆராய்ந்தும், பாரதி படைப்புகளை அவை எழுந்த கால ஒழுங்கில் வைத்துக் காட்டும் பதிப்பு ஒன்று அத்தியாவசியம்; கவிஞனது ஆத்ம விகசிப்பைப் புரிந்துகொள்ள அத்தகைய பதிப்பு பெரிதும் பயன்படும். அமெரிக்க ஜனநாயகக் கவி வால்ட் விட்மனின் ஆக்கங்களின் பதிப்பு ஒன்றிற்கு முன்னுரையும் பதிப்புரையுமாக எழுதிய அபேகப்பெக் *(Abecapek)* என்னும் விமர்சகர் குறிப்பிட்டதுபோல, “கால அடைவிலே ஒரு கவிஞனின் கவிதைகளையும் கட்டுரைகளையும் தொகுத்து அளிக்கும் போதே அவனது கருத்தும் கலையும் பரிணமித்த நுட்பம் நன்கு புலனாகும்.”

ஆயினும் கால ஒழுங்கில் அமைந்த பதிப்பு மாத்திரம் போதாது. உண்மையில் பாரதியின் கவிதைகளிலும், கட்டுரைகளிலும் காணப்படும் பாடபேதங்கள் அனைத்தையும் கொடுக்கும் பாடபேத வளப்பதிப்பு ஒன்றே ஆராய்ச்சிக்கு இன்றியமையாதது. ஆங்கிலத்தில் *Variorum Readings* எனக் குறிப்பிடுவர். உதாரணமாகக் கவிஞரே சில திருத்தங்களைச் செய்திருக்கிறார். அவை ஆராயப்படுவதற்குப் பாடபேத வளப்பதிப்பு இருத்தல் அவசியம்.

கவிதைகளைப் போலவே கவிஞனின் உரைநடை ஆக்கங்களும் முழுமையாகப் பதிக்கப் பெறல் வேண்டும். பாரதி பிரசுராலயத்தினரும் அரசாங்க பதிப்புக் குழுவினரும் வெளியிட்ட மாதிரி அமைப்பே இன்றுவரை பின்பற்றப்படுகிறது. கவிஞர் சொந்தப் பெயரிலும், பல்வேறு புனைபெயர்களிலும் எழுதியவை அனைத்தும் நூலுருவம் பெற்றுள்ளன என்பதற்கில்லை. ரா.அ. பத்மநாபன், பெ. தூரன், ரகுநாதன் இவர்களின் முயற்சிகளைத் தவிர, இளசை மணியன் (பாரதி தரிசனம்), சீனி. விசுவநாதன், டி.வி.எஸ். மணி (சக்ரவர்த்தினி) முதலியோர் உரைநடை ஆக்கங்கள் பலவற்றை உலகிற்கு அளித்துள்ளனர். இவை போல இன்னும் பல வெளிவரல் வேண்டும்.

கவிதைகள், வசனங்கள் என்பன முறையாகப் பதிப்பிக்கப் பெறுகையில், முந்திய பதிப்புக்கள் மட்டுமன்றிக் கையெழுத்துப் பிரதிகள், கவிதைகள் வெளிவந்த பத்திரிகைகள், பாடல் சேகரிப்போர் பிரதிகள், மேற்கோள்களாய் எடுத்தாண்டோர்

பாடங்கள், வாய்மொழி வழக்குகள் முதலிய பல்வேறு பாடாந்தரங்களையும் பலவாறு நுணுகி ஆராயப்பட வேண்டியுள்ளன. இலக்கண, யாப்பு அமைதிகள் முதலியனவும் கவனிக்கப்பட வேண்டியுள்ளன. இவற்றையெல்லாம் எல்லா வேளைகளிலும் தனிநபர்கள் சாதித்துவிட இயலாமற் போகலாம். பல ஆய்வாளரது கூட்டுமுயற்சியால் நிறைவேற்றப்பட வேண்டிய பணிகள் பல உண்டு. பாரதி நூற்பதிப்பில் முறையான கூட்டுமுயற்சி மேற்கொள்ளப்பட்டுள்ளது என்று கூற முடியாது.

பாரதி போன்ற ஒரு யுகக் கவிஞனின் எழுத்துக்கள் பல நிலைகளில் பயன்படுத்தப்படுவன. எனவே பலவகையான பதிப்புகள் வேண்டப்படும். ஆராய்ச்சியாளருக்குக் கால அடைவுப் பதிப்பு, பாடபேத வளப் பதிப்பு வேண்டும். பொருளடிப்படையில் பதிப்புகள் வேண்டும். இலக்கியக் கலைஞருக்குத் தேர்ந்தெடுத்த பதிப்பு (Selected Works) வேண்டும். பொதுவாக மக்களுக்கு ஏற்றவாறு பொருள் எளிதில் விளங்கும்படியான பதிப்பும் வேண்டும். சங்க இலக்கியம் இப்பொழுது வெளியிடப்பட்டிருக்கும் முறை கவனித்தற்குரியது. ஆயினும் இவை யாவற்றுக்கும் மூலாதாரமாகச் 'சுத்தப் பதிப்பு' ஒன்று முதலிலே மிக மிக அத்தியாவசியமாகும். இவற்றைத் தொடர்ந்தே பாரதி சொல்லடைவு, அகராதி போன்ற அடிப்படை நூல்கள் தயாரிக்கப்படலாம். இதுவரை நடந்த ஆக்கபூர்வமான முயற்சிகளை, உறுதிப்படுத்தி இனிமேலும் முன்னேறுவது நமது கடமை. பாரதி நூல்கள் நல்லமுறையில் விஞ்ஞானபூர்வமாகப் பதிக்கப் பெறுவது இன்றைய முதல் தேவையாகும்.

தாமரை, டிசம்பர் 1981

14

பாரதியார் கவிதையும் தமிழ்ப் புலமையும்

பாரதி நூற்றாண்டு விழா கொண்டாடப்படும் இவ்வேளையில் சில கருத்தார்ந்த நூல்கள் வெளிவரத் துவங்கியிருப்பது மகிழ்ச்சிக்குரியதாகும். இக்கட்டுரையிலே அண்மையில் என் கைக்கெட்டிய இரு நூல்களைப் பற்றிச் சிறிது கூற விரும்புகிறேன்.

1937ஆம் வருடம் *கண்ணன் என் கவி* என்னும் நூல் வெளிவந்தது. சிறுகதை, நகைச்சுவைக் கட்டுரை, கவிதை முதலியவற்றை எழுதி வந்த கு.ப. ராஜகோபாலன், பெ.கொ. சுந்தரராஜன் இருவரும் *சுதேசமித்திரன்*, *தினமணி* ஆகிய இரு பத்திரிகைகளில் எழுதிய திறனாய்வுக் கட்டுரைகளே *கண்ணன் என் கவி* என்ற பொதுத் தலைப்பில் சுதந்திரச் சங்கு கணேசனால் மலிவுப் பதிப்பாக ஆறணா விலையில் வெளிவந்தன. பாரதி இலக்கியத்தைப் பற்றிய முதல் திறனாய்வு நூல் என்னும் சிறப்பை அது பெற்றது. ஆங்கிலத்திலே Classic என்று கூறும் வழக்கம் ஒன்று உண்டு. ஏதாவதொரு துறையில் அல்லது பிரிவில் பலராலும் ஒப்புக் கொள்ளப்பட்ட மேம்பாடுடைய நூலை அப்பதத்தினால் விவரிப்பர். *கண்ணன் என் கவி* வெளிவந்த காலத்திலிருந்தே அத்தகைய ஒரு நூலாகக் கருதப்பட்டு வந்திருக்கிறது. ஆயினும், நாற்பத்தைந்து வருடங்களுக்குப் பின்னரே அது இரண்டாம் பதிப்பாக வந்திருப்பதை நோக்கும் பொழுது தமிழ் நூல் வெளியீட்டு நிலையைப் பற்றி விசனிக்காமல் இருக்க முடியுமா?

முப்பதுகளின் முற்பகுதியில் பாரதியார் மகாகவி அல்ல என்று வாதிட்டுக் கட்டுரைகள் எழுதினார் ரா. கிருஷ்ணமூர்த்தி (கல்கி). பாரதியார் உலக அரங்கில் இடம் பெறத் தக்க மகாகவி என்று அக்காலத்திலே தன்னந்தனியனாகப் பிரசாரம் செய்து வந்த 'மறுமலர்ச்சி எழுத்தாளர் தந்தை' வ.ரா.வின் கூற்றை மறுத்தே கல்கி எழுதினார். 'விவாதம்' கவிதையையும் கவியையும் விட்டு எங்கேயோ வெகுதூரத்தில் போய்க் கொண்டிருந்த சமயத்தில் கு.ப.ராவும், 'சிட்டி'யும் பாரதியார் கவிதைகளை அலசி ஆராய்ந்து இந்திய ஐரோப்பிய பெருங்கவிஞருடன் ஒப்பிட்டு மதிப்பீடு செய்து அவரின் இலக்கிய தானத்தையும் பீடத்தையும் தெளிவாக்க முனைந்தனர். பற்றுறுதியுடனும், எழுச்சியார்வத்துடனும் மேற்கொள்ளப்பட்ட அம்முயற்சி நிலையான புகழைப் பெற்றுவிட்டது.

சிட்டியின் வார்த்தைகளில், "அன்று வெளியிடப்பட்ட கட்டுரைகள் திருத்தமின்றி அப்படியே இந்தப் பதிப்பில்" வெளியிடப்பட்டுள்ளன. (சில விளக்கங்களும் திகதிகளும் இடையே சேர்க்கப்பட்டுள்ளன.) முதற் பதிப்பை வெளியிட்ட சங்கு கணேசனே இவ்விரண்டாம் பதிப்புக்கும் வாழ்த்துரை வழங்கியிருக்கிறார். நூற்றாண்டு விழாச் சூழ்நிலையை மனங்கொண்டு, சிட்டியும் அவரது இலக்கியப் பாதி, சோ. சிவபாத சுந்தரமும் முன்னுரைகள் எழுதியுள்ளனர். அவை புதிய தலைமுறையினருக்கு வரலாற்று விளக்கம் அளிக்கின்றன. பாரதி பற்றிய வாதப் பிரதிவாதத்தின் தோற்றம், தன்மை, இவற்றைத் தனக்கே உரிய முறையில் தந்திருக்கிறார், சி.சு. செல்லப்பா. 'பின்னணி' என்ற இப்பிற்சேர்க்கையும் ஆராய்ச்சிகளுக்குப் பயன்படலாம். சிவபாதசுந்தரத்தின் குறிப்புரை 'இலங்கையில் பாரதி' என்னும் தலைப்பில் அமைந்தது. வ.ரா. இலங்கையில் பணியாற்றிய காலத்தை மையமாகக் கொண்டு தொடங்கி, பின்னிகழ்வுகளைச் சுருக்கமாக விவரித்துச் சொல்கிறது.

மொத்தத்தில், தனிச்சிறப்பும் வரலாற்று முக்கியத்துவமும் வாய்ந்த ஒரு நூலை காலத்தின் தேவைகளை அநுசரித்துத் தக்க முறையில் வெளியிட்டிருக்கின்றனர். இப்பதிப்பை வெளிக் கொணர்வதில் பெரும் பங்கு வகித்திருக்கும், திரு. பெ.சு. மணி, தானே பாரதி பற்றிய ஆய்வுப்பூர்வமான நூலொன்றை எழுதியிருக்கிறார்.

சில மாதங்களுக்கு முன் வெளிவந்திருப்பது *பாரதியாரும் தமிழ்ப் புலவர்களும்* (செப். 1981) என்னும் நூல். இந்திய தேசியம் பற்றிய சில பயனுள்ள நூல்களை எழுதியுள்ள பெ.சு. மணி, சரித்திர சம்பந்தமான விஷயங்களில் ஆர்வமும்

அறிவும் உடையவர். நூல்களோடு உடனுறையும் மணி, பாரதி ஆய்வுகளில் இதுவரை அழுத்தம் பெறாத புலவர்களைக் குறிப்பிட்டுள்ளார். பாரதி தமக்குச் சிறிது முன்னரும் தமக்குச் சமகாலத்திலும் வாழ்ந்த பல புலவோரைப் புகழ்ந்து பாராட்டியும் அவர்களுடன் இலக்கிய உறவுகள் கொண்டும் வாழ்ந்தார் என்பது அதிகம் அறியப்படாதது. தமிழ் ஆராய்ச்சி அறிஞர்களும் இவ்விஷயத்தைத் துருவி ஆராயவில்லை. இந்நூலிலே, பதிப்புத் துறைக்கு வழிகாட்டிய ஈழத்துத் தமிழ் அறிஞர் சி.வை. தாமோதரம் பிள்ளை, உ.வே. சாமிநாத ஐயர், மு.ரா. கந்தசாமிக் கவிராயர், அரசஞ் சண்முகனார், சே.ரா. சுப்பிரமணியக் கவிராயர், சுவாமி வேதாசலம், வ.உ. சிதம்பரம் பிள்ளை; மு. இராகவையங்கார், ம. கோபாலகிருஷ்ணையர், குருமலை சுந்தரம் பிள்ளை, விருதை சிவஞான யோகிகள், வேதநாயகம் பிள்ளை, எஸ். வையாபுரிப் பிள்ளை, ஜி. சுப்பிரமணிய ஐயர் முதலான தமிழ்ப் புலவர்களுக்கும் பாரதியாருக்கும் இருந்த தொடர்புகள் நுணுக்கமாகக் கூறப்பட்டுள்ளன. சில மரபு வழித் தமிழ்ப் பண்டிதர்கள் பாரதியாரினால் கவரப்பட்டமையையும் அறிய முடிகிறது. அதுபோல மரபு வழித் தமிழறிஞரிலிருந்து பாரதி வேறுபட்ட விதத்தையும் துலக்கமாகக் காணமுடிகிறது. உதாரணமாக, அரசஞ் சண்முகனாரும், ஈழத்து அறிஞர் உள்ளிட்ட பல வித்துவான்களும் 'ஆகுபெயர் – அன்மொழித் தொகை' பற்றி ஆர்ப்பரித்து வாதிட்டபொழுது, பாரதியார் பின்வருமாறு எழுதினார்:

> நெல் எப்படி விளைகிறது என்பதைக் கற்றுக் கொடுக்காமல் 'அன்மொழித் தொகையாவது யாது' என்று படிப்புச் சொல்லிக் கொடுப்பதை நினைக்கும்போது கொஞ்சம் சிரிப்புண்டாகிறது. அன்மொழித் தொகை சிலரைக் காப்பாற்றும், ஊர் முழுவதையும் காப்பாற்றாது. அன்மொழித் தொகையைத் தள்ளிவிட வேண்டுமென்று நான் சொல்லவில்லை. ஆனால், அன்மொழித் தொகையைப் பயிர் செய்து நெல்லை மறந்து விடுவது சரியான படிப்பில்லையென்று சொல்லுகின்றேன் அவ்வளவுதான்.

பாரதிக்கு முன் தமிழ்ப் புலவர்கள் நிலைமை, பாரதியார் அளித்த திருப்பம், பாரதி போற்றிய தமிழ்ப் புலவர் மரபு, தமிழ்ப் புலவர்களிடம் பாரதியார் எதிர்பார்த்தது முதலிய அத்தியாயங்கள் நூலின் உள்ளடக்கத்தை ஒருவாறு புலப்படுத்துவன. சில புதிய தகவல்கள் இந்நூலின் மூலம் நமக்குத் தெரிய வருகின்றன. சி.வை. தாமோதரம் பிள்ளையைப் பற்றி பாரதியார் கொண்டிருந்த

உயர்ந்த அபிப்பிராயத்தை எடுத்து விளக்குமிடத்தில் மணி தமது நடுநிலையான ஆய்வுள்ளத்தையும் வெளிப்படுத்தியிருக்கிறார். வி. கனகசபைப் பிள்ளையின் *ஆயிரத்து எண்ணூறு ஆண்டுகளுக்கு முற்பட்ட தமிழர்* என்ற நூல் பற்றிப் பாரதியார் குறிப்பிடுவதை நுட்பமாக ஆசிரியர் எடுத்துக்காட்டியுள்ளார். மாதவையாவின் 'இந்தியக் கும்மி' என்னும் பாடலை நூலில் தந்துள்ளார் மணி. அது ஆய்வாளருக்குப் பெரிதும் பயன்படும். பல காலம் கிடைக்காமல் இருந்த இப்பாடல் பெயரளவில் மாத்திரம் பலரால் அறியப்பட்டிருந்தது. காலஞ் சென்ற ஆராய்ச்சியாளர் மயிலை சீனி. வேங்கடசாமியைப் போல் உழைப்பாலும் காழ்ப்புகள் அற்ற நோக்காலும் போற்றத்தக்க சில நூல்களை எழுதி வருகிறார் மணி. தமிழ் மாணவர்க்கும், ஆய்வாளருக்கும் உசாத்துணை நூலாக இது விளங்கும் என்பதில் ஐயமில்லை.

மல்லிகை, ஜனவரி 1982

15

பாரதியின் சமகாலத்தவரும் பாரதி பரம்பரையினரும்

பாரதியைப் போன்ற ஒரு மகாகவிஞனை முழுமையாக விளங்கிக்கொள்வதற்கும் அவனது ஊற்றுக்களையும் ஓட்டங்களையும் தெளிந்து கொள்வதற்கும் பல ஆசிரியர்களை நுணுகி ஆராய வேண்டியுள்ளது. பாரதிக்கு முன்னரும் பின்னரும் வாழ்ந்த, வாழ்கின்ற ஆசிரியர்களையே அன்றி அவனது சமகாலத்து இலக்கியக் கர்த்தாக்களையும் சிந்தனையாளரையும் அறிந்து கொள்வதால் அவனைச் சிறப்பாகத் தெரிந்து கொள்ளும் வாய்ப்பு ஏற்படுகின்றது. பாரதி நூற்றாண்டையொட்டி வெளிவரும் சில நூல்கள் இத்தகைய ஆய்வுக்கு உகந்தனவாயிருக்கின்றன.

வ.வே.சு. ஐயர் கட்டுரைகள் என்னும் நூல் சென்ற வருடம் ஐயரின் நூற்றாண்டு நிறைவு நினைவுகூரப்பட்ட வேளையில் வெளிவந்தது. இதன் தொகுப்பாசிரியர் பெ.சு. மணி. மகாகவியின் நெருங்கிய நண்பராயும், புதுவையில் அரசியல் அகதியாக அரவிந்தர், பாரதி முதலியவர்களோடு வாழ்ந்தவராயும், வீரமிக்க தேச பக்தராயும், தமிழ் இலக்கிய விமர்சன முன்னோடியாயும், ஒப்பியல் ஆய்வு வழிகாட்டியாயும் பாராட்டப்படுபவர் வ.வே.சு. ஐயர். பாரதியாருக்கு ஒரு வயதால்

மூத்தவரான ஐயர் (1881–1924) பல வழிகளில் தனிச் சிறப்புடையவர். ஆயினும் ஐயரின் ஆக்கங்கள் கிடைப்பது அரிது. மொழிபெயர்ப்புகளும், சொந்த நூல்களுமாக அவர் பல நூல்களை எழுதினார். பெலாரி சிறைவாசத்தின்போது (1921) அவர் எழுதிய (முற்றுப்பெறாத) ஆங்கில நூலே *கம்பராமாயண ஆராய்ச்சி* என்பது. பல வருடங்களுக்குப் பின்னே அது வெளிவந்தது. ஐயரின் நூல்களில் *மங்கையர்க்கரசியின் காதல்* என்ற சிறுகதைத் தொகுதியே ஓரளவேனும் பொதுநிலை வாசகர்களால் அறியப்படுவது. தமிழில் விமர்சனத் துறையின் மூலவர்களில் ஒருவராகக் கொள்ளப்படும் அவரது விமர்சனக் கட்டுரைகள் பெரும்பாலானோரால் பெயரளவிலேயே அறியப்பட்டிருந்தவை. சிற்சில மேற்கோள்களே மீண்டும் மீண்டும் எடுத்தாளப்பட்டன. இத்தகைய சூழ்நிலையில் பெ.சு. மணி பிரயாசைப்பட்டு ஏற்றத்தாழ இருபது கட்டுரைகளை இந்நூலிலே தொகுத்தளித்திருக்கிறார். ஐயரின் தினக்குறிப்பிலிருந்து எடுக்கப்பெற்ற கவிதை ஒன்று நூலில் இடம்பெற்றுள்ளது. 'தமிழ்', 'மறுமலர்ச்சி' இரு கட்டுரைகளும் இங்குச் சிறப்பாகக் குறிப்பிடப்பட வேண்டியவை. மறுமலர்ச்சி என்னும் கட்டுரையை 1918ஆம் ஆண்டு *சுதேசமித்திரன்* பத்திரிகையில் ஐயர் எழுதினார். மறுமலர்ச்சி என்னும் பதத்தை முதன் முதலில் கையாண்டவரும் அவரே. Renaissance என்னும் ஆங்கிலப் பதத்துக்கு நேராக அதனைப் பயன்படுத்தினார். (இக்கட்டுரையை 1958இல் வ. விஜயபாஸ்கரன் தனது *சரஸ்வதி* சஞ்சிகையிலும், 1983இல் ஏ.கே. செட்டியார் தனது *குமரிமலர்* சஞ்சிகையிலும் மறுபிரசுரஞ் செய்தனர். எனினும் பலர் அவற்றைப் படித்திருக்கமாட்டார்கள்.)

மேலே குறிப்பிட்ட இரு கட்டுரைகளிலும் இடம்பெறும் கருத்துக்கள் பாரதியார் கட்டுரைகள் சிலவற்றோடு ஒப்புநோக்கி ஆராயத்தக்கவை. 'புத்துயிர்', 'புனர்ஜென்மம்' முதலிய தொடர்களைப் பயன்படுத்தியவர் பாரதியார். நவீன தமிழ் இலக்கியத்தின் தோற்றத்தை ஐயர் இனங்கண்டு விவரித்திருப்பது வரலாற்று முக்கியத்துவம் வாய்ந்ததொன்றாகும். பாரதியார் புதுவையிலிருந்து வெளிக்கொணர்ந்த *இந்தியா* ஏட்டில் ஐயர் புனைபெயர்களில் இங்கிலாந்திலிருந்து எழுதிய கட்டுரைகள் 'லண்டன் கடிதம்' என்னும் தலைப்பில் பிரசுரிக்கப்பட்டவை. அன்றைய அரசியல் ஓட்டத்தின் சில அம்சங்களைப் புரிந்துகொள்ள உதவுவதோடு, அவை ஐயரையும் நமக்கு நன்கு சித்திரிக்கின்றன. அதுபோலவே 'பிரயோக இலக்கணம்' என்னும் தலைப்பில் புதுவையிலிருந்து வெளிவந்த *கலைமகள்* இதழ்களில் ஐயர் எழுதிய மொழிக் குறிப்புகள் 'சொல் புதிது பொருள் புதிது'

என்று பாரதி பாடிய உணர்வைப் புரிந்துகொள்ள உதவுவன. இவை மொழிநூல் ஈடுபாடுடையோர்க்கு விருந்து.

ஐயரைப் பற்றிய ஆய்விற்கு மட்டுமன்றி, பாரதி ஆய்வுகளுக்கும் இந்நூல் இன்றியமையாதது. 'வ.வே.சு. ஐயர் தரிசனம்' என்றே இதற்குப் பெயரிட்டிருக்கலாம். தக்க குறிப்புகளுடன் இக்கட்டுரைகளை நூலாக்கியுள்ள மணி நிச்சயம் பாராட்டுக்குரியவர். ஐயர் எழுதிய கட்டுரைகளில் இவை மிகச் சிலவே. உதாரணமாக, காரைக்குடியிலிருந்து வெளிவந்த *குமரன்* சஞ்சிகையின் 1925இல் அவர் எழுதிய 'புத்திலக்கியங்கள்' என்னும் கட்டுரை இதில் இடம்பெறவில்லை. ஏனைய ஆக்கங்களையும் மணி வெளியிடுவாரானால் பெருந்தொண்டு புரிந்தவராவார். இக்கட்டுரைகளைப் படிக்கும்பொழுது ஐயரின் சிறப்பியல்புகளைக் கண்டு கொள்ளும் அதே வேளையில், பாரதியிலிருந்து அவர் வேறுபடும் வகையினையும் அவதானிக்கக் கூடியதாயிருக்கிறது. ஐயரின் ஹிந்து தீவிரவாதம், தூய்மை வாதம் முதலியனவும் ஆங்காங்குப் புலப்படுகின்றன. சமூக சீர்திருத்தத்தில் ஐயர் அத்துணை ஈடுபாடு கொண்டிருக்கவில்லை. இவையெல்லாவற்றையும் தெளிந்து கொள்வதற்கு அவரது நூல்கள் மறுபிரசுரஞ் செய்யப்படுதல் அவசியம்.

பழம் பெரும் தேச பக்தர் நெல்லை எஸ்.என். சோமயாஜுலுவின் பதிப்புரையுடன் வெளிப்பட்டிருக்கும் இந்நூலை, 150 'ஏ' என்.ஜி.ஓ. காலனி, பெருமாள்புரம், திருநெல்வேலி – 7, தமிழ்நாடு என்னும் முகவரியில் பெற்றுக் கொள்ளலாம். விலை ரூபாய் ஆறு.

~

மாயூரம் ஏ.வி.சி. கல்லூரித் துணைத் தமிழ்ப் பேராசிரியர் கி. செம்பியன் எழுதி வெளியிட்டிருக்கும் நூல் *பட்டுக்கோட்டையின் பாட்டுத்திறம்* (டிசம்பர் 1981) என்பது. சுப்ரமணிய பாரதியாரின் நூற்றாண்டு விழா கொண்டாடப்படும் வேளையில், அவனது மரபில் வந்த ஆற்றல் மிக்க கவிஞனொருவனின் ஆக்கங்களை மதிப்பீடு செய்யும் ஆய்வு நூலொன்று வெளிவருதல் சாலப் பொருத்தமானதே. ஏனெனில், பெருங்கவிஞனான பாரதி புதியவொரு இலக்கிய சகாப்தத்தைத் துவக்கி வைத்தவன் மாத்திரம் அல்லன். தனக்குப் பின்வரக்கூடிய கவிஞர்கள் பலருக்கு வழிகாட்டியுமாவான். அந்த வகையில் பாரதியின் பெருமை அவனது சொந்தப் படைப்புக்களில் மட்டும் தங்கியிருக்கவில்லை. அவன் அளித்த உந்து விசையினால் – அவனைப் படித்த அருட்டுணர்வினால் – அவனுக்குப் பின் வந்தோர் படைத்தவற்றாலும் அவனுக்கும் பெருமை

சேரும். 'தக்கார் தகவிலார் என்பது அவரவர் எச்சத்தாற் காணப்படும்' என்று வள்ளுவன் கூறியதுபோல, அவனது ஞான பரம்பரையினராலும் அவன் மதிக்கப் பெறுவது இயல்பே.

பாரதி பரம்பரையினரைப் பற்றிச் சில கட்டுரைகளும் நூல்களும் வெளிவந்துள்ளனவெனினும், அவர்களின் படைப்புக்களுக்கும் பாரதியின் படைப்புகளுக்கும் உள்ள உறவு – ஒப்புமை வேற்றுமை – சரி நுட்பமாயும் கூர்நோக்குடனும் இன்னும் ஆராயப்படவில்லை. நவீன இலக்கிய ஆய்வுகளின் குறைபாடுகளில் இதுவும் ஒன்று. பாரதிதாசன் தவிர்த்த ஏனைய பல கவிஞர்களுக்கும் பாரதியாருக்கும் இருக்கக்கூடிய கவிதா சம்பந்தம் இன்றுவரை தக்கபடி ஆராயப்படவில்லை என்றே கூறிவிடலாம். (தி.க., தி.மு.க. ஆர்வலர்கள் பாவேந்தரைப் பாரதிக்கு நிகரானவராகவும் அவரை விஞ்சியவராகவும் நிலைநாட்டும் முயற்சியிலேயே பொழுதைப் போக்கிவிட்டனர்.) ஆர்.கே. கண்ணன், சி. கனகசபாபதி முதலிய சிலரே பாரதி – பாரதிதாசன் தனிச்சிறப்பியல்புகளை அலசியுள்ளனர்.

இத்தகைய ஒரு பின்னணியிலேயே கி. செம்பியன் எழுதியுள்ள நூலின் பொருத்தப்பாடும் முக்கியத்துவமும் குறிப்பிட்டுச் சொல்லக்கூடியனவாயுள்ளன. பட்டுக் கோட்டையின் பாட்டுத் திறன் பற்றிய இந்நூல் பாரதி பரம்பரை பற்றிய ஒரு நூலாகவும் திகழ்கிறது. பாரதி பரம்பரையினர் என்று நாம் குறிப்பிடுகையில் அவர்கள் அனைவரும் பாரதியின் பிரதிகள் என்று எண்ண வேண்டியதில்லை. பாரதிக்குப் பின் வந்தவர்கள் அவனை ஒட்டியும், வெட்டியும் இயங்கியிருப்பதைக் காணலாம். காலத்தின் இயல்பையும் மாறுதல்களையும் அநுசரித்துப் பாரதியின் கருத்துக்களுக்கும் உணர்வுகளுக்கும் புதுவிளக்கம் செய்த கவிஞர்களும் உண்டு. பட்டுக்கோட்டை கலியாணசுந்தரம் அத்தகையோரில் ஒருவன். இவ்வுண்மையை மனங்கொண்டு திரு. செம்பியன், இந்நூலிலே ஒப்பியல் ஆய்வினை மேற்கொண்டுள்ளார். பாரதியையும் பாரதிதாசனையும் கலியாணசுந்தரத்தையும் ஒப்பாய்வு செய்வதன் மூலமாகவே மூவருக்குமுள்ள பொதுப் பண்புகளையும் தனித்தன்மைகளையும் ஓர்ந்தறிதல் சாத்தியமாகும். ஒப்புமைப் பகுதிகள் பொருள் விளக்கமும் மொழிவிளக்கமும் தருகின்றன. பட்டுக்கோட்டை மற்றிருவரிலும் இருந்து வேறுபடும் தன்மையையும் நுட்பத்தையும் இவ்வொப்புமைப் பகுதிகள் துலக்கிக் காட்டுவனவாயுள்ளன. 'சில நேரங்களில் பாரதியிடம் காணமுடியாத எளிமையைத் தெளிவைத் தெளிவில் பிறக்கும் முடிவைப் பட்டுக்கோட்டையிடம் காணமுடியும்' என்பது செம்பியனின் அடிப்படை வாதம். பட்டுக்கோட்டையின் சமூக உணர்வைப் பல இடங்களில்

சுட்டிக்காட்டும் செம்பியன் சமுதாயச் சூழ்நிலைகளைப் பொருளியல் அடிப்படையில் இன்னும் துல்லியமாகவும் மேலதிகமான சான்றுகளுடன் நிறுவி விளக்கி இருப்பின் கவிதைகளின் யதார்த்தப் பண்பைக் கூர்ந்து கவனிக்கவும், சுவைத்து அனுபவிக்கவும் கூடுதலான வாய்ப்பு ஏற்பட்டிருக்கும். இக்குறைபாடு ஆய்வாளரின் முறையியற் குறைபாடு எனலாம். மேலே நான் குறிப்பிட்டது போல இந்நூலிலுள்ள இரு ஒப்பியல் ஆய்வுகளினால் (பட்டுக்கோட்டை – பாரதி; பட்டுக்கோட்டை – பாரதிதாசன்) பாரதி பரம்பரையின் சில ஓட்டங்களைத் தெளிந்துகொள்ள வாய்ப்பு உண்டாகியிருக்கிறது. பாரதி ஆய்வுக்கும் இப்பங்களிப்பு உரியதொன்றாகும். இது காலத்தின் தேவைக்கும் ஏற்றதாயுள்ளது. இந்நூலினை வெளியிட்டோர் திங்கள் பதிப்பகத்தினர். 1/70 எச், நெடுஞ்சாலை, மேலப்பாதி, மாயூரம் வட்டம், தமிழ்நாடு. விலை ரூபாய் பன்னிரண்டு.

மல்லிகை, ஏப்ரல் 1982

16

இலங்கை கண்ட பாரதி

இலங்கையில் எழுந்த ஆக்க இலக்கியம் தனித் தன்மைகளைக் கொண்டிருப்பது போலவே தமிழகத்தில் எழுந்த நூல்களை ஏற்பதிலும் சுவைப்பதிலும் இலங்கைத் தமிழர்கள் சில தனித் தன்மைகளை வெளிக்காட்டி வந்திருக்கின்றனர். இதற்குப் பல காரணங்கள் உண்டு. அவற்றை இவ்விடத்தில் விரிவாக ஆராய இயலாது. சுருக்கமாகக் கூறுவதாயின், வரலாற்றுக் காரணிகளும் சமூகவியற் காரணிகளும் வேறுபாடுகளுக்கு அடிப்படை எனலாம். பொதுவான இந்நியதிக்கு இயையவே இலங்கையில், பாரதி பற்றிய அறிவும் இரசனையும் வளர்ந்து வந்துள்ளன. உதாரணமாக, இலங்கைத் தமிழரிடையே, குறிப்பாக மரபு வழித் தமிழ்க் கல்வி கற்றோரிடையே, வேதாந்தச் செல்வாக்கு மிகவும் குறைவு. இதனால் பாரதியை வேதாந்த நோக்கில் அணுகுவோரும் வெகு சிலரே. இலங்கையில், தமிழ்ச் சமுதாயத்திலே பிராமணீயத்தின் செல்வாக்கு இல்லை என்றே கூறிவிடலாம். இதனால் பிராமண எதிர்ப்பு இயக்கங்களும் உள்ளூரத்துடனும் வேகமாக இயங்கும் சூழ்நிலை இருக்கவில்லை. தமிழகத்திலே பாரதி மீது பார்ப்பனீய முத்திரை குத்துவோர் இன்றும் இருக்கின்றனர். ஆனால் இலங்கையில் அத்தகையோரைக் காண்பது அரிது. தமிழகத்திலே சில காரணங்களினால் பாரதியைப் பார்க்கிலும் பாரதிதாசனை உயர்த்திப் பேசும் மனோபாவம் சிலரிடத்துக் காணப்படும். இலங்கையிலே அத்தகைய ஒரு கடப்பாடு தமக்கு இருப்பதாக எவருக்கும் தோன்றாது. இவ்வாறு வேறுபாடுகளை

விவரிக்கலாம். எனினும் தவிர்க்க இயலாதவாறு ஒற்றுமைகளும் உண்டு என்பதை ஒப்புக்கொள்ள வேண்டும். தமிழ்த் தேசியத்தின் முனைப்பான குரலாகத் தமிழகத்திலும் இலங்கையிலும் பாரதி கருதப்பட்டுள்ளமை கண்கூடு. இவ்வாறு இலங்கைத் தமிழர்கள் பாரதியின் ஆக்கங்களை அணுகுவதில் சிற்சில தனித்தன்மைகளையும் கொண்டுள்ளனர் என்னும் செய்தியை மனங்கொண்டு அவர்கள் மத்தியில் பாரதி பற்றிய உணர்வும் சிந்தனையும் பரிணமித்து வந்திருக்குமாற்றைச் சுருக்கமாக ஆராய்வதே இக்கட்டுரையின் நோக்கமாகும்.

பாரதியார் உயிருடன் இருந்த காலத்தில் தமிழ்நாட்டிலேயே அவரைப் பற்றி அறிந்தவர்கள் சொற்பம். அந்நிலையில் இலங்கையில் பலர் அவரைப் பற்றி அறிந்திருப்பர் என்றெண்ண முடியாது. ஓரளவு அறிந்திருக்கக் கூடியவர்களும் அவரைப் பற்றி எழுதவும் பேசவும் முற்பட்டிருக்கக்கூடிய சூழ்நிலையில் இருக்கவில்லை. சென்ற நூற்றாண்டின் நடுப்பகுதியளவிலிருந்து, அதாவது ஆறுமுக நாவலரின் தமிழக விஜயங்களையடுத்து, இலங்கைத் தமிழ்க் கல்விமான்கள் பலர் பொதுவாக இந்தியாவிற்கும் சிறப்பாகத் தமிழ்நாட்டிற்கும் அடிக்கடி போய் வந்து கொண்டிருந்தனர். சிலர் தமிழகத்திலேயே பல வருடங்கள் வாழ்ந்தனர். இவர்களிற் சிலர் நேரடியாகவோ, பிறர் மூலமாகவோ பாரதி பற்றி அறிந்திருத்தல் கூடும். திடமாய்க் கூற முடியாதிருப்பினும், ஆ. முத்துத்தம்பிப் பிள்ளை, நா. கதிரைவேற் பிள்ளை, ச. கந்தையா பிள்ளை, வதிரி சி. தாமோதரம் பிள்ளை முதலியோர் பாரதியாரைப் பற்றி ஓரளவாகிலும் கேள்விப் பட்டிருப்பர் என்று எண்ணுவதில் தவறில்லை. எனினும் சந்தேகத்துக்கு இடமேயற்ற வகையில் பாரதியாரோடு நெருங்கிய தொடர்பு கொண்டிருந்த இலங்கையர் யாழ்ப்பாணத்துச் சாமி என்று பாரதியாராலேயே போற்றப்பட்ட சுவாமி அருளம்பலம் (1878–1942) அவர்களே. அவர்களது தொடர்பு ஆன்மிகத் தொடர்பு. இலங்கை முற்போக்கு எழுத்தாளர் சங்கத்தினரின் முயற்சியால் பாரதியாரின் ஞானகுரு பற்றிய தகவல்கள் பிரசித்தமடைந்துள்ளன வெனினும், ஆராயப்பட வேண்டிய விஷயங்கள் பல இருக்கின்றன.

பாரதியார் மறைந்து சுமார் பத்தாண்டுகளுக்குப் பின்னரே, 1930ஆம் வருடத்தை அடுத்த காலப் பகுதியிலேயே அவரது புகழும் பெருமையும் தமிழ்நாட்டிலும் இலங்கையிலும் மெல்ல மெல்ல பரவலாயின. தேசிய இயக்கத்தில் ஏற்பட்ட வேகம் இதற்குத் துணைபுரிந்தது என்பதில் ஐயமில்லை. உண்மையில், கடந்த ஐம்பது வருடங்களாகவே பாரதியின் தாக்கம் குறிப்பிடத்தக்க வகையில் நமது நாட்டில் விகசித்து வந்திருக்கின்றது.

இவ்வளர்ச்சியினை மூன்று வகைகளில் நாம் கண்டு கொள்ளலாம். கால ஒழுங்கிலும் இவ்வகைகள் ஒன்றையொன்று தழுவியும், ஒன்றன்பின் ஒன்றாகவும் முக்கியத்துவம் பெற்று வந்திருப்பதை அவதானிக்கலாம்.

முதலில், புதுமை உணர்வினால் உந்தப்பெற்ற மரபு வழிக் கல்வியாளரே பாரதி பாடல்களில் சற்று ஈடுபாடு கொண்டிருந்தனர். இலங்கையைப் பொறுத்தவரையில் விபுலாநந்த அடிகளார் இது விஷயத்தில் விதந்துரைக்கப்பட வேண்டியவர். இந்தியாவிலிருந்து யாழ்ப்பாணம் வந்திருந்து இலக்கியப் பணி புரிந்த உருத்திர கோடீஸ்வரரும் பாரதியார் கவிதைகளைப் பிரபலியப்படுத்தியவர்களில் ஒருவர். விபுலாநந்த அடிகள் பல கட்டுரைகளிலே பாரதியாரைக் குறிப்பிட்டார். ‘இயலிசை நாடகம்’ என்னும் கட்டுரையிலே, ‘அண்மையிலிருந்த பெருந் தமிழ்ப் புலவராகிய சுப்பிரமணிய பாரதியார்’ என்று குறிப்பிட்டவர், பிறிதோரிடத்திலே பின்வருமாறு எழுதினார்:

> சங்கச் செய்யுட்களுக்குள்ளே செறிந்து கிடக்கும் காதலின்பத்தையும் வீர மேம்பாட்டையும் யாவருமெளிதிலுணர்ந்து கொள்ளற் பொருட்டு இலகுவான நடையிலமைந்த இன்னிசைத் தமிழ்ப் பாடல்களாற் சொல்லவல்ல கவிவாணர் தமிழ்நாட்டுக்குப் பேருபகாரிகளாவர். இத்தகைய கவிவாணருள் முதல் வைத்தெண்ணப்படும் தகைமை சான்றவர், ஸ்ரீமான் சுப்பிரமணிய பாரதியார். தமிழ் செய்த தவப்பயனா யுதித்த பாரதியார் தமது இன்னிசைப் பாடல்களினால் தமிழ்நாட்டுக்கும் தமிழ்மொழிக்கும் அளத்தற்கரிய பேருபகாரத்தைச் செய்திருக்கிறார்.

பாரதியார் பாஞ்சாலி சபதத்திற்கு எழுதிய முன்னுரையை நினைவூட்டும் வகையில் அமைந்த இப்பகுதியில், விபுலாநந்த அடிகளாரின் பாரதி அபிமானத்தைத் தரிசிக்கலாம். 1922ஆம் வருடம் சென்னை, மயிலாப்பூர் இராமகிருஷ்ண மடத்திலே சேர்ந்து, 1924ஆம் வருடம் குருப்பட்டம் சூட்டப் பெற்று விபுலாநந்தராக வெளிவந்த அடிகளார் அக்காலத்திலிருந்தே பாரதி பாடல்களில் ஈடுபாடுடையவராயிருந்தார். துறவியாயிருந்தும், 1925–1931 காலப் பகுதியில் வட இலங்கையில் வேகத்துடன் இயங்கிய வாலிபர் மாநாட்டு நடவடிக்கைகளில் பேரூக்கத்துடன் பங்கு பற்றினார். வாலிபர் மகாநாட்டுக் கூட்டங்களுக்குத் திரு.வி.க., எஸ். சத்தியமூர்த்தி முதலியோர் தமிழகத்திலிருந்து வந்தனர். இருவருக்கும் பாரதி பாடல்களில் ஆழ்ந்த பற்றுண்டு.

பாரதியாரைப் போலவே கலியாணசுந்தரனாரும் தமிழில் கல்வி புகட்டப்பட வேண்டும் என்று வற்புறுத்தி வந்தவர். 1925ஆம் வருடம் ஏப்ரல் மாதம் கீரிமலையில் நடந்த வாலிபர் மகாநாட்டில் திரு.வி.க. தலைமைப் பேருரை நிகழ்த்தினார். தமிழின் மாட்சியையும் அது ஆட்சியிலும் கல்வியிலும் பெற வேண்டிய முதன்மையையும் எடுத்துரைத்தார். உரையிலே பாரதியார் பற்றியும் பிரஸ்தாபித்தார். தேசியப் பின்னணியில் கல்வியாளரும் சீர்திருத்தம் விரும்பியவர்களும் பாரதி பாடல்களை அவ்வப்போது கையாண்டனர். சி.வை. தாமோதரம் பிள்ளை அவர்களின் புதல்வர் பிரான்சிஸ் கிங்ஸ்பரி (அழகுசுந்தர தேசிகர்) பல வருடங்கள் சென்னையில் பணியாற்றிவிட்டு, 1926ஆம் வருடம் கொழும்பு பல்கலைக்கழகக் கல்லூரியிலே தமிழ் விரிவுரையாளராகச் சேர்ந்தார். அவரும் பாரதி நூல்களில் பற்றுக் கொண்டவர். இருபதுகளின் முற்பகுதியிலிருந்து இலங்கையில் தமிழிலக்கிய ஆர்வம் ஓரளவில் புதுமைக் கண்ணோட்டம் வரலாயிற்று. காட்டாக, 1922இல் யாழ்ப்பாணம் றிட்ஜவே மண்டபத்தில் நடந்த இலக்கிய மகாநாட்டைக் குறிப்பிடலாம். யாழ்ப்பாணத்தில் நடைபெற்ற அந்த முதலாவது இலக்கிய மகாநாட்டுக்குத் தமிழ்நாட்டிலிருந்து டாக்டர் எஸ். கிருஷ்ணசுவாமி அய்யங்கார், கா. சுப்பிரமணிய பிள்ளை, பா.வே. மாணிக்க நாயக்கர், அ. மாதவையா ஆகியோர் அழைக்கப்பட்டிருந்தனர். பாவலர் தெ.அ. துரையப்பா பிள்ளை மகாநாட்டில் முக்கியப் பங்கு வகித்தார். அடுத்த ஆண்டு *ஆரிய திராவிட பாஷாபிவிருத்திச் சங்கம்* நிறுவப்பட்டது. அச்சங்கத்தை நிறுவுவதற்குப் பெருமுயற்சியெடுத்த கல்வியதிகாரி முகாந்திரம் தி. சதாசிவ ஐயர் சற்றுப் பின்னர் தாம் இயற்றுவித்த பாடநூல்களில் பாரதி பற்றி எழுதினார். இவ்வாறு முப்பதாம் ஆண்டுவரை கல்வியாளர்கள் பாரதியைக் கண்டு உணர்ந்து போற்றினர்.

1930ஆம் வருடம் *ஈழகேசரி* பத்திரிகை தொடங்கப்பெற்றது அதன் தாபகர் நா. பொன்னையா அவர்களுக்குப் பாரதி பாடல்களில் பயிற்சியும் பற்றும் இருந்தன. அவரும் சில காலம் சென்னையில் வாழ்ந்தவர். *ஈழகேசரி* முதல் இதழிலிருந்தே பாரதி நூல்கள் பற்றிய விளம்பரம், பாரதி பாடல்களுடன் பத்திரிகையில் வெளியிடப்பட்டன. இலங்கையில், பாரதியார் கவிதைகளைப் பிரபலியப்படுத்தியதில் அப்பத்திரிகையின் பங்கு கணிசமானது. முப்பதுகளில் டொனமூர் அரசியல் திட்டம் நடைமுறைக்கு வந்ததைத் தொடர்ந்து சர்வசன வாக்குரிமை அரசியல் முக்கியத்துவம் பெற்றது. *வீரகேசரி, தினகரன்* முதலிய பத்திரிகைகள் ஆரம்பிக்கப்பட்டன. இத்தகைய பின்னணியிலேயே 1935ஆம் வருடம் வ.ரா., வீரகேசரி

பத்திரிகைக்கு ஆசிரியராகக் கொழும்பு வந்தார். புதுச்சேரியில் சில ஆண்டுகள் தங்கியிருந்தபோது பாரதியுடன் நெருங்கிப் பழகும் வாய்ப்புப் பெற்றவர் வ.ரா. மணிக்கொடி பத்திரிகையின் தாபகர்களில் ஒருவர். காந்தி பத்திரிகையிலே 1933–34இல் அவர் தொடர்ச்சியாக எழுதிய கட்டுரைகளே, பின்னர் 1944இல் மகாகவி பாரதியார் என்ற நூல் வடிவம் பெற்றன. அதுவே பாரதியார் பற்றி முதன்முதல் எழுதப்பெற்ற வாழ்க்கை வரலாற்று நூல். 1935இல் கல்கியுடன் காரசாரமான பகிரங்க விவாதத்தில் ஈடுபட்டிருந்தவர் வ.ரா. பாரதியார் உலக மகாகவி என்று முழுமூச்சுடன் வாதிட்டவர் அவர். இத்தகைய பெருமைக்குரிய பாரதி அன்பரும் பிரசாரகரும் கொழும்பில் சில வருடங்கள் பத்திராதிபராக வாழ்ந்த பொழுது பாரதி பிரசாரம் மும்முரமாக நடைபெற்றது. 'இலங்கையில் பாரதி' என்ற கட்டுரையிலே சோ. சிவபாதசுந்தரம் பின்வருமாறு குறிப்பிட்டிருக்கிறார்.

> வ.ரா.வும் நானும் ஒரே அறையில் தங்கியிருந்தோம். பாரதி பக்தனான வ.ரா. கொழும்பிலிருந்த நாட்களில் பத்திரிகை ஆசிரியர் என்ற முறையில் பல பொதுக் கூட்டங்களுக்கு அழைக்கப்படுவார். அங்கெல்லாம் அவர் என்ன பொருளைப் பற்றி பேசினாலும் பாரதியாரையும் அவர் கவிதைகளையும் குறிப்பிடாமல் பேசியது கிடையாது.

முப்பதுகளின் நடுப்பகுதியிலிருந்து ஈழகேசரி வாயிலாகவும், தென்னிந்திய சஞ்சிகைகள் வாயிலாகவும் இலங்கையில் நவீன ஆக்க இலக்கியத்தில் ஈடுபாடு கொண்ட ஒரு குழு உருவாகியது. சிவபாதசுந்தரம், வைத்தியலிங்கம், இலங்கையர்கோன் முதலாயினோருக்கு பாரதி கவிதைகளிலும் பரிச்சயம் ஏற்பட்டிருந்தது. மணிக்கொடியின் தாக்கம் இவர்களில் குறிப்பிடத்தக்க அளவில் இருந்தது. மொத்தத்தில் முப்பதுகளையடுத்த காலப்பகுதியில், பத்திரிகைகளின் பெருக்கத்தாலும் பாரதியின் ஆக்கங்கள் மக்களுக்குத் தெரியவந்தன. திரு. ரா.அ. பத்மநாபன் கூறியிருப்பது போல, "மக்கள் நாவில் பரவியது போலவே தமிழ்ப் பத்திரிகை உலகின் மூலமாகவும் பாரதி எழுத்துக்கள் பரவத் தொடங்கின."

தமிழறிஞர்கள் சிலராலும், பத்திரிகைகளோடு தொடர்புடையவர்களாலும், இசைவாணராலும் பிரபலியப்படுத்தப்பட்டு வந்த பாரதி கவிதைகள் 1940களில் ஈழத்துக் கவிஞர்களை ஆட்கொள்ளத் துவங்கின. அதாவது, அக்காலப் பகுதியிலிருந்து இலங்கைத் தமிழ்க் கவிஞர்கள் மகாகவியின் கவிதைகளினால் உந்தப்பெற்றுப் புதிய

படைப்புகளை அளிக்கலாயினர். இந்தியாவில் நிலவியது போல இங்கு உணர்ச்சிமயமான தேசிய எழுச்சி இல்லாவிடினும், சுதேசியப் பற்றும், விடுதலை வேட்கையும் ஆங்காங்கு வெளிவந்தன. புலவர்மணி ஏ. பெரியதம்பிப் பிள்ளை, முதுதமிழ்ப் புலவர் நல்லதம்பி, ப.கு. சரவணபவன், வித்துவான் வேந்தனார், அல்வாயூர் மு. செல்லையா, வே. சிவக்கொழுந்து (யாழ்ப்பாணன்) முதலியோரை இத்தொடர்பில் குறிப்பிடுதல் பொருத்தமாயிருக்கும். இலங்கை நாட்டைப் பற்றிப் பெரியதம்பிப் பிள்ளை, மு. செல்லையா, நல்லதம்பி முதலியோர் பாடிய பாடல்கள் பாரதியின் நாட்டுப் பாடல்களைப் படித்த அருட்டுணர்வில் எழுந்தவையே. சரவணபவன் ஆக்கிய 'ஈழமாதா திருப்பள்ளி எழுச்சி' நல்லதம்பி இயற்றிய 'இலங்கைத் தாய் வாழ்த்து' போல்வன ஐயத்துக்கிடமின்றிப் பாரதியின் செல்வாக்கைக் காட்டுகின்றன. தேசப்பற்று, தலைவர்கள் வாழ்த்து, காந்தீயம், இயற்கை வர்ணனை முதலியனவே பாரதியிடமிருந்து இவர்கள் பெற்றுக் கொண்ட பிரதான கவிப் பொருள்கள் எனலாம். வேறுவிதமாகக் கூறுவதாயின் தன்னுணர்ச்சிப் பாடல் முறையினை இவர்கள் பாரதியிடமிருந்து பெற்றனர் எனலாம்.

1946இல் வெளிவரத் துவங்கிய *மறுமலர்ச்சி* சஞ்சிகையில் பாரதியார் உணர்ச்சிபூர்வமாகப் போற்றப்பட்டார். வரதர் நடத்திய அச் சஞ்சிகையில், 'தமிழின் மறுமலர்ச்சி' என்ற தலைப்பில் வெளிவந்த கட்டுரைகளில் பாரதியின் பெயர் தவிர்க்க முடியாதபடி குறிப்பிடப்பட்டது. இலங்கை எழுத்தாளரும் தமிழக எழுத்தாளரும் உற்சாகத்துடன் பங்குபற்றிய அந்தக் கருத்தரங்கில் பாரதியின் பங்களிப்பு, குறிப்பிடத்தக்க அளவில் விவரிக்கப்பட்டது. அ.செ. முருகானந்தன் எழுதியுள்ள 'இலக்கியக் களத்து மேடு : சில நினைவுகள்' என்ற கட்டுரையில் (1973) அக்காலத்தில் நிலவிய இலக்கியச் சூழ்நிலையை ஒருவாறு கண்டு கொள்ளலாம். 'மறுமலர்ச்சி' சில காலமே வெளிவந்ததாயினும், பாரதி உணர்வு நம்மவரிடையே சுவறுவதற்கு அது பல வழிகளில் உதவியது. *கலைப்பெருமன்ற உழவர்விழா மலரில்* (1973) 'சிறு சஞ்சிகைகள் வரிசையில் மறுமலர்ச்சி' என்னும் கட்டுரையில் இதனை விரிவாக விளக்கியிருக்கிறேன்.

நாற்பதுகளின் பிற்பகுதிகளிலும் ஐம்பதுகளிலும் இலங்கையில் எழுந்த சமூக, அரசியல், பொருளாதார நிலைமைகளின் விளைவாகச் சிற்சில இயக்கங்கள் தோன்றின. அவற்றுள் இரண்டு சிறப்பாகக் குறிப்பிடப்பட வேண்டியன. ஒன்று தமிழின் உணர்வும் அதன் வெளிப்பாடுகளும்; மற்றொன்று முற்போக்கு இலக்கிய எழுச்சியும் அதன் பரிமாணங்களும்; இரண்டனுக்கும் அரசியல் பின்னணியிருந்தன. இன உணர்வும் எழுச்சியும்

பெரும்பாலும் முதலாளித்துவ – இனவாதக் கட்சிகளினால் முன்வைக்கப்பட்டவை. முற்போக்குக் கலை இலக்கிய இயக்கம் இடதுசாரிக் கட்சிகளினால் ஊக்கம் பெற்றவை. இக்கால கட்டத்திலே பாரதி இவ்விரு சாரராலும் எடுத்தாளப்பட்டமை கவனிக்கத்தக்கது.

சோல்பரி அரசியல் திட்டத்தையொட்டி உதயமாகிய தமிழ்க் காங்கிரஸ் நிறுவனமும், அதன்பின்னர் வந்த கட்சிகளும் அவற்றோடு முகிழ்த்த இயக்கங்களும் தமிழுணர்ச்சியைத் தட்டியெழுப்பும் முயற்சியில் பாரதியின் வாசகங்களையும் கூற்றுக்களையும் பயன்படுத்தின. 'தமிழன் என்றொரு இனமுண்டு – தனியே அவர்க்கொரு குணமுண்டு' என்ற நாமக்கல் பாடலடிகளாகக் கூறியவர்கள் பலர். பாரதியின் தமிழ்ப்பற்று மிக்க பாடற்பகுதிகள் வெகுவாகப் பயன்படுத்தப்பட்டன.

இடதுசாரி இயக்கங்கள் பாரதியில் கண்ட சிறப்பியல்புகள் வேறு. இவ்விடத்தில் ஒரு செய்தி கூற வேண்டியுள்ளது. 1948–49 காலப்பகுதியில் இந்தியாவில் கம்யூனிஸ்ட் கட்சி மீது அடக்குமுறை அவிழ்த்து விடப்பட்ட பொழுது, தமிழகத்திலிருந்து ப. ஜீவானந்தம் தலைமறைவாக இலங்கை வந்து சில காலம் தங்கியிருந்தார். முப்பதுகளின் நடுப்பகுதியிலிருந்து ஆற்றல்மிக்க கவிஞராயும் கட்டுரையாளராயும் அரசியல் பிரசங்கியாயும் திகழ்ந்த ஜீவானந்தம் இலங்கையில் தங்கியிருந்த வேளை, பாரதி பற்றியும் முற்போக்குக் கண்ணோட்டத்தில் நிறையப் பேசினார். பழந்தமிழிலக்கியங்களையும் பாரதியையும் பொதுவுடைமைத் தத்துவத்தின் ஒளியில் வைத்து நோக்குவதில் வழிகாட்டியவர் அவர். இலங்கையில் முற்போக்காளர் பாரதியைத் தரிசிப்பதற்கு ஜீவாவின் செல்வாக்கும், கே. இராமனாதனின் பங்களிப்பும் குறிப்பிடத்தக்கது. (ஜீவானந்தம் இலங்கையில் இருந்த நாட்களிலேயே *கம்யூனிஸம் : ஓர் சுருக்க விளக்கம்* என்னும் நூலை எழுதினார். அது 1949இல் கொழும்பில் பிரசுரிக்கப்பட்டது. இலங்கைக் கம்யூனிஸ்ட் கட்சி, இதர தேசக் கம்யூனிஸ்ட் கட்சித் தலைவர்களின் உருவப் படங்களும் வாழ்க்கைக் குறிப்புகளும் அதில் இடம்பெற்றிருந்தன.)

1946இல் தோன்றிய இலங்கை முற்போக்கு எழுத்தாளர் சங்கம் 1956இல் புதிய வேகம் பெற்றமையும், தேசிய ஜனநாயக இலக்கியக் கோட்பாடு அழுத்தம் பெற்றமையும் கடந்த கால் நூற்றாண்டு இலக்கிய வரலாற்றின் முக்கிய அம்சங்கள். 1956இல் இ.மு.எ.ச. ஏற்பாடு செய்த பாரதி விழா, இலங்கையில் பாரதி இயக்கப் பரிணாமத்தில் முக்கியம் வாய்ந்தது. 1956ஆம் வருடம் பாரதி பிறந்த டிசம்பர் மாதத்தில் கொழும்பு ஸாஹிறாக்

கல்லூரி மண்டபத்தில் மாபெரும் பாரதிவிழா நடந்தேறியது. சிறுகதை, நாவல், கவிதை, கட்டுரை, மொழிபெயர்ப்பு முதலிய பல துறைகளிலும் உழைத்துள்ள தொ.மு. சிதம்பர ரகுநாதன் சிறப்புரை ஆற்றுவதற்குத் தமிழ்நாட்டிலிருந்து வந்திருந்தார். ஜீவானந்தம், ஆர்.கே. கண்ணன், ரகுநாதன் ஆகிய மூவரும் பாரதி ஆய்வுகளில் முன்னிற்பவர்கள். தனக்கே உரிய குரலிலும் முறையிலும் ரகுநாதன் அம்மகாநாட்டில் கருத்துச் செறிவான பேருரையை நிகழ்த்தினார். அதன் பின்னர் நாட்டின் பல பாகங்களுக்கும் விஜயம் செய்து சொற்பொழிவுகள் ஆற்றினார். பதுளையில் நடந்த பாரதி விழாவில் ரகுநாதன் தனது உரையைப் பின்வருமாறு தொடங்கினார்.

> தமிழ்நாட்டில், எனது திருநெல்வேலி ஜில்லா வறட்சியான பகுதி. பாரதியும் அதே ஜில்லாவைச் சேர்ந்தவர்தான். என்றாலும் வளமும் வனப்பும் மிகுந்த இந்த இலங்கைத் திருநாட்டிலும் குளுமையும் செழிப்பும் இனிமையும் அழகும் கைகோத்துக் குலாவும் இம்மலைப் பிராந்தியத்திலும் – பாரதி பல தினங்களாக நடமாடுகிறான். அம்மகா கவிக்கு நாடு தழுவிய விழாக்களை எடுத்து இங்கெல்லாம் அவனுடைய திருநாமத்தை ஒலிக்கச் செய்ததன் மூலம், அவனை இவ்வழகிய தீவில் நடமாட வைத்த எழுத்தாளர் சங்கத்திற்கு என் நன்றியைத் தெரிவித்துக் கொள்கிறேன்.

ரகுநாதன் வருகையும், நாட்டின் பல பகுதிகளிலும் நடைபெற்ற பாரதி விழாக்களும் பாரதி பற்றிய ஆர்வமும் அறிவும் விரிவடைய உதவின என்பதில் ஐயமில்லை. ஆயினும், மலை நாட்டைப் பொறுத்தவரையில் முப்பதுகளின் பிற்பகுதியிலும் நாற்பதுகளிலும் தோட்டத் தொழிலாளர் மத்தியில் உழைத்து வந்த சில தொழிற்சங்கவாதிகளின் மூலம் பாரதி பாடல்கள் ஓரளவு அறியப்பட்டிருந்தன. குறிப்பாக எப்.ஜி. நடேசய்யர் பாரதி பாடல்களில் நிரம்பிய ஈடுபாடு கொண்டவராய் இருந்தார். பின்னர் *பாரதி* சஞ்சிகையை நடத்திய கே. கணேஷ், கே. ராமநாதன் ஆகிய இருவரில் கணேஷ் மலையகத்தை வாழிடமாய்க் கொண்டவர் என்பதும் நினைவுகூரக்கூடியதே.

பாரதி விழாவின் விளைவாக எழுந்த புத்துணர்ச்சியும் தூண்டுகோலாக அமைந்துதான் 1960களில் இலங்கையில் இலக்கிய முற்போக்கு வாதம் முனைப்புடன் செயற்பட்டுக் கொண்டிருந்தது. இதன் பன்முக வெளிப்பாடாகவே தேசிய இலக்கியம் வேண்டுமென்று கோரி நின்று குரல் கொடுத்தமை,

சாகித்திய மண்டலத்தின் சீர்கேடுகளை எதிர்த்து நின்றமை, மரபுவாதிகளின் பழமை வாதத்தைச் சாடியமை, தேசிய ஒருமைப்பாட்டுக்காக உழைத்தமை, தென்னிந்திய சஞ்சிகைகளின் ஆதிக்கத்தைக் கட்டுப்படுத்தக் கோரியமை முதலியன இயக்க அடிப்படையில் அமைந்தன. (முருகையன், 'நாவலர் இயக்கம்' புதுமை இலக்கியம் – பாரதி நூற்றாண்டு முன்னோடி மலர், 1981.)

முற்போக்கு இயக்கத்தினர் பாரதியின் சமூக உணர்வினைச் சிறப்பாகப் போற்றியது மட்டுமன்றி, பாரதி பரம்பரையை அறிவுபூர்வமாகப் புரிந்து கொள்ளவும், இலங்கைத் தமிழிலக்கிய வளர்ச்சியில் பாரதியின் தாக்கம் எத்தகையதாய் உள்ளது என்பதை மதிப்பிடவும் முயன்று வந்திருக்கின்றனர். தேசிய உணர்வு, சமூக மாற்றம், புத்துலகப் படைப்பு முதலிய உன்னத இலட்சியங்களுக்குப் பாரதி எத்தகைய உந்து சக்தியாக விளங்குகிறான் என்பதையும் இடதுசாரிகள் எப்பொழுதும் எடுத்துக்காட்டி வந்துள்ளனர். பாரதியின் கவிதைகளை மாத்திரமன்றி வசன படைப்புகளையும் இவர்கள் ஆராய்ந்து வந்துள்ளனர்.

பாரதியைப் பல்வேறு கோணங்களிலிருந்து ஆராய்ந்து எழுதியுள்ளவர்களில், பின்வருவோர் இச்சந்தர்ப்பத்திற் குறிப்பிடத்தக்கவர்கள். இளங்கீரன், செ. வேலாயுத பிள்ளை, அ.ந. கந்தசாமி, க. கைலாசபதி, எச்.எம்.பி. மொஹீதீன், மு. தலையசிங்கம், கா. சிவத்தம்பி, சி. தில்லைநாதன், சி. மௌனகுரு, சித்திரலேகா, மாதகல் வ. கந்தசாமி, எம். ஏ, நுஃமான், சபா. ஜெயராசா ஆகியோர் நவீன இலக்கிய வளர்ச்சிப் பின்னணியிலும், ஒப்பியல் நோக்கிலும் சமூக – கலாச்சார இயக்கங்களின் தொடர்பிலும் பாரதியை அவ்வப்போது ஆய்ந்திருக்கின்றனர். பல்கலைக் கழகப் புகுமுகத் தேர்விற்கும், பல்கலைக் கழகங்களின் பட்டப்படிப்புக்கும் பாரதியார் நூல்கள், பாடப் புத்தகங்களாக விதிக்கப்பட்டு வந்துள்ளன. இதுவும் சிற்சில கட்டுரைகள் தோன்ற ஏதுவாயிருந்திருக்கிறது. பண்டிதர் வீ.சி. கந்தையாவின் கட்டுரைகளை உதாரணம் காட்டலாம். அது மட்டுமல்ல. இலங்கையின் பிரத்தியேக சூழ்நிலைகளிலிருந்து பாரதியை ஆராய்ந்து கூறும் கருத்துக்கள், இலங்கைத் தமிழ் எழுத்தாளரின் தனித்தன்மையுடைய பார்வையாகவும் தமிழக எழுத்தாளரால் கருதப்படுகிறது. இவை உலகளாவிய பாரதி ஆய்வில் ஆக்கபூர்வமான அம்சங்களாகும். ஐம்பதுகளுக்குப் பின் தோன்றிய பல ஈழத்துக் கவிஞர்கள் – முருகையன் முதல் சுபத்திரன் ஈறாக – பாரதியைப் போற்றுவதுடன் நின்றுவிடாது, அவனை உள்வாங்கி, அடிப்படையான கவிவளத்தைப் பெற்று அதனை மேலும் வளப்படுத்தும் ஆக்கப்பணியில் ஈடுபட்டு

வந்துள்ளனர். அ.ந. கந்தசாமி முதல் இன்றைய ஆதவன் வரையில் பாரதி பரம்பரை புதுப்புது வண்ணமும் வடிவமும் இலங்கையில் பெற்று வந்திருப்பது பெருமைப்படத்தக்கதாகும்.

யாப்பிலிருந்து விடுபட்டுள்ள புதுக்கவிதை ஆக்கங்களிற்கூட ஈழத்து ஆக்கங்கள் தனிப் பண்புடையனவாய்க் காணப்படுகின்றன. கவிஞர் நுஃமான் குறிப்பிடுவது போல,

> ஈழத்துப் புதுக்கவிதைக்கும் தமிழகப் புதுக் கவிதைக்குமிடையே சில வேறுபாடுகள் உள்ளன. உள்ளடக்கத்தில் மட்டுமன்றி உருவத்திலும் இவ்வேறுபாடுகள் காணப்படுகின்றன. தெளிவும் எளிமையும் ஈழத்துப் புதுக்கவிதையின் சிறப்பான பண்புகள் எனலாம்.

ஒருவகையில் இது பாரதியின் செல்வாக்கின் விளைவு என்று கூறுதல் தவறாகாது. அதைப் போலவே *பாரதி* முதல் *கிருதயுகம்* வரை பல சிறு சஞ்சிகைகளும் ஈழத்தில் பாரதி மரபை விளக்கியும் விரிவுபடுத்தியும் வந்துள்ளன. இவையெல்லாம், இலங்கையில் தனித்தன்மை வாய்ந்த பாரதி ஆய்வுமுறைகளும், புதுமை இலக்கியங்களும் தோன்றி வளர்வதற்கு வெவ்வேறு வழிகளில் உதவியிருக்கின்றன. இதனை மனங்கொண்டு, தொடர்ந்து ஆக்கபூர்வமான முயற்சிகளை மேற்கொள்ளுவது நமது தலையாய கடமையாகும். பாரதி வெறுமனே ஒரு நாமம் மட்டுமல்ல, அவன் ஓர் இலக்கிய சக்தி. அதனை நம்மவர் விளங்கிக் கொள்ளும் விதமும் தமதாக்கிக் கொள்ளும் வகையும் தனித்தன்மை வாய்ந்ததாய் இருக்க முடியும்; இருக்க வேண்டும்.

மல்லிகை, **மே 1982**

17

ஈழத்துத் தமிழ்க் கவிதையில் பாரதியின் தாக்கம்

சில குறிப்புகள்

இருபதாம் நூற்றாண்டு ஈழத்துத் தமிழ்க் கவிதையின் வளர்ச்சியைப் பல செல்வாக்குகள் பாதித்துள்ளன. இந்நாட்டிலே எழுந்த சமய, சமூக, கலாசார, அரசியல் இயக்கங்கள் கவிதையின் உருவாக்கத்திற்கு அடிப்படைக் காரணங்களாக அமைந்தவை. இக்காலப் பகுதியில் இந்தியாவிலும், ஆசியாவின் ஏனைய பிராந்தியங்களிலும், மேற்குலக நாடுகளிலும் தோன்றிய கலாசார இயக்கங்களும் இலக்கியப் போக்குகளும் வெவ்வேறு வகைகளில் நமது இலக்கியத்தின் செல்நெறியைப் பாதித்திருக்கின்றன. சுருங்கக் கூறின், அகக் காரணிகளும் புறக் காரணிகளும் ஒன்றிணைந்தே நவீன ஈழத்துத் தமிழ்க் கவிதையை உருவாக்கியுள்ளன. இவ்வாறு இந்நூற்றாண்டிலே பரிணமித்து வந்திருக்கும் நமது கவிதையில், மகாகவி பாரதியாரின் பாதிப்பும் விதந்துரைக்கத் தக்கதாகும். தமிழிலக்கிய உலகிலே புதுநெறி காட்டிய புலவனாகப் போற்றப்படும் பெருங்கவிஞனின் செல்வாக்கு ஈழத்துத் தமிழ்க் கவிதையிலும் படர்ந்திருப்பது தருக்கரீதியானதும் எதிர்பார்க்கக் கூடியதுமேயாகும். இதனை நுணுக்கமாகவும் விரிவாகவும் ஆராய்ந்தெழுத இச்சிறு கட்டுரை இடம் தராது. பிரதானமான சில அம்சங்களை எடுத்துரைப்பதே என் நோக்கமாகும்.

மகாகவி பாரதியார் ஏறத்தாழ 1904ஆம் ஆண்டளவில் செய்யுள் இயற்றத் துவங்கினார். இறுதி மூச்சு விடும் வரை எழுதிக்கொண்டிருந்தார். அவர் உயிர் வாழ்ந்த காலத்திலே அவரது ஆக்கங்களில் பெரும்பாலானவை வெளிவரவில்லை. பிரசுர வசதிக்குறைவும், ஆங்கிலேயராட்சி விடுத்திருந்த தடைகளும் அதற்குக் காரணமாயின. பாரதியாருடன் நெருங்கிப் பழகியவர்களும் அவரது கவிதைகளைப் படிக்கும் வாய்ப்புக் கிட்டியவருமே அவரது ஆற்றலையும், ஆளுமையையும் ஒருவாறு அறிந்திருந்தனர். இலங்கையில் பாரதி பற்றிய அறிவும், உணர்வும் 1930ஆம் ஆண்டையடுத்த காலப் பகுதியிலேயே குறிப்பிடத்தக்க அளவில் பெருகின எனக் கூறுதல் தவறாகாது. தமிழ்நாட்டிலும் இந்த நிலைதான். அரசியல் – சமூக இயக்கங்கள் (மகாத்மா காந்தியின் அரசியல் நடவடிக்கைகளினால்) வேகம் பெற்ற முப்பதுகளிலேயே பாரதியின் செல்வாக்கும் வேகமாகப் பரவத் தொடங்கியது.

இருபதாம் நூற்றாண்டு ஈழத்துத் தமிழ்க் கவிதையின் முன்னோடியாகக் கொள்ளப்படும் பாவலர் துரையப்பா பிள்ளை (1872–1929) இந்நூற்றாண்டின் தொடக்கத்திலேயே பாரதியார் கவிதையுலகிற் பிரவேசிக்கு முன்னரேயே – தனது ஆக்கங்களை வெளியிடத் துவங்கியிருந்தார். 1901இல் *இதோபதேச கீதரச மஞ்சரி* என்ற நூல் வெளிவந்தது. சமயச் சார்பற்றனவும் நல்லொழுக்கத்தை எடுத்துரைப்பனவுமா யமைந்த கீர்த்தனைகள் அத்தொகுதியில் இடம்பெற்றன. பழகுதமிழைக் கையாண்டமை, சமகால சமூக – அரசியற் பிரச்சினைகளைக் கவிப்பொருளாகக் கொண்டமை, பதம், கீர்த்தனை, கும்மி முதலிய இசைப்பா வடிவங்களை எடுத்தாண்டமை, அந்நிய கலாசாரத் தாக்கத்தின் ஆபத்துக்களை வலியுறுத்தியமை என்பவற்றில் பாரதியாருக்கும் பாவலர் துரையப்பா பிள்ளைக்கும் சிற்சில ஒப்புமைகள் உண்டு. வட இந்தியாவில் சில காலம் வாழ்ந்தமையாலும், இந்திய தேசிய இயக்கத்தின் போக்குகளை ஓரளவு அறிந்திருந்தமையாலும் துரையப்பா பிள்ளை பாரதியார் வகுத்த பாதையைத் தானும் சுயமாக ஓர்ந்தறிந்தனர் எனலாம். பாரதியின் செல்வாக்கு நேரடியாகப் பாவலரின் கவிதையில் இடம்பெற்றது எனக் கூறுவது கடினம். எனினும் இது நுனித்து நோக்குதற்குரியது. பாரதியாரையும், பாவலரையும் ஒப்பியல் அடிப்படையில் ஆராய்தல் பயனுள்ள முயற்சியாய் அமையும்.

துரையப்பா பிள்ளைக்கு அடுத்த தலைமுறையினராகக் கொள்ளத்தக்க சோமசுந்தரப் புலவர், விபுலானந்த அடிகள் ஆகியோரும் நேரடியாகப் பாரதியின் செல்வாக்கிற்கு உட்பட்டவர்கள் என்று கூறவியலாது. இவர்கள் பாரதியைப்

பெரிதும் போற்றினர்; பாராட்டினர். ஆயினும் பாரதி மரபில் வரும் நவீன கவிதைகளை ஆக்கியவர்கள் அல்லர். உண்மையில், *மனோன்மணீயம்* ஆசிரியர் பெ. சுந்தரம் பிள்ளை, *அகலிகை வெண்பா* ஆசிரியர் வெ.ப. சுப்பிரமணிய முதலியார் இவர்களைப் போன்று சோமசுந்தரப் புலவரும் விபுலானந்த அடிகளாரும் பழமைக்கும் புதுமைக்கும் இடைப்பட்டவர்களாகவே காணப்படுகின்றனர். இருவரிடத்தும் காணப்பட்ட சமரச நோக்கு, ஜீவகாருண்யம், சமத்துவம் முதலிய பண்புகள், வழிவழி வரும் ஆன்மிக ஒருமைப்பாட்டின் வெளிப்பாடுகள். "தென்னாட்டில் ஊற்றெடுத்த அன்புப் பெருக்கு வடநாட்டிற் பரவிய வரன்முறை" என்ற தலைப்பில் விபுலானந்தர் எழுதியிருக்கும் கட்டுரையைப் படிப்போர் அவரது அகன்ற பார்வையை அறிந்து கொள்வர். முற்கால, இடைக்கால ஞானிகளை மட்டுமன்றி இரவீந்திரநாத் தாகூர் போன்ற ஞானக் கவிஞரையும் அநுபவித்துணர்ந்தவர் விபுலானந்தர். பாரதியாரை மிகவும் முற்படப் பாராட்டித் தமிழுலகிற்கு அறிமுகப்படுத்தியவர்களில் ஒருவர் விபுலானந்தர். ஆயினும் பாரதியின் தாக்கத்தை அவரிடத்து நேரிடையாகக் காணமுடியாது. கவிதையில் எளிமை வேண்டும் என்னும் எண்ணம் ஒருகால் பாரதியைப் படித்ததால் அவருக்கு ஏற்பட்டிருக்கலாம்.

தமிழ்நாட்டிலும் இலங்கையிலும் 1930ஆம் ஆண்டை அடுத்த காலப்பகுதியிலே வெகுசன சாதனமாகிய பத்திரிகைகள் பெருகின. இவற்றின் உபவிளைவாகச் சிறு சஞ்சிகைகளும் பல்கிப் பெருகின. இலங்கையில் *ஈழகேசரி, வீரகேசரி, தினகரன்* என்பன வெளிவரத் தொடங்கின. அடிப்படையில் அரசியல் தேவைகளுக்காக ஆரம்பிக்கப்பெற்ற பத்திரிகைகளும், வார இதழ்களும் நாளடைவில் கலை இலக்கிய உணர்வுகளுக்கும் இடமளிப்பனவாய் அமைந்தன. முப்பதுகளிலிருந்து ஏறத்தாழ ஐம்பதுகள் வரையில் ஈழத்துக் கவிஞர்கள் பாரதியை அறிந்து கொள்ளவும் பற்பல வாய்ப்புகள் உண்டாயின.

நமது கவிஞர்களின் ஆக்கங்களை உற்று நோக்குமிடத்து பாரதியின் செல்வாக்கினை மூன்று அம்சங்களிற் காணலாம் எனத் தோன்றுகிறது. முதலாவது, நாடு, மொழி, இனம், பண்பாடு முதலியன குறித்துக் கவிஞருக்கு ஏற்படும் உணர்ச்சியினைக் கவிதையாக்குதல்; இது பொதுவில் 'தேசியம்' என்ற பொருட் பிரிவில் அடங்கும். இரண்டாவது, தனிமனித வாழ்க்கையிலும் சமுதாய நிறுவனங்களிலும் காணப்படும் குறைகளையும் சீர்கேடுகளையும் அநீதிகளையும் கவிப் பொருளாகக் கொள்ளுதல்; இது பொதுவில் 'சமூக சீர்திருத்தம்' என்னும் பொருட் பிரிவில் அடங்கும். இவையிரண்டும் கவிப்பொருள் சம்பந்தமானவை.

கூர்ந்து பார்த்தால் இவையிரண்டும் ஒன்றையொன்று விலக்கியவை அல்ல. வீறுகொண்ட தேசியம், தேசம், மொழி, இனம் இவற்றின் விடுதலையை மட்டுமன்றி, அவற்றில் நிகழ வேண்டிய மாற்றங்களையும் தனது நோக்கமாகக் கொண்டதே எனினும் நடைமுறையில் இவையிரண்டும் தனித்தனி அழுத்தம் பெறுவதையும், எது முதல் இடம் பெறல் வேண்டும் என்ற வாதப் பிரதிவாதங்களுக்கு ஆளாகுவதையும் நாம் காண்கின்றோம். பாரதியின் தனிச்சிறப்பு யாதெனில், இவ்விரண்டையும் அவன் அற்புதமாக ஒன்றிணைத்து ஒருமைப்படுத்திக் கவிப்பொருளாக்கியதுதான். ஆயினும், அவனுக்குப் பின்வந்தோர் பலரும் ஒவ்வொரு அம்சத்தையே சிறப்பாகக் கொண்டு பாடினர். மூன்றாவது, கவிபாடும் முறை பற்றியது; பொருள் எதுவாயினும் கவிஞன் தன்னுணர்ச்சியுடன் அதனைப் பாடுவது, பாரதிக்குப் பின் தமிழில் பெருவழக்காகியதொன்று. *Lyrics* என்றும் மேனாட்டு இலக்கியங்களில் அத்தகைய பாடல்களை வழங்குவர். தமிழில் பாரதி துவக்கி வைத்த அவ்விதமான பாடல்களுக்கு நவீன திறனாய்வாளர் தன்னுணர்ச்சிப் பாடல் என்று பெயர் சூட்டியுள்ளனர். இது பொதுவில் கதையின் அமைப்பு உருவம் சம்பந்தமானது என்று கருதுதல் தவறாகாது.

இக்கட்டுரையில் 'தேசிய' பாடல்களை எடுத்து நோக்கி அவற்றில் பாரதியின் தாக்கத்தை ஆராய்வோம். 'வந்தே மாதரம் என்போம் – எங்கள் மாநிலத் தாயை வணங்குதும் என்போம்' என்று தனது கவிதா வாழ்க்கையில் தொடக்கத்திலேயே பாடியவன் பாரதி. அது புதிய ஒரு கவிதா நெறியை ஆரம்பித்து வைத்தது. இந்தியாவையும், தமிழ்நாட்டையும் பற்பலவிதமாகப் பாடிய பாரதியைப் பின்பற்றாதார் இல்லையென்றே கூறிவிடலாம். ஈழத்தில் புலவர் மணி ஏ. பெரியதம்பிப் பிள்ளை, முதுதமிழ்ப் புலவர் மு. நல்லதம்பி, ப.கு. சரவணபவன், வித்துவான் க. வேந்தனார், மா. பீதாம்பரன், அல்வாயூர் மு. செல்லையா, வே. சிவக்கொழுந்து (யாழ்ப்பாணன்), ச.த.மு. சதக்குத்தம்பிப் பாவலர், ஆ. சபாபதி ஆகியோர் இத்தொடர்பில் குறிப்பிடப்பட வேண்டியவர்கள். "பெற்ற தாயும் பிறந்த பொன்னாடும் நற்றவ வானினும் நனிசிறந்தனவே" என்று பாடிய பாரதியின் தேசபக்திப் பாடல்கள் ஈழத்துக் கவிஞர் பலரை ஈர்த்துள்ளது.

> செந்தமிழ் நாடென்னும் போதினிலே – இன்பத்
> தேன் வந்து பாயுது காதினிலே

என்று பாரதியார் பாடியதை உட்கொண்டே,

> இலங்கை மணித்திருநா டெங்கள் நாடே – இந்த
> இனிய உணர்ச்சி பெற்றால் இன்ப வீடே

என்று தொடங்கும் பாடலை பெரியதம்பிப் பிள்ளை ஆக்கினார் என்பதில் ஐயமில்லை. அவரியற்றிய, “ஈழ நன்னாடே நீ வாழி”, “அன்னையை வந்தனை செய்து வாழ்வோம்”, “கன்னியாய்த்திடு” முதலிய பாடல்கள் பாரதியின் செல்வாக்கைப் பல வழிகளில் காட்டி நிற்கின்றன. நாட்டுப்பற்றை மிகுவிக்குமுகமாகப் பாரதியார் பாடிய சிறந்த பாடல்களில் ஒன்று “பாரத தேசம்” என்பது. இந்தியாவின் பல்வேறு மாநிலங்களையும், இயற்கை நலன்களையும் ஒருங்கே தொடர்புபடுத்திப் பாரத தேசத்தின் பாரம்பரியச் சிறப்பினையும், எதிர்காலச் சாதனைகளையும் கற்பனைப் பொலிவுடன் காட்டுவது அப்பாடல். பாரதியைப் பொறுத்தவரையில் ஆங்கிலக் கவிஞன் பைரன், அமெரிக்கக் கவி விட்மன் இருவரின் கவிதைகள் அப்பாடலுக்கு முன்மாதிரிகளாய் இருந்திருக்கலாம் என்பது ஆராய்ச்சியாளர் கருத்து. ‘பாரத தேசம்’ தமிழிற்குப் புதுமையான ஒரு படைப்பு என்பதில் சந்தேகமில்லை. பெரியதம்பிப் பிள்ளையின் ‘இலங்கை மணித்திரு நாடு’ என்னும் பாடல் பாரதியின் பாடல் வழி வருவது; இலங்கையின் ஒருமைப்பாட்டினைச் சித்திரிப்பதாயுள்ளது. மு. நல்லதம்பி அவர்கள் இயற்றிய ‘ஈழ நாடே கேள்’, ‘பொன்னிலங்கை’, ‘இலங்கை’ என்பனவும் இத்தகையனவே.

> தெள்ளுதமிழ் சிங்களஞ் சிறந்தொளிரும் நாடு
> செல்வ வளம் நன்குமலி சீரிலங்கை நாடு

என்று தொடங்கும் பாடலைப் பாடிய முதுதமிழ்ப் புலவர், பாரதி பாடல்களால் ஆகர்ஷிக்கப்பட்டிருந்தமை வெளிப்படை.

*1935*ஆம் வருடம் வட இலங்கைத் தமிழ் ஆசிரியர் சங்கத்தினர் நடத்திய குழந்தைக் கவிதைப் போட்டியில் பரிசு பெற்றதன் மூலம் பிரசித்தியடைந்தவர் மா. பீதாம்பரம் (1898–1972) அவர்கள். முப்பதுகளின் நடுப்பகுதியிலேயே அவரியற்றிய ‘எங்கள் இலங்கை’, ‘இலங்காதேவி’, ‘தாய்மொழி எங்கட்குச் செல்வம்’ முதலிய பாடல்கள் பாரதியைப் படித்த அருட்டுணர்வில் எழுந்தனவாய்க் காணப்படுவதில் வியப்பில்லை.

> முன்னோர்கள் தேசமடி பாப்பா – இதில்
>   முத்து விளையுமடி பாப்பா
> கன்னல் வளருமடி பாப்பா – எங்கள்
>   கண்டி சிறந்ததடி பாப்பா

என்பன போன்ற வரிகளில் பாரதியின் பாப்பாப் பாட்டின் நேரடியான பாதிப்பினைக் காணலாமன்றோ? பின்னாட்களில் பீதாம்பரம் *ஈழகேசரி* இதழ்களில் நிறைய எழுதினார். குறிப்பிடத்தக்க திறனாய்வாளராயும் திகழ்ந்தார். தேசியத்தைக்

கவிதையாக்கிய ஈழத்து முன்னோடிகளில் அவருக்கு முக்கிய இடமுண்டு.

பாரதியார் நூதனமாகப் பாடிய தேசபக்திப் பாடல்களில் ஒன்று "பாரத மாதா திருப்பள்ளியெழுச்சி." முற்றிலும் இறை வணக்கப் பொருளில் மணிவாசகப் பெருமான் பாடிய பாடல் வகையைத் தேசபக்திக்குப் பயன்படுத்திப் புதுமை செய்திருந்தார் மகாகவி. ஈழத்துக் கவிஞர், நயினாதீவு ப.கு. சரவணபவன் (1909–1949) "ஈழமாதா திருப்பள்ளி எழுச்சி" என்னும் பாடலில்,

கத்திபுகை குண்டு பேடிய ரெங்கே
கட்டிடு ஞானத் தளைக்கயி றெங்கே
முத்து நவமணி ரத்தின மெங்கே
முடிகளெங் கேநின்றன் குடிகளெங்கேயோ
நித்திரை செய்திடுங் காலமீ தில்லை
நெட்டுயிர்ப் புற்று நிலைத்தடு மாறி
எத்தனை காலமிவ் வின்னலில் வாழ்வோம்
ஈழமா தாபள்ளி எழுந்தரு ளாயே

என்று பாடுகையில், "ஈன்றவளே பள்ளி எழுந்தருளாயே" என்ற பாரதியின் அடியின் எதிரொலியை மட்டுமன்றி, ஈழத்துக்கே உரிய குரலையும் கேட்கக் கூடியதாயிருக்கிறது. சரவணபவன் எழுதிய "ஈழநாட்டுக் குறம்" என்னும் பாடலிலும் நாட்டின் ஒருமைப்பாட்டைச் சித்திரிக்கும் நோக்கினைக் காணலாம். இவ்வுணர்வின் வெளிப்பாட்டையே வித்துவான் வேந்தனாரின் நாட்டுப் பாடல்களிலும் கண்டு கொள்ளலாம். "இலங்காதேவி வாழ்க", "இலங்கை எங்கள் நாடு", "கொடி தாங்குவோம்", "சுதந்தர வெள்ளம்" முதலிய பாடல்களில் பாரதியின் தாக்கம் ஐயத்துக்கிடமின்றித் தெரிகிறது.

ஆளும் படைப்பெலன் ஆங்கி லேயர்க்கே
ஆவதோ – நாங்கள் சாவதோ
வாழுஞ் சுதந்திரம் மான மழிந்தினி
வாங்கிடோம் – உயிர் – தாங்கிடோம்

என்னும் வரிகளில் பாரதியின் வீறுமிக்க தேசாவேசத்தின் செல்வாக்கை வேந்தனாரிடத்தில் அவதானிக்கலாம். பயிற்றப்பட்ட தமிழாசிரியராய்ப் பணிபுரிந்த அல்வாய் மு. செல்லையா மரபுவழிக் கவிதைகள் பல எழுதிப் புகழ் பெற்றவர். *வளர்பிறை* அவர் வெளியிட்ட கவிதைத் தொகுதிகளில் ஒன்று. ஈழகேசரி பத்திரிகை தொடங்கப் பெற்ற கால முதல் அதிலே கவிதைகளும், கட்டுரைகளும் எழுதிவந்த செல்லையா காந்தீயக் கருத்துக்களையும் பாடியவர். "எங்கள் நாடு" என்னும் பாடல் பாரதியாரைப் பின்பற்றியே எழுதப்பட்டது என்பது ஆசிரியர் எழுதிய குறிப்பிலிருந்தே தெளிவாகிறது. பாடலின்

தலைப்பிற்குக் கீழே, "சிங்களத் தீவினுக்கோர் பாலமைப்போம்" என்ற மெட்டு என்று குறிப்பிடப்பட்டுள்ளது.

எங்கள் நாடு – வளந்தரும் நாடு – தமிழ்
ஈழமென்று சொல்லிடுமிலங்கை நாடு

என்று தொடங்கும் பாடலின் பத்துச் சரணங்களிலும் இலங்கையின் வரலாற்றுச் சிறப்பும், வளமும் விவரிக்கப்பட்டிருக்கின்றன. இப்பாடலில் மாத்திரமின்றி, கவிஞரின் ஏனைய பாடல்களிலும் பாரதியார் பாடல்கள் செலுத்தியிருக்கும் தாக்கத்தை நாம் கண்டுகொள்ளலாம்.

மேற்கூறிய உதாரணங்களை நோக்குமிடத்து ஓருண்மை தெள்ளிதிற் புலப்படும். தேசபக்திப் பாடல்களைப் பாடிய அனைவருமே – குறிப்பாக ஐம்பதுகளுக்கு முன்னர் பாடியவர்கள் – பாரதியின் தேசிய ஒருமைப்பாட்டுணர்வினால் கவரப்பட்டிருந்தனர். 1919ஆம் ஆண்டிலேயே "இலங்கை மணித்திருநாடு" என்னும் சிறந்த பாடலைப் பாடிய புலவர்மணி பெரியதம்பிப் பிள்ளை,

சிங்களர் செந்தமிழர் மகமதியர் – என்னும்
செல்வப் புதல்வர்க்கொரு தாய்நாடு
மங்கள மாசு அன்று வாழ்ந்த நாடு – இன்று
மங்காப் புகழ் பெருக்கி வாழும் நாடு

என்று பாடியதைப் போலவே சோமசுந்தரப் புலவர், நல்ல தம்பி, சரவணபவன், வேந்தனார், செல்லையா, சதக்குத்தம்பிப் பாவலர் அனைவரும் இன, மத வேறுபாடுகளைக் கடந்த நிலையிற் பாடினர். ஐம்பதுகளுக்குப் பின் அந்தக் குரல் மங்கியே ஒலிக்கலாயிற்று.

பாரதி வழிவந்த தேசிய பாடல்களின் உச்சநிலை 1949–50 ஆண்டுகளில் எய்தப்பட்டது எனலாம். இந்தியாவில் காணப்பட்டதுபோல வெகுஜன இயக்கப் பண்புடைய தேசிய எழுச்சியோ, போராட்டமோ, ஏகாதிபத்திய எதிர்ப்போ இலங்கையில் இருக்கவில்லை. வெள்ளையர் வழங்கிய 'விடுதலை'யாகவே இலங்கையின் சுதந்திரம் அமைந்தது எனினும் ஆசிய எழுச்சியின் அங்கமாக இருந்த இலங்கையின் சுதந்திரமும் பலரிடையே ஓரளவு உணர்ச்சியைத் தோற்றுவித்தது என்பதில் ஐயமில்லை. உதாரணமாக 4.2.1948இல் நாடு சுதந்திரம் பெற்றபோது பெரியதம்பிப் பிள்ளை அவர்கள், "வாழ்க தமிழ்மொழி" என்று பாரதியார் பாடல் மெட்டில் "சுதந்திர கீதம்" என்னும் பாடலை யாத்தளித்தார். நாட்டு விடுதலையைப் பரந்த பின்னணியிற் காணும் பக்குவமும் மனோபாவமும் அக்கீதத்திற் பளிச்சிடுவதைக் காணலாம்.

வாழ்க சுதந்திர நாடுகளோ டன்னை
சமமே வாழியவே
வாழ்க சகோதர ஆசிய நாடுகள்
தோழமை வாழியவே

என்னும் வரிகள் பாரதியின் பாடல் மரபினை முன் எடுத்துச் செல்கின்றன. ஆசிய எழுச்சியின் விகசிப்பைப் பிரதிபலிக்கின்றன.

நாடு சுசுந்தரமடைந்த ஓராண்டு நிறைவைக் குறிக்குமுகமாக 1949இல் அரசினர் மரதன் அஞ்சலோட்டப் போட்டியும், ஓட்டப் பாட்டுப் போட்டியையும் நடத்தினர். புகழ்மிக்க புலவர்கள் போட்டியிற் பங்கு பற்றினர். நவாலியூர்ச் சோமசுந்தரப் புலவர் உட்படப் பெரும் புலவர்கள் அச்சந்தர்ப்பத்தைப் பயன்படுத்திப் பாடல்கள் இயற்றினர். முதுதமிழ்ப் புலவர் நல்லதம்பி இயற்றிய *மணித்தாய் நாடும் மரதன் ஓட்டமும்* என்னும் கவிதை நூலுக்கே அரசு முதற் பரிசினை வழங்கியது. பரிசு ஆயிரம் ரூபா. போட்டிகளின் பின் முடிவைப் பற்றி சர்ச்சைகள் எழுவதும் சகஜம். அன்றும் சிற்சில வாதப் பிரதிவாதங்களும், அபிப்பிராய பேதங்களும் எழுந்தன. அவையெல்லாம் ஓய்ந்து, ஆரவாரங்கள் அடங்கியபின் சில ஆக்கங்கள் வெளிவந்தன. சோமசுந்தரப் புலவரின் *மரதன் அஞ்சலோட்டம்* (1953), சதக்குத்தம்பிப் பாவலரின் *ஶ்ரீலங்கா சுதந்திர கீதம் அல்லது மரதன் ஓட்டம் மணி ஒலி* (1970) இரண்டும் குறிப்பிட வேண்டியவை. நெஞ்சில் நிலைக்கத்தக்க சில பாடல்கள் இரண்டிலும் இடம்பெற்றுள்ளன.

சோமசுந்தரப் புலவர் ஏலவே, "இலங்கை வளம்" என்னும் அற்புதமான கவிதையை இயற்றியிருந்தார். அந்த அனுபவத்தின் வளர்ச்சியாக "மரதன் அஞ்சலோட்டம்" என்ற பிரபந்தத்தில் பின்வருமாறு பாடினார்.

தெய்வத் தமிழைச் சிங்க ளத்தை
தேச மொழிக ளாக்குவம்
எங்கள் சாதிப் பழைமை பெருமை
எவர்க்குஞ் சென்று சாற்றுவம்
எம்மில் யாரும் சிறிய ரல்ல
ரென்று நின்று போற்றுவம்

என்றும்,

கீழை நாட்டுத் தெய்வக் கலையும்
கிளரும் மேலைக் கலைகளும்
கேடி லெங்கள் சமய வாய்மை
கிளக்கு ஞான தத்துவம்
வாழி தமிழின் சிங்களத்தில்
வளரு மிரண்டு கழகங்கள்
வடபால் தென்பா லமைக வென்று
வாழ்த்துக் கூறி யோடுவம்

என்றும் பாடியபொழுது தேசியத்தின் சிறப்பான – ஆக்கபூர்வமான – ஆரோக்கியமான அம்சங்களையே அவர் விழைத்தமை தெளிவு. ஆயினும் பின்னர் தேசியம் – பெருந்தேசியமாகவும், சிறுபான்மையினரின் உரிமைப் போராகவும் இருகூறுபட்ட பொழுது கவிஞர்களின் கவிதைகள் கருகிப் போயின. "ஈழநாட்டுக் குறம்" என்ற பாடலில் சரவணபவனும் இன ஒற்றுமையை இலட்சியமாகக் காட்டியிருந்தார்.

செந்தமிழுஞ் சிங்களமு மாயவிரு தோழி
சேவை செய்யும் இராசகன்னி ஈழமெங்கள் தேயம்
இந்தியரெம் அக்கைமக்கள் என்றணைக்கும் அம்மை
வந்தனையல் லாதெமக்குச் சிந்தனைவே றில்லை

என்னும் பாடலில் உன்னதமான எதிர்காலத்தினைக் காணும் குதூகல உணர்வைக் காண்கிறோம். இது ஐம்பதுகளுக்குப் பின் சிதைந்தது.

மரதன் அஞ்சல் ஓட்டம் தொடர்பாக எழுந்த பாடல்களில் நம்பிக்கையும் உறுதியும் மிகுந்திருந்தன. எடுத்துக்காட்டாக மாத்தளைக் கவிஞர் ச.த.மு. சதக்குத்தம்பிப் பாவலரின் பாடலில் தேசபக்தியின் வைரம் பாய்ந்த தன்மையைத் தரிசிக்கக் கூடியதாயிருக்கிறது.

தேசத்தை தேசங்கள் ஆளவிடோம் எங்கள்
தேவியின் மேனியைத் தீண்டவிடோம்
நேசக்கரம் நீட்டி நின்றிடுவோம் ஆனால்
நீச பாசக்காரர் நெருங்கவிடோம்

என்னும் பகுதிகளில் வீறார்ந்த தேசபக்தி வெளிப்படுகிறது.

தேசபக்திப் பாடல்களில் ஒரு பகுதியாகவே அரசியல் தலைவர்கள், விடுதலை வீரர்கள், கலைத்துறை வல்லுநர்கள் முதலியோரைப் போற்றிப் பாடும் முறையும் பாரதியால் பிரசித்தப்படுத்தப்பட்டது. முன்னாளில் மன்னரையும் மடாதிபதிகளையும் கொடை வள்ளல்களையும் புலவர்கள் புகழ்ந்து பாடியதற்கொப்பப் பாரதியார் குரு கோவிந்தர், மகாத்மா காந்தி, தாதாபாய் நௌரோஜி, திலகர் முதலிய தேசியத் தலைவர்களையும், நிவேதிதா, அபேதாநந்தா முதலிய சமய மறுமலர்ச்சியாளரையும், ஓவியர் மணி இரவிவர்மா, சுப்பராம தீட்சிதர் முதலிய கலைஞரையும், உ.வே. சாமிநாதையர் போன்ற இலக்கியத் தொண்டரையும் போற்றினார். அத்தகைய கவிதைகளினால் உந்தப்பெற்ற ஈழத்துக் கவிஞரும் தமது நாட்டுப் பெருமக்களைப் பாட்டால் போற்றினர்.

இவை யாவற்றையும் தொகுத்து நோக்குமிடத்து, கடந்த சில நூற்றாண்டுகளாக, ஈழத்துப் புலவர்கள்

தலபுராணங்களையும், தனிநபர் ஸ்துதிகளையும், மரபுவழிப்பட்ட பல்வேறு பிரபந்தங்களையும் பாடி வந்த சூழ்நிலையில் பாரதியாரின் கவிதைகள் புதிய அரசியல் - சமுதாயப் பாடல்கள் தோன்றுவதற்குத் தூண்டுகோலாய் அமைந்தன என்பது தெளிவாகும். பாரதியாரின் சமுதாய நோக்கையும், கவியுள்ளத்தையும் நன்கறிந்தவரான ஈழத்துக் கவிஞர் அ.ந. கந்தசாமி ஒரு சந்தர்ப்பத்தில் பின்வருமாறு குறிப்பிட்டார்.

> மலட்டுப் பாண்டித்தியம் ஸ்தல புராணங்களுள் தமிழைச் சிறையிட்டு வைத்திருந்த நேரத்தில் பாரதியார் கட்டுகளை அவிழ்க்க முன்வந்தார். சீர்மிக்க செந்தமிழைச் சிட்டுக்குருவி போல் வெட்ட வெளியில் பறக்க வைத்தார்.

ஈழத்தில் எழுந்த தேசியப் பாடல்களை ஆராயுமிடத்து, பாரதியின் தாக்கம் நமது கவிதையில் நெகிழ்ச்சியும், உருக்கமும், வேகமும், புதுமையும் ஏற்பட ஏதுவாயமைந்தது என்னும் செய்தி புலப்படுகிறது.

ஞானபண்டிதம், ஜூன் 1982

18

சிறு சஞ்சிகைகளில் பாரதி ஆய்வுகள்

இவ்வாண்டு – பாரதி நூற்றாண்டையொட்டி – தமிழ்நாட்டிலே வெளிவந்து கொண்டிருக்கும் நூல்களை நோக்கும் பொழுது மொத்தத்தில் ஏமாற்றமே எழுகின்றது. அரசின் பல்வகைப்பட்ட ஆதரவுடனும் அல்லாமலும் மகாகவியின் படங்களை வெளியிடுவதும், ஏலவே வெளிவந்துள்ள நூல்களை – கவிஞனது படைப்புக்களை – வெவ்வேறு வடிவத்திலும் ரூபத்திலும் வெளிக்கொணர்வதும் வணிக நோக்கின் மேலாதிக்கத்தையே துலாம்பரமாகக் காட்டுகின்றன. ஆரவாரம் அடங்குவது போலத் தோன்றினும், ஆழமான முயற்சிகள் அருந்தலாகவே உள்ளன.

நூற்றாண்டுக் கொண்டாட்டங்களின் போது, எதிர்பார்க்கக் கூடிய, எதிர்பார்க்க வேண்டிய கருத்தார்ந்த, வீறார்ந்த கட்டுரைகளும் நூல்களும விரல் விட்டு எண்ணிவிடக் கூடியனவாகவே இதுவரை வந்திருக்கின்றன. பாரதி அன்பர்களாலும் ஆய்வாளர்களாலும் ஆவலுடன் எதிர்பார்க்கப்பட்ட சில ஆக்கங்கள் இன்னும் வெளிவந்ததாய்த் தெரியவில்லை. மகாகவியின் கவிதைகளைக் கால அடைவில் அமைத்துத் தகுந்த குறிப்புகளுடன் வெளியிடும் முயற்சியை சிதம்பர ரகுநாதன் மேற்கொண்டிருந்தார். பல வருடங்கள் செய்து வந்த தொகுப்பு வேலை இவ்வாண்டில் நிறைவு பெறும் என்று கருதப்பட்டது. ஆயினும் சிலபல

காரணங்களினால் நூல் வெளியீடு தாமதமாகியிருப்பதாகத் தெரிகிறது.

கடந்த சில வருடங்களாகச் சென்னையிலே கிரமமாகவும் சிரமமெடுத்தும் இலக்கியப் பணி செய்து வந்திருக்கும் 'இலக்கியச் சிந்தனை' என்ற நிறுவனம், பாரதியார் கவிதைகளின் மூலபாடத்தை நிர்ணயஞ் செய்து அடக்கப்பதிப்பு ஒன்றை வெளியிடுவதாக இருந்தது. பாரதி வரலாற்று ஆய்வுகளில் முன்னோடியாய் விளங்கும் திரு.ரா.அ. பத்மநாபன் பதிப்பு முயற்சிக்குப் பொறுப்பேற்றிருந்தார். எனினும் அப்பெரு முயற்சி இப்போதைக்குக் கைவிடப்பட்டிருப்பதாகத் தெரிகிறது. இது உண்மையில் பெரிய நஷ்டம் என்றே கூற வேண்டும்.

இக்குறையை ஈடு செய்யும் வகையில் தஞ்சாவூரில் உள்ள தமிழ்ப் பல்கலைக் கழகத்தினர் மூலபாடப் பதிப்பு ஒன்றை வெளியிட முயற்சிகள் எடுத்திருப்பதாகத் தெரிகிறது. ஆராய்ச்சி நூல் வெளியீடு, நூற் சேகரிப்பு முதலிய துறைகளில் ஆக்கபூர்வமான பணிகளைச் செய்து முடித்தல் வேண்டும் என்னும் துடிப்புடன் இயங்கும் துணைவேந்தர் வி.ஐ. சுப்பிரமணியம் அவர்கள், பல்கலைக் கழகத்தின் வெளியீட்டுப் பிரிவின் வாயிலாகப் பாரதி பாடல்களின் 'சுத்த'ப் பதிப்பு ஒன்றை வெளிக்கொணர நடவடிக்கைகள் மேற்கொண்டிருக்கிறார். இதற்கென குழு ஒன்றும் நிறுவப்பட்டுள்ளது. பாரதி அன்பர் சீனி. விசுவநாதன் உட்படச் சில ஆர்வலர்கள் குழுவில் இடம்பெற்றுள்ளமை குறிப்பிடத்தக்கதே. தலைவர் மதிப்பிற்கும் பாராட்டிற்கும் உரியவரே. பணி எவ்வாறு இருக்கும் என்பதைப் பொறுத்திருந்துதான் பார்க்க வேண்டும் அல்லவா?

இத்தகைய ஒரு மந்தமான சூழ்நிலையிலே சில சஞ்சிகைகளிலே, குறிப்பாக அதிகம் பிரபலியம் பெற்றிராத சிறு சஞ்சிகைகளிலே அங்கங்கே சிந்தனையைத் தூண்டும் கட்டுரைகளும் குறிப்புகளும் இடம்பெற்று வருவதையும் கவனிக்கக் கூடியதாய் இருக்கிறது. என் கண்ணில் பட்டவற்றில் சிலவற்றை இங்குக் குறிப்பிடுகிறேன். *தமிழ்ப் பணி* என்னும் பெயரில் சென்னையிலிருந்து வந்து கொண்டிருக்கும் மாத இதழிற்குப் பொறுப்பாசிரியராக கிருட்டின சீனிவாசனும், சிறப்பாசிரியராகக் கவிஞர் வா.மு. சேதுராமனும் பணியாற்றுகிறார்கள். அச்சஞ்சிகையின் சித்திரை இதழ் பாரதி இதழாக வெளியிடப்பட்டுள்ளது. கே.சி.எஸ். அருணாசலம் உட்பட சிலரின் கட்டுரைகள் விதந்துரைக்கத் தக்கனவாயுள்ளன. அவற்றுள்ளும், 'பாரதியார் வரலாற்றில் பல சிக்கல்கள்' என்னும் தலைப்பில் மா.சு. சம்பந்தன் சிந்தனையைத் தூண்டும் கட்டுரையை ஆரம்பிக்கிறார். ஒரே

விஷயத்தைப் பற்றி வேறுபடவும் மாறுபடவும் பாரதியைப் பற்றி எழுதியிருப்பதைச் சுட்டிக்காட்டி முரண்களை நமது கவனத்துக்குக் கொண்டுவர முற்படுகிறார் சம்பந்தன். தமிழக அரசின் பரிசு பெற்ற *அச்சுக்கலை* (1957) என்ற நூலையும் வேறு சில பயனுள்ள நூல்களையும் எழுதியிருக்கும் மா.சு. சம்பந்தன் ஆரவாரமற்ற உழைப்பாளி. பாரதி ஆய்வாளர்கள் கருத்திற் கொள்ள வேண்டிய பல வினாக்களை அவர் எழுப்புகிறார். ஈழத்து இலக்கியத்தில் ஈடுபாடும் மதிப்பும் கொண்ட சம்பந்தனின் கட்டுரை முழுவதும் பெற்றுப் படிக்கத்தக்கது.

மதுரையிலிருந்து வரும் கலை இலக்கிய சிறு சஞ்சிகை *விழிகள்.* இவ்வாண்டு சனவரி இதழில் ராமசாமி என்பவர் ‘எந்நாளும் அழியாத சோதிமிக்க நவகவிதை யாத்த ஸ்ரீமான் சுப்பிரமணிய பாரதிக்கு நூறு வயசு’ என்னும் கட்டுரையை எழுதியிருக்கிறார். பாரதியை மலினப்படுத்திக் கொச்சைப்படுத்தும் முயற்சிகளைக் காரசாரமாகக் குத்திக்காட்டும் இக்கட்டுரையில் புதிய ஓர் அம்சம் இடம் பெற்றுள்ளது. பாரதியின் எட்டயபுர வாழ்க்கைக் காலத்தில் அவருடன் பழகியவர்கள், அவர்கள் குடும்பத்தைச் சேர்ந்த இளைய தலைமுறையினர், இவர்களிற் சிலரைக் கட்டுரையாசிரியர் பேட்டி கண்டு அறிந்து எழுதியிருப்பவை சுவையாக இருக்கின்றன. அவர்கள் கூற்றுப்படி அக்காலத்தில் ஊரார் பலர் பாரதியைக் ‘கோட்டி’ என்றே அழைத்தனராம். கோட்டி என்றால் பைத்தியம் என்பது பொருள்.

> ஆனாலும் இந்தத் தேசியக்கவி உள்ளூர் ஜனங்களால் ‘கோட்டி’ என்றுதான் கணிக்கப்பட்டிருக்கின்றார். அய்யர் வீட்டுப் பிள்ளை அக்ரகாரத்தில் அடக்கமாக இருக்காமல், கிடாய் மீசை வளர்த்ததால் கோட்டி; அய்யர் வீட்டுப்பிள்ளை அந்நிய ஜாதிக்காரர்களின் வீட்டில் சாப்பிட்டதால் கோட்டி; ஜமீன்தாரரிடம் கைகட்டிச் சேவகம் செய்யாமல் ‘வந்தே மாதரம்’ காரணமாக வெளியேறி ஒரு கோட்டிக்காரனுடன் சுற்றிக் கொண்டிருந்ததால் கோட்டி . . . பாரதி சுற்றிக் கொண்டிருந்த கோட்டிக்காரன் கட்டைய மணியக்காரர் பற்றிப் பாரதி நண்பர்கள் யாருமே குறிப்பிடவில்லை. எட்டயபுரத்தில் யாரிடம் பாரதியைப் பற்றிக் கேட்டாலும் கட்டைய மணியக்காரரையும் பாரதியையும் சேர்த்தே குறிப்பிடுகின்றனர் . . . ‘பாரதி பிறந்த வீடு’ என்று எட்டயபுரத்தில் பாரதியின் மாமா சாம்பசிவ ஐயர் வசித்த வீட்டை அரசு தத்தெடுத்து (தொல்பொருள் ஆய்வுத்துறை மூலம்) அதில் முதல் அறையில்

'பாரதி பிறந்த இடம்' என்றெழுதிய அட்டையையும் வைத்திருக்கிறது... அரசு எடுத்திருப்பது உண்மையில் பாரதியார் பிறந்த வீடு அல்ல.

இவ்வாறு பல சுவையான – சிந்திக்கவைக்கும் – செய்திகளைத் தருகிறார் கட்டுரையாசிரியர் ராமசாமி. பாரதியாரையும் அவரது கவிதைகளையும் உளவியல் நோக்கில் அணுகும் போக்கு இக்கட்டுரையில் இழையோடுகிறது. அது ஓரளவிற்கு உபயோகமானதேயாயினும், நிதானத்துடன் கையாளப்பட வேண்டியது. சிறு சஞ்சிகை எழுத்தாளர்கள் சிலரின் துணிவும் 'அதிர்ச்சி வைத்திய' மனப்பாங்கும் கட்டுரையாசிரியரிடத்துக் காணப்படுவதும் குறிப்பிட வேண்டியதே. ஆயினும் பொறாமையும் ஆய்வு நோக்கும் பொருந்தாமையால், துணிச்சலான கருத்துக்களை நிறுவக் கூடிய சான்றாதாரங்கள் தக்கபடி தரப்படவில்லை. அவசரக் குறிப்புக்களாகவே இவை தோன்றுகின்றன. உண்மையில் இக்கட்டுரையில் கூறப்பட்டுள்ள பல தகவல்கள் கூர்மையான ஆராய்ச்சிக்கும் கள ஆய்வுக்கும் உரியன. பாரதியின் நண்பரான வ.வே.சு. ஐயரைப் பற்றியும் அண்மையில் சில கட்டுரைகள் வெளிவந்துள்ளன. இவையும் பயனுள்ளவை.

மல்லிகை, ஜூலை 1982

19

பாரதியின் புரட்சி

தமிழ் இலக்கியத்திலே **புரட்சி** என்ற சொல்லை முதன்முதலில் பயன்படுத்திய சுப்பிரமணிய பாரதியார், தாமே இலக்கியப் புரட்சியையும் செய்தவர் என்பதை வாதிட்டு நிறுவ வேண்டிய அவசியம் இல்லை. புதிய ருஷ்யாவைப் பற்றிய பிரசித்தி பெற்ற பாடலில் "எழுந்தது பார் யுகப் புரட்சி" என்று பாடியது மட்டுமன்றித் தமது கட்டுரைகளிலும் "புரட்சி" என்னும் பதத்தைப் பரந்த பொருளிற் பயன்படுத்தியுள்ளார். இருபதாம் நூற்றாண்டின் எட்டாவது தசாப்தத்தில் வாழ்கின்ற தமிழ் மக்களுக்குப் புரட்சி என்னும் சொல்லின் பொருளையோ அதன் முக்கியத்துவத்தையோ எடுத்து விளக்க வேண்டிய இன்றியமையாமை இல்லை. அரசியல் சமுதாய அரங்கில் நன்கு அடிபட்ட சொல் அது. ஆகையால், அதற்கு விரிவுரை அநாவசியம். ஆயினும், பாரதியின் புரட்சி எத்தகையது என்பது சிந்தித்தற்குரியது.

யுகப் புரட்சி குறித்துப் பாடிய பாரதியார் அத்தொடரை உலக வரலாற்று அறிவுடனும், பிரக்ஞை பூர்வமாகவும் கையாண்டார் என்பது வெளிப்படை. பிரெஞ்சுப் புரட்சி, அமெரிக்கப் புரட்சி, கைத்தொழிற் புரட்சி என்பன வரலாற்றறிவாகவும், ருஷ்யப் புரட்சி சமகால நிகழ்வாகவும் கவிஞருக்குத் தெரிந்தவையே. அந்த வகையில் புரட்சி என்ற சொல்லின் முழுமையான அர்த்தத்தைப் பாரதியார் அறிந்திருந்தார் எனலாம். 1911ஆம் வருடம் சீனாவிலே நிகழ்ந்த ஜனநாயகப் புரட்சி பற்றியும் – முடியாட்சியின் வீழ்ச்சி பற்றியும் – அவர் தெரிந்து கொண்டிருப்பார் என்றும் கருதுதல் தவறாகாது.

இவையெல்லாம் தேசங்களிலும் சமுதாயங்களிலும் நடந்தேறிய மாபெரும் மாற்றங்கள். புரட்சிக்குப் பரியாயச் சொல்லாக, 'பிரளயம்' என்ற பௌராணிகச் சொல்லையும் சில இடங்களில் பிரயோகித்திருக்கிறார் பாரதியார். சமுதாயங்களில் நடந்தேறும் புரட்சிகள் வரலாற்றின் தேவைகள். பிளெகானவ் இரத்தினச் சுருக்கமாகக் கூறியிருப்பது போல, "பொருளாதார நிலைமைகளில் ஏறக்குறைய மெதுவாக நிகழும் மாறுதல், தனது ஸ்தாபனங்களை ஏறத்தாழத் துரிதமாக மாற்றிவிடும்படியான அவசியத்தை அவ்வப்பொழுது சமுதாயத்தின் முன் வைக்கிறது." அடிப்படையில் மக்கள்தாம் இம்மாற்றத்தை – பெருநிகழ்வை – நடத்தி முடிக்கிறார்கள். வரலாறு தன்னியக்கமுடையதன்று. வரலாற்று மாற்றத்திற்கு "எப்பொழுதுமே மனிதர்கள் குறுக்கீடு அவசியப்படுகிறது." எனவேதான் புரட்சிகளைப் பற்றிப் பேசும்பொழுது, வர்க்கங்களைப் பற்றியும் ஆற்றல் மிக்க மனிதர்களைப் பற்றியும் நாம் பேசிக்கொள்ள நேரிடுகிறது. பெருமாற்றங்களிலே பங்கு கொள்வோருக்குக் கால உணர்வு ஓரளவிற்கேனும் இருத்தல் அவசியம். மாற்றம் வரலாற்றின் தேவையாய் இருப்பதைத் தெரிந்து கொள்ளவும், சமுதாயத்தை எதிர்கொள்ளும் பிரச்சினைகளைப் புரிந்து கொள்ளவும் ஒருவருக்குக் கால உணர்வு அத்தியாவசியமாகும். பிளெகானவ் கூறியவாறு, ". . . மனிதர்களை மாபெரும் சமுதாயப் பிரச்சினைகள் எதிர்கொள்கின்றன. மற்றவர்களைவிட யார் இந்தப் பிரச்சினைகளைத் தீர்ப்பதற்கு உதவியாக அதிகமாகப் பணிபுரிகிறார்களோ அவர்களைத்தான் மகாபுருஷர்கள் என்று அழைக்கிறோம்." பாரதி தனது காலத்து – யுகத்து – கலை, இலக்கிய, தத்துவப் பிரச்சினைகளைத் தீர்ப்பதற்குப் பெருமளவில் உதவியவன் என்பதனாலேயே அவனை மகாகவி என்றும் யுகக்கவி என்றும் போற்றுவதோடு அவனது நூற்றாண்டு நிறைவையும் நன்றியுணர்வுடன் நினைவுகூர்கிறோம்.

பாரதி தன்னளவில் புரட்சி செய்தவன் என்று கூறுவது மிகையன்று. அவ்வாறு, முன் கண்டிராத வகையிலும் அளவிலும் அவன் அடிப்படையான மாற்றங்களைப் புகுத்திப் புதுமை செய்தான் என்றால், அவனிடம் குடிகொண்டிருந்த வரலாற்றுணர்வே – கால உணர்வே – முக்கியமான காரணமாகும். அதாவது வரலாற்று மாற்றத்துக்கு மனிதர்களின் பங்கு பற்றலும் குறுக்கீடும், அவசியமாயிருக்கிற அதேவேளையில், மனிதர்களின் அகநிலைப்பட்ட எண்ணங்கள் அவ்வாறு நிகழ்கின்ற மாறுதல்களை நிறுத்திவிடவும் முடியாது. சாத்தியத்தை யதார்த்தமாக்குவதில் மனிதர்களுக்குப் பங்குண்டு; எனினும் மனிதர்களும் மாற்றத்தை வேண்டி நிற்கும் பொதுப்போக்கினால் விளைந்த விளைபொரு

ளாகையால் அவர்களால் மாற்றத்தை முற்றாக நிறுத்திவிட இயலாது. காலத்தின் இயல்பையும் செல்நெறியையும் அறிந்து கொள்பவர்கள் அதற்கு அநுசரணையாக நடந்து கொள்கின்றனர். ஏனையோர் வரலாற்றினால் தள்ளப்படுகிறார்கள்.

பாரதிக்குக் கால உணர்வு குறிப்பிடத்தக்க அளவிற்கு இருந்தது. 'காலச்சக்கரம்', 'காலமாற்றம்', 'கால மாறுதல்கள்' முதலிய சொற்றொடர்களைப் பலவிடங்களில் கையாண்டிருப்பது மட்டுமன்றி, யுகமாற்றம் பற்றியும் பலவாறு எழுதியுள்ளமை மனங்கொள்ளத் தக்கதே. "ஜாதி பேத வினோதங்கள்" என்னும் கட்டுரையில் பின்வருமாறு எழுதியிருக்கின்றான்: "மனிதர் எண்ணத்தை மீறியும் காலசக்தி வேலை செய்வதுண்டு அப்படிப்பட்ட காலம் இப்போது உலகமெங்கும் தோன்றியிருக்கிறது." முதலாவது உலகப் போருக்குப் பின் எழுதப்பட்டதாகத் தோன்றும் இக்கட்டுரையில் காலமாற்றம் பற்றிப் பாரதிக்கு ஏற்பட்டிருந்த தெளிவு வெளிப்படையாய்த் தெரிவதில் வியப்பில்லை.

வரலாற்று ஓட்டம் பற்றியும் கால மாறுதல்கள் பற்றியும் பாரதிக்குத் தெளிவான விளக்கம் இருந்தமையாலேயே, தனது காலத்து ஏனைய புலவர்களைப் போலன்றிச் சமகால நிகழ்வுகளையும் பொருளையும் கவிதைக்குரிய விஷயங்களாக்கினான். அவன் செய்த புரட்சியில் இது சிறப்பாகக் குறிப்பிட வேண்டியது. ஏனெனில், அரசியல், சமூகப் பிரச்சினைகளில் அவன் காலத்திலும் அவனுக்குச் சிறிது முற்படவும் சிலர் முதன் முயற்சியாளராகச் சீர்திருத்த முயற்சிகளை மேற்கொண்டிருந்தனர். தமிழகத்திலும் இந்தியாவின் வேறு மாநிலங்களிலும் வீறுகொண்ட சீர்திருத்தவாதிகள் பாரதிக்கு வழிகாட்டிகளாயும் விளங்கினர். நவீன இந்துமத இயக்கங்களின் தாக்கத்தால் சமய, ஆசார சீர்திருத்தங்கள் நடைமுறைப்படுத்தப்பட்டன. பெண் விடுதலை, தேசியக் கல்வி, சாதி வேற்றுமை ஒழிப்பு முதலிய விஷயங்களில் பாரதியின் கண்ணோட்டமும் நிலைபாடும் உறுதியாகவும் தீவிரமாகவும் இருந்தன. (விதவைகள் மறுமணம் செய்து கொள்வதைப் பற்றிக் காந்தியடிகளே மழுப்பிப் பேசுவதாகப் பாரதியார் குறிப்பிட்டார். "பால்ய விதவைகள் புனர்விவாகம் செய்து கொள்ளலாமென்று ஸ்ரீமான் காந்தி சொல்லுகிறார். ஆனால் அதைக்கூட உறுதியாகச் சொல்ல அவருக்குத் தைரியம் இல்லை; மழுப்புகிறார்.") அரசியல், சமூக, சமய விவகாரங்களில் பாரதியார் அழுத்தந்திருத்தமான அபிப்பிராயங்களைக் கொண்டிருந்தார் என்பது விதந்துரைக்க வேண்டியதொன்றே. எனினும், அத்துறைகளில் அவருடைய பணிகள் வேறு பலரின் பணிகளோடு இயைந்தனவாகவே இருந்தன.

ஆனால் சமகால விஷயங்களைக் கவிப்பொருளாக்கியதில், தமிழிலே அவருக்கு ஈடாக எவருமில்லை. அவரே முதன் முயற்சியாளர்; புரட்சியாளர்; வழிகாட்டி.

பாரதி காலத்துப் புலவர்கள் ஏறத்தாழ எல்லாருமே 'காலங்கடந்த' – நிலைபேறான சிற்சில பொருள்களையே பிரபந்தங்கள் என்ற பெயரிலே பாடிக் கொண்டிருந்தனர். பத்தொன்பதாம் நூற்றாண்டின் பிற்பகுதியிலே புகழொடு திகழ்ந்த திரிசிரபுரம் மகாவித்துவான் மீனாட்சிசுந்தரம் பிள்ளையின் செய்யுட்களை நோக்கினால் இவ்வுண்மை புலப்படும். அருமையாக யாரேனும் 'சமகால' விஷயத்தைப் பாடியிருந்தால் அது குறுநில மன்னர் புகழாகவோ, மடாதிபதி பெருமையாகவோ இருந்திருக்கும். பெரும்பாலும் வழிநூல்களாயும் சார்பு நூல்களாயும் அமைந்த பிரபந்தங்கள் நீதி, சமயம் ஆகிய இரு பொருள்களைப் பற்றியனவாகவே இருந்தன. ஆங்கில இலக்கியப் பரிச்சயம் காரணமாகச் 'சமகால' மாந்தர் ஓரிருவரைப் பற்றிச் செய்யுளியற்ற முனைந்த பரிதிமாற் கலைஞர்கூட அறநெறிப் பாடல்களையே அதிகமாகப் பாடியிருந்தார். (அவரியற்றிய இயற்கை வருணனைச் செய்யுட்கள் ஒருவகையில் தமிழுக்குச் சற்றுப் புதியன எனக் கருதலாம்.) இத்தகைய சூழ்நிலையிலேயே தமிழ்நாட்டிலும், அனைத்திந்தியாவிலும், உலகிலும் நிகழ்ந்த பல்வேறு சம்பவங்களைப் பற்றியும், அவை தனது உள்ளத்தையும் உணர்வையும் சிந்தனையையும் பாதித்த விதத்தைப் பற்றியும் புதிய முறையிற் பாடத் தொடங்கினார் பாரதியார். சுமார் எழுபத்தைந்து வருடங்களுக்குப்பின், இது மகத்தான மாற்றமாகப் பலருக்குத் தோன்றாமல் போகக் கூடும். ஆயினும் 1905ஆம் வருடம் நடந்த வங்கப் பிரிவினையைத் தொடர்ந்து நாட்டில் எழுந்த உணர்ச்சிப் பெருக்கின் மத்தியில் "வங்கமே வாழிய", என்னும் பாடலை எழுதியது முதல், 1917ஆம் வருடம் வாழ்ந்த ருஷ்யப் புரட்சியைத் தொடர்ந்து உலகமெங்கும் பரவிப் படர்ந்த பேருணர்ச்சியின் பிரதிபலிப்பாகப் "புதிய ருஷியா" என்னும் பாடலை எழுதியதுவரை, பாரதி எழுதிய அனைத்துமே ஏதோ ஒரு வகையில் சமகால உணர்வினின்றும் எழுந்தவையே என்பதில் ஐயமில்லை. கற்பனைப் படைப்புக்களாக அமைந்த *கண்ணன் பாட்டு, குயில், ஞான ரதம்* இவற்றை எடுத்து நோக்கினாலும், அதீத கற்பனைக்குள்ளும் சமகாலச் சம்பவங்களும் நினைவுகளும், 'அத்துமீறிப் பிரவேசிப்பதை' அவதானிக்கலாம். *ஞானரதத்திலேயே* பின்வரும் பகுதி உதாரணமாய்க் காட்டத்தக்கது:

> அந்த மன்மத விக்கிரகத்தைக் கண்டவுடனே நான் ஸ்தம்பிதனாய் விட்டேன். 'குமாரி, இது யாரால் செய்யப்பட்ட பிரிதமை?' என்றேன்.

'எங்கள் நாட்டுச் சிற்பிகளால்' என்றனள். எனக்குத் திடீரென்று பாரத நாட்டிலே சிலைத் தொழில் இப்போது சீர்குன்றி நாசமடைந்து போயிருக்கும் விஷயம் ஞாபகத்திற்கு வந்தது.

'அடடா! கந்தர்வ நாட்டிற்கு வந்தும் அந்தக் கஷ்டதேசத்தினுடைய ஞாபகம் மறக்கவில்லை' என்று வாய்விட்டுக் கூறினேன்.

தன்னைச் சுற்றிலும் நிகழ்ந்து கொண்டிருந்தவற்றைத் தனது அனுபவப் பொருளாக்கிப் புதிய பொருளுடைய கவிதை என்று எல்லோரும் கண்டுணரத்தக்க விதத்திற் பாடியமையே பாரதியின் புரட்சியின் தலையாய அம்சமாகும். புரட்சிகரமான இவ்வம்சத்தை நுண்ணுணர்வுடையோர் உடனேயே இனம் கண்டுகொள்ளத் தவறவில்லை.

மதுரைத் தமிழ்ச் சங்கத்தின் வெளியீடாக 1903ஆம் வருட முதல் வெளிவருவது *செந்தமிழ்*. 1908இல் பாரதியாரின் *ஸ்வதேச கீதங்கள்* என்னும் சிறுநூல் வெளிவந்த பொழுது செந்தமிழ் அதற்கு மதிப்புரை எழுதியது. பாரதியார் காட்டிய புதுநெறி யாதென்பதை அம்மதிப்புரை சுட்டிக்காட்டியது.

> ... இதன் பெயரைக் கேட்கும் போதே, இத்திரட்டு நம்மவர்க்கு ஒரு புது வழியைக் கற்பிக்க வந்ததென்பது விளங்கும். நம் தமிழ் மொழியில், ஈசுவர சம்பந்தமான பாடல்களும், காவியங்களும், புராணங்களும், பிறவும் நிரம்பவுண்டாயினும் நம்மவர்க்குத் தற்காலம் இன்றியமையாது வேண்டத்தக்கனவும் தேசாபிமானத்தை உண்டாக்க வல்லனவுமான உயர் கவிகள் கிடைத்ததில ... அநேக விஷயங்களைப் பற்றிப் பாடியிருக்கும் செய்யுள்களும் கீதங்களும் சொன்னயம் பொருனயங்க ளுடையன வாயிருத்தலோடு படிப்போர் மனத்தில் மகிழ்ச்சியை உண்டாக்க வல்லனவாகவும் விளங்குகின்றன ... இயற்கையில் இனிய கவிகள் பாடவல்ல பாரதியார் தம் சக்தியை இத்தகைய புதுவழியில் திருப்பி உபயோகப்படுத்தியிருப்பது நம்மவர்க்கு ஒரு நல்ல வழியைக் கற்பிக்கின்றது ...

'புதுவழி', 'தற்காலம்', 'நல்வழி' முதலிய சொற்றொடர்கள் மதிப்புரை எழுதியவரின் கூர்ந்த மதியையும் விஷயத்தெளிவையும் வெளிக்காட்டுகின்றன என்பது தெளிவு. மரபுவழித் தமிழ்ப் புலவர்களினால் நடத்தப்பெற்ற *செந்தமிழ்* இதழில் 1908இல்

இம்மதிப்புரை எழுதப்பட்டமையே வியப்புக்குரியதாகும். புதுநெறியின் பெரும் தாக்கம் அத்தகைய வலுவுடையதாய் இருந்திருத்தல் வேண்டும்! அக்காலத்தில் மகாவித்துவான்களாகக் கொண்டாடப் பெற்ற சில புலவர்களும் தேசபக்தி முதலிய "தற்காலத்து இன்றியமையாது வேண்டத்தக்க" சில பொருள்களில் செய்யுள்களியற்ற முயன்றமையும் இத்தொடர்பில் மனங்கொளத் தக்கதே.

பாரதியார் புதிய விஷயங்களைப் பாடற் பொருளாகக் கொண்டதில் புரட்சி செய்தார் என்பது மட்டுமன்று; அப்புரட்சி, மொழியின் கையாள்கையிலும் புலப்பட்டது. "படிப்போர் மனத்தில் எழுச்சியை உண்டாக்க வல்லன" என்று மதிப்புரை கூறியதன் இரகசியம் அதுதான். புதிய பொருள் புதிய நடையைச் சேரும் பொழுதே கவிதை பொலிவும் பூரணத்துவமும் பெறுகிறது. இலக்கிய ஆக்கத்தின் மிக முக்கியமான இப்பொருள் பற்றி – பாரதியின் கவிதையை மையமாகக் கொண்டு – வ.வே.சு. ஐயர் "மறுமலர்ச்சி" என்னும் கட்டுரையில் (1918) விரிவாக விளக்கியிருந்தார். சமகால விஷயங்களை எளிமையாகவும் எழுதவேண்டிய இன்றியமையாமையைப் பாரதியார் நன்குணர்ந்து செயற்படுத்தியமையே அவரது புரட்சியின் மற்றுமொரு அம்சம் எனலாம். *பாஞ்சாலி சபதம்* முன்னுரையிலும், *புனர் ஜென்மம்* என்னும் கட்டுரையிலும் வேறிடங்களிலும் காலத்துக்கேற்ற மொழியின் அவசியம் குறித்துக் கவிஞர் எழுதியவை பலரும் அறிந்தவையே:

> காலம் மாற மாற பாஷை மாறிக்கொண்டு போகிறது; பழைய பதங்கள் மாறிப் புதிய பதங்கள் உண்டாகின்றன. புலவர் அந்த அந்தக் காலத்து ஜனங்களுக்குத் தெளிவாகத் தெரியக்கூடிய பதங்களையே வழங்க வேண்டும். அருமையான உள்ளக் காட்சிகளை எளிமை கொண்ட நடையிலே எழுதுவது நல்ல கவிதை.

தான் செய்த இலக்கியப் புரட்சியின் கொள்கை விளக்கத்தை இவ்வாறு உணர்த்திவிட்டு, அம்மாற்றம் அத்தியாவசியமாயிருந்ததற்கான காரணத்தைக் குத்திக் காட்டுகிறார் கவிஞர்:

> ஆனால் சென்ற சில நூற்றாண்டுகளாக, புலவர்களும் சாமியார்களும் சேர்ந்து வெகு சாதாரண விஷயங்களை அசாதாரண **அலௌகிக** அந்தகார நடையில் எழுதுவது தான் உயர்ந்த கல்வித்திறமை என்று தீர்மானஞ் செய்து கொண்டார்கள்.

பத்தொன்பதாம் நூற்றாண்டின் நடுப்பகுதியளவிலிருந்து உரைநடையில் எளிமை வேண்டும் என்ற எண்ணம் தமிழுலகில் ஆங்காங்கே தோன்றியது என்பது உண்மையே. தமிழ்நாட்டிலும் இலங்கையிலும் பாடநூல்கள் எழுத முற்பட்டோர் ஓரளவு 'எளிய' நடையைக் கைக்கொண்டவர் என்பதும் ஏற்றுக் கொள்ளக்கூடியதே. ஆறுமுக நாவலர் (1822–1879) இத்துறையில் அரிய சாதனைகளைப் புரிந்தார் என்பது இவ்விடத்திலே கருதத்தக்கது. அக்காலத்தில் நிகழ்ந்த சமய, தத்துவ, இலக்கண வாதப் பிரதிவாதங்களில் தமிழ் உரைநடை சற்றுக் கூர்மையடைந்தது. எனினும் ஆக்க இலக்கியத்திலும் கருத்து வெளிப்பாட்டிலும் கடுந்தமிழ் நடையே நிலவியது. யாழ்ப்பாணத்து அ. குமாரசாமிப் புலவர் (1854–1922), வி.கோ. சூரியநாராயண சாஸ்திரியார் (1870–1903) முதலியோர் மொழி நடை எளிமைப்படுத்தப்பட வேண்டியதன் அவசியத்தை வற்புறுத்தினரெனினும், அதனைச் சாதனையிற் காட்ட அவர்களால் இயலாமற் போயிற்று. உதாரணமாக, 1897ஆம் ஆண்டு முதல் *ஞானபோதினி* என்ற சஞ்சிகையிலே தொடர்கதையாக சாஸ்திரியார் எழுதியதே *மதிவாணன்* என்னும் "புதுவது புனைந்ததோர் செந்தமிழ்க் கதை." 1902இல் இது நூலுருவில் வெளிவந்தது. அக்கதையின் தொடக்கத்தையும், பாரதியாரின் *ஞானரதம், ஆறில் ஒரு பங்கு* முதலிய நீண்ட சிறுகதைகளின் தொடக்கத்தையும் ஒரு கணம் ஒப்புநோக்கினால் இருவரும் படைத்தளித்த புனைகதைகளின் பண்புகளே மட்டுமன்றி, அவற்றுக்கு ஆதாரமாயிருந்த உரைநடைகளின் வேறுபாடும் உடனே தெளிவாகும். பிறர் செயற்கரிதாயிருந்ததை நடைமுறைப்படுத்தியதே மகாகவியின் பெருஞ்சிறப்பு. கட்டுரையின் ஆரம்பத்திலே குறிப்பிட்டதுபோல, பழமையை விமர்சிக்கவும், கால ஓட்டத்தின் தன்மையைப் புரிந்துகொள்ளவும் கவிஞருக்கிருந்த திறமையே அவரின் புரட்சிக்கு உந்துசக்தியாக அமைந்தது.

தமிழிலக்கியத்திலே பாரதியார் செய்த இப்புரட்சியை உலக இலக்கிய வரிசையிலே வைத்து நோக்கும் பொழுது ஆங்கில இலக்கியத்திலே புனைவியற் புரட்சி (Romantic Revolt) என விவரிக்கப்படும் பேரெழுச்சி நினைவுக்கு வரும். வோர்ட்ஸ்வர்த், கோல்ரிட்ஜ் ஆகிய இருவரும் *Lyrical Ballads* என்னும் கவிதைத் தொகுப்பினை 1798இல் வெளியிட்டபொழுது ஆங்கில இலக்கியத்தில் புதுயுகம் ஒன்று பிறந்தது என்பர். "சாதாரண விஷயங்களைச் சாதாரண மக்கள் வழங்கும் மொழியில் பாடுவதே" தமது குறிக்கோள் என்று இரு கவிஞர்களும் பிரகடனம் செய்தனர். பிரெஞ்சுப் புரட்சி வோர்ட்ஸ்வர்த்தின் ஆரம்பகால உத்வேகத்திற்கு ஒரு காரணமாயமைந்தது.

இவர்களுக்குச் சிறிது பின்வந்தவர்களான ஷெல்லி, பைரன் முதலியோர் இலக்கியப் புரட்சிக்கு அரசியல், சமூக, பொருளியல் அழுத்தத்தை அளித்தனர். புனைவியற் புரட்சி என்பது பல பண்புகளைக் குறிப்பதொன்று. கற்பனைப் பண்பு, காதல் – வீர உணர்ச்சிப் பெருக்கு, புனைவாற்றல், புத்தெழுச்சி, புதுமை உணர்ச்சி, புத்தார்வம், வியப்பார்வம், மக்கட் சார்பு, கட்டுப்பாட்டு எதிர்ப்பு, எளிய கட்டற்ற புதுப்புனைவியல், மட்டற்ற ஆர்வம் என்பன முக்கியமான–முனைப்பான கூறுகள் எனலாம். முற்கூறிய ஆங்கிலக் கவிஞர்கள் சிலரால் பாரதியார் கவரப்பட்டிருந்தார் என்பது தெரிந்த செய்தியே. இனம் இனத்தை நாடும் என்பது போல, ஒத்த சூழ்நிலையில் வாழ்ந்த பாரதியார், ஆங்கில புனைவியற் புரட்சிப் பாவலர்களை ஆதர்சமாகக் கொண்டதில் ஆச்சரியமெதுவும் இல்லை. டி.எஸ். எலியட் என்ற ஆங்கிலக் கவிஞர் “மரபும் தனிமனித ஆற்றலும்” என்னும் கட்டுரையிலே பெருங்கவிஞர்களைப் பற்றிப் பின்வருமாறு கூறினார்: “ஒரு மொழியிலே பெருங்கவிஞனொருவன் செயற்பட்டபின் கவிதையுலகம் முன்னிருந்ததுபோல இருக்க மாட்டாது. மாற்ற முடியாத மாற்றங்கள் நிகழ்ந்து விடுகின்றன.” உலக இலக்கிய நியதியாகக் கொள்ளக்கூடிய இவ்விதிக்குச் சிறந்த எடுத்துக்காட்டாக இலங்குகிறார் பாரதியார். “புதுநெறி காட்டிய புலவன்” என்று பாரதிதாசனார் போற்றியது போல, பின் வந்தோர் எல்லாம் ஏதோ ஒரு வகையில் பாரதியின் புரட்சி வழிவரும் கவிப்புதல்வர்களேயாவர். யுகக் கவிஞன் புரட்சிக் கவிஞனாகவும் இருத்தல் தவிர்க்க இயலாதது.

***பல்கலை நோக்கில் பாரதி,* சென்னை 1982**

20

முற்போக்காளரின் பாரதி ஆய்வுகள்

பாரதி நூற்றாண்டு கொண்டாடப்படும் இவ்வாண்டிலே எதிர்பார்த்த வகையில் ஆக்கபூர்வமான நூல்கள் அனேகம் வெளிவரவில்லையாயினும், சில குறிப்பிடத்தக்க படைப்புகள் பிரசுரமாகியுள்ளன. அவ்வாறு குறிப்பிடத்தக்க நூல்களுள் பெரும்பாலானவை முற்போக்காளர்களாலேயே எழுதப்பட்டுள்ளமை குறிப்பிடத்தக்கதாகும். தாமரை, செம்மலர், தீக்கதிர் ஆகிய ஏடுகள் பாரதி நூற்றாண்டை ஒட்டிச் சிறப்பு மலர்கள் வெளியிட்டன. இவை முற்போக்காளரின் பாராட்டை மட்டுமன்றி ஏனையோர் பலரின் பாராட்டையும் பெற்றுள்ளன. உதாரணமாக, பாரதி ஆய்வாளர்களில் சிறப்பிடம் வகிக்கும் 'சிட்டி (பெ.கோ. சுந்தரராஜன்), "இவ்வாண்டு வெளிவந்த பாரதி சிறப்பு மலர்களில் 'தாமரை – பாரதி மலர்', ஈடிணையற்று விளங்குகிறது" என்று குறிப்பிட்டிருந்தார். 'தீக்கதிர்' மலரும் பலரது பாராட்டைப் பெற்றது.

பாரதியின் வரலாற்று முக்கியத்துவத்தையும், தமிழ் இலக்கிய கதியில் அவனது ஆக்கங்கள் செலுத்தும் இயக்கவியல் ரீதியான பாதிப்பையும் முற்போக்காளர்களே செவ்வனே உணர்ந்து எழுதியிருக்கின்றனர். பெ.சு. மணி போன்றோரின் அறிவுபூர்வமான கட்டுரைகளிலும் நூல்களிலும் முற்போக்குச் சிந்தனைகளின் செல்வாக்குப் படிந்திருப்பது கவனிக்கக் கூடியதாயுள்ளது. குறுகிய

வரம்புகளிலிருந்து விடுபட்டு, தேசிய சர்வதேசிய நோக்கிலும் ஒப்பியல் அடிப்படையிலும் அணுகும்பொழுதே பாரதி ஆய்வுகள் அர்த்தமுள்ளவையாகின்றன என்பதை முற்போக்கு அணியைச் சார்ந்தோரின் நூல்களும் நிரூபிக்கின்றன.

அண்மையில் இலங்கைக்கு வருகை தந்த தா. பாண்டியன் எழுதிய இரு நூல்கள், *பாரதியும் சாதிகளும்* (நவம்பர், 1981), *பாரதியும் யுகப்புரட்சியும்* (டிசம்பர், 1981) என்பன காத்திரமான பங்களிப்புகளாகும். 'சாதிகள் இல்லையடி பாப்பா' என்று உரத்த குரலிற் பாடிய பாரதியையே பார்ப்பனீய வரம்பிற்குள் விலக்கி வைத்துவிட முயலும் அதிதீவிர பகுத்தறிவாளர் பலபட எழுதும் இந்நாட்களிலும் மிகமுக்கியமான சாதிப் பிரச்சினை பற்றியும், அதுகுறித்து மகாகவி கூறியவை பற்றியும் தனியொரு நூல் எழுதப்பட்டமை வரவேற்கத் தக்கதே.

தனக்கே உரிய தருக்கரீதியான முறையில் விஷயங்களை ஆராய்ந்து விவரித்திருக்கின்றார் ஆசிரியர் பாண்டியன். தனது வாதத்தை – கருத்தை – ஐயத்துக்கு இடமின்றி நிலை நாட்டுவதற்காக, பாரதியாரின் கட்டுரைகளிலிருந்தும் பல பகுதிகளை விரிவான மேற்கோள்களாக எடுத்தாண்டிருக்கிறார். சாதிப் பிரச்சினை குறித்துப் பாரதி கூறியவற்றை ஒரே நூலில் முழுமையாகப் பார்க்கும் வாய்ப்பு ஒருபுறமிருக்க, பாரதியாரை அவர் வாழ்ந்த காலத்து வரலாற்றுப் பின்னணியில் வைத்துப்பார்க்க ஆசிரியர் மேற்கொண்டுள்ள முயற்சி சிறந்த ஒரு சமூகவியல் நோக்குள்ள நூலையும் நமக்கு அளித்திருக்கிறது. பாரதி காலத்திலும் அதற்குச் சற்று முன்னரும் இருந்த சாதீய நிலைமைகளை மாத்திரமன்றி சென்ற வருடம் (1981) தமிழ்நாட்டிலும் வேறுசில மாநிலங்களிலும் நடைபெற்ற மத மாற்றங்களையும் கருத்திற் கொண்டு சாதி முறையினை விளக்குகிறார் ஆசிரியர். சாதி வேறுபாடுகளே மதமாற்றத்துக்கு முழுமுதற் காரணம் என்றும், வறுமை அதற்கு உந்துதலாக அமைகிறது என்றும் வாதிட்டுள்ளார்.

நூலின் முற்பகுதியில் சாதிப் பிரச்சினை குறித்துப் பாரதி நூல்களை ஆராய்ந்த பின், பிற்பகுதியில் இந்தியாவிலே சாதிப்பிரிவினை தோற்றிய சூழ்நிலையைக் குறித்து மீளாய்வு செய்கிறார் ஆசிரியர்.

> வேலைப் பிரிவினை அடிப்படையில்தான் சாதிப் பிரிவுகள் தோன்றின என்று நீண்ட காலமாகக் கூறப்பட்டுவரும் கருத்தை மறுத்துள்ளேன். இந்தியாவில் தவிர பிறநாட்டுச் சூத்திரங்கள் மூலம் ஆய்ந்து உண்மைகளைக் காண்பது அரிது என்று

கருதியே அதனை மறுத்துள்ளேன். இதன் மீது விவாதம் வேண்டும்.

மேல்நாட்டு ஆய்வாளரும் அவர் வழிவரும் இந்திய ஆய்வாளரும் இந்திய சாதி அமைப்பு முறை பற்றிக் கூறியவற்றை முதன் முதலில் ஆழமாகப் பரிசீலித்தவர் காலஞ் சென்ற பேராசிரியர் டி.டி. கோசாம்பி. இந்திய பூர்வீக உலோகாயுதம் பற்றி நூல் எழுதிய டி.பி. சட்டோபாத்தியாயாவும் வேறு சிலரும் இந்திய சாதியமைப்பு பற்றி மார்க்சிய பார்வையில் சில கருத்துக்களை முன்வைத்திருக்கின்றனர். மார்க்ஸ் விவரித்த கிரேக்க, உரோம அடிமை முறைகளைப் போலவோ, பிற்பட்ட பிரித்தானிய, பிரெஞ்சு பண்ணை அடிமை முறைகளைப் போலவோ அல்லாது, சமய நம்பிக்கையின் அடிப்படையில் இந்தியாவிலே சாதி நிலைத்தது என்னும் கருத்தை வலியுறுத்துகின்றார் பாண்டியன். அவரது கருத்தின் சாராம்சம் பின்வருமாறு:

> அதை அடிமை முறை என்று அழைக்காமல், சாதி என்ற பெயரைச் சூட்டி, அது முன் ஜென்ம பாவ, புண்ணியங்களுக்கேற்ப – பிறவி எடுக்கிறது என்று கூறி, அதை நம்புமாறும் செய்துவிட்ட சூழ்ச்சி, இந்தியாவை இன்றைக்கும் வாட்டுகிறது. அது ஒரு கருத்தாக மட்டும் நில்லாது சமூக அமைப்பாக மாற்றப்பட்டதால் இன்றும் நீடிக்கிறது.

சமகால இந்திய மார்க்சிய ஆய்வாளர்கள் முன்வைக்கும் கருத்து இது. முந்திய தலைமுறையைச் சேர்ந்த எஸ்.ஏ. டாங்கே போன்றோர், 'பிறநாட்டுச் சூத்திரங்களை' யாந்திரிக மயமாக இந்திய சூழ்நிலைக்குப் பிரயோகத்தினால் சிற்சில தவறுகள் நேர்ந்தன. சாதி அமைப்பு மட்டுமன்றி, இந்திய அடிமை முறை, நிலமானிய முறை, முதலாளித்துவம் என்பனவும் மார்க்சியவாதிகளால் தற்சமயம் மீளாய்வு செய்யப்பட்டு வருகின்றன. அதன் பிரதிபலிப்பாகவும் பாண்டியனின் நூல் அமைகிறது என்று கூறுவது தவறாகாது.

இத்தனையும் கூறிவிட்டுப் பாரதியை ஒட்டுமொத்தமாக மதிப்பிடுகிறார் ஆசிரியர். அதுவே நூலின் பிரதான சிந்தனையுமாகும்.

> சாதிகளைப் பற்றிய பாரதியின் கட்டுரைகளைப் படிக்கும்போது இக்கொடுமைகளைக் கண்டு கொதிக்கிற ஒரு மனிதாபிமானியின் நெஞ்சம் தெரிகிறது. ஆனால், தீர்வு காணும் சமூக ஞானியாக இல்லையென்பதும் தெரிகின்றது. ஆனால்,

நோக்கம் சிறந்தது, புரட்சிகரமானது என்பதை மறுப்பதற்கில்லை.

பாண்டியனின் மற்றைய நூலான *பாரதியும் யுகப் புரட்சியும்* தேசிய நோக்கு நிலையிலிருந்து சர்வதேசியத்துக்குச் செல்கிறது. இந்திய இலக்கிய கர்த்தாக்களுள் ருஷ்ய ஒக்டோபர் புரட்சியை முதலிற் பாடியவன் என்ற சிறப்பு மட்டுமன்றி, அதனைக் குறிப்பிடத்தக்க அளவு விளக்கத்துடன் வரவேற்றவன் என்ற சிறப்பும் பாரதிக்கு உண்டு. ப. ஜீவானந்தம் முதல் சிதம்பர ரகுநாதன் வரையில் சில தமிழக முற்போக்காளர் இப்பொருள் குறித்து ஆராய்ச்சிபூர்வமான கட்டுரைகள் எழுதியுள்ளனர். ரகுநாதன் இவ்விஷயத்தில் ருசிகரமான தகவல்களையும் தருக்கரீதியான சிந்தனைகளையும் காலத்துக்குக் காலம் கூறி வந்திருக்கிறார்.

ஆசிரியர் பாண்டியன் இந்நூலிலே, ஒக்டோபர் புரட்சி பற்றியும் பாரதி பற்றியும் இன்றைய நிலையில் தெரியக்கூடிய அனைத்தையும் திரட்டிப் பக்குவமாகத் தந்திருக்கிறார். ருஷ்யப் புரட்சியை வரவேற்ற கவிஞர், ஏலவே தொழிலாளர் எழுச்சியையும், மாதர் விடுதலையையும், சாதி அடக்குமுறையையும் பற்றிச் சிந்தித்திருந்தமையாலேயே அப்புரட்சியின் உள்ளார்ந்த முக்கியத்துவத்தை உணர்ந்துகொள்ள முடிந்தது என்பது ஆசிரியரது வாதமாகும். அது ஏற்றுக்கொள்ளக்கூடியதே. இங்கும் மகாகவியை வரலாற்று ஓட்டத்துடன் வைத்து நோக்கியமையாலேயே, அவனது பலத்தையும் சிற்சில வரையறைகளையும் ஆசிரியர் சுட்டிக்காட்ட முடிந்திருக்கிறது. ருஷ்யப் புரட்சி பற்றியும், லெனின் பற்றியும் சில சமயங்களில் பாரதிக்கு இருந்த மயக்க தயக்கங்களையும் விவரித்து அவற்றுக்கு விடைகூற முனைகிறார் (பக். 53–60).

> இதே ஊசலாட்டத்திற்கு மாக்சிம் கார்க்கியும் உள்ளானார் என்பதை மறந்து விடக்கூடாது. அவர் லெனினுடன் இருந்தவர். புரட்சியைக் கண்டவர். இருந்தும், சமூக மாற்றம் நிகழ்கிற போது எதிர்ப்புரட்சிக் கலவரங்களை ஒடுக்கத் தீவிர நடவடிக்கைகள் மேற்கொள்ளப்பட்டவுடன் கலக்கமடைந்தார். 'கிறிஸ்தவ கம்யூனிசம்' என்ற ஒன்றைப் பற்றிக் கூடப் பேசத் தொடங்கினார். ஆனால் கட்சியில் இருந்ததாலும் லெனினுடன் விவாதித்ததாலும் விரைவில் தெளிவு பெற்று மீண்டும் புரட்சி வழியில் நடைபோட்டார். பாரதிக்குப் பக்கத்தில் லெனினும் இல்லை, பாரதி

சேர்ந்து கொள்ள கம்யூனிஸ்டுக் கட்சியும் இல்லை. எனவே நடைமுறை பற்றிய கருத்து வித்தியாசம் பாரதியிடம் நீடித்தது. (பக். 56)

பாரதி பற்றிய முற்போக்காளர் மத்தியில் எப்பொழுதுமே வாதப் பிரதிவாதங்கள் இருந்து வந்துள்ளன. அது எதிர்பார்க்கக் கூடியதுமாகும். பாரதியை அப்படியே ஏற்றுப் போற்றுவோரும், முற்றாக நிராகரிப்போரும் என இரு சாரார் முற்போக்கு அணியில் காணப்படுகின்றனர். இருசாரார் கருத்துக்களும் ஒருதலைப் பட்சமானதையே விமர்சித்து விளக்குவதே உகந்த முறையாகும். அத்தகைய நோக்கு இவ்விரு நூல்களிலும் இழையோடுவது கண்கூடு. இவ்வாண்டிலே வெளிவந்த *பாரதி : ஒரு சமூகவியல் பார்வை* (ஆசிரியர்கள்: பெ. மணியரசன், மா. வளவன்), *பாரதி : சில பார்வைகள்* (ஆசிரியர்: ரகுநாதன்) ஆகியவையும் இவ்வாறு விமர்சன ரீதியில் பாரதியை மதிப்பிடும் நூல்கள்.

மணியரசன், வளவன் ஆகிய இருவரும் சேர்ந்து இணையாசிரியர்களாக எழுதி கார்க்கி நூலக வெளியீடாக வந்துள்ளது *பாரதி : ஒரு சமூகவியல் பார்வை* என்னும் நூல். பிரபல முற்போக்கு விமர்சகர் கே. முத்தையா முன்னுரை வழங்கியிருக்கிறார். கலையும் இலக்கியமும், காலமும் களமும், பாரதியும் மதமும், பாரதியும் சமூகமும் என்னும் நான்கு அத்தியாயங்களைக் கொண்ட இந்நூல், மார்க்சியத்தைத் தழுவி நிற்கும் இளைய தலைமுறையினர் இருவரின் ஆக்கமாகும். மேலே நான் குறிப்பிட்டிருப்பது போல முற்போக்கு இயக்கத்தைச் சேர்ந்தவர்களே பாரதியை விமர்சன ரீதியாக அணுகுகின்றனர். வழிபாட்டு முறையோ எதிர்நிலை முறையோ உரிய பயனைத் தரமாட்டா என்பதை அவர்கள் அறிவர். ஆயினும் இன்றும் சத்தற்ற இவ்விரு முறைகளுமே பெருவழக்காயுள்ளன. பாரதி நூற்றாண்டு விழாச் சமயத்தில் இத்தகைய விமர்சன நூல் வெளிவந்திருப்பது, அதிலும் குறிப்பாக இளம் படைப்பாளிகளினால் இயற்றப்பட்டிருப்பது நம்பிக்கை ஊட்டுவதாயுள்ளது.

இந்நூலிலே விதந்துரைக்கத் தக்கதாய் உள்ள ஓர் அம்சம் பாரதியின் கட்டுரைகள் நன்கு பயன்படுத்தப்பட்டிருத்தலாகும். கடந்த சில வருடங்களில் பாரதியார் எழுதிப் பல காலம் தெளியப்படாமலிருந்த கட்டுரைகள் நூல் வடிவம் பெற்றுள்ளன. இளசை மணியன், சீனி. விசுவநாதன், ரகுநாதன், பெ.சு. மணி, ரா.அ. பத்மநாபன் முதலியோரின் முயற்சிகள் இங்குப் பாராட்டப்பட வேண்டியவை. இந்நூலின் ஆசிரியர்கள் பாரதியார் கட்டுரைகள் காட்டும் தகவல்களையும், கருத்துக்களையும் திறனாய்வு செய்து

பாரதியின் குறைநிறைகளை மதிப்பிட முயன்றிருக்கிறார்கள். பாரதியின் படைப்புக்கள் மேலும் மேலும் வெளிவரும்போது அவனைப் பற்றிய நமது விளக்கமும் ஆழமாக அமையும் என்பதற்கு இந்நூல் சிறந்த சான்றாகும்.

பாரதியின் ஆக்கங்களைப் பற்றியும் அவன் மரபில் வரும் நவீன இலக்கியங்கள் பலவற்றைப் பற்றியும் அடிக்கடி ஒரு முக்கியமான விவாதம் – சர்ச்சை நடப்பதுண்டு. அழகியலா பிரசாரமா என்ற முரண்பாட்டை முன்நிறுத்தியே சிலர் இவ்விவாதத்தை நடத்துவர். பாரதியின் தேசிய, சமுதாயப் பாடல்கள் காலத்தாற் கட்டுண்டவை என்றும், *கண்ணன் பாட்டு, குயில் பாட்டு* முதலியனவே காலத்தைக் கடந்து நிற்கக்கூடிய நித்தியமான பொருளைக் கொண்டவை என்றும் சிலர் கூறுவர். சுமார் ஐம்பது வருடங்களுக்கு முன்பு கல்கி – ரா. கிருஷ்ணமூர்த்திக்கும் வ.ரா.வுக்கும் நடந்த வாதப் பிரதிவாதத்தின் அடிப்படை உண்மையில் இதுவேயாகும். தேசியக் கவி மகாகவியாக இருக்க இயலாது என்று கல்கி வாதிட்ட பொழுது, பிரசாரம் உயர் கவிதையாக மாட்டாது என்பதே அவரது தருக்கமாயிருந்தது. அழகியல்வாதிகளும் கலைவாதிகளும் அடிக்கடி கூறும் சுலோகம் இதுதான். ஆயினும் அவர்கள் வேண்டுமென்றே இவ்வாறு சமூகவியல் கொள்கையைக் கொச்சைப்படுத்திக் கூறுவது வழக்கமாகிவிட்டது. உண்மையில் கார்ல் மார்க்ஸ் முதல் பின்வந்த சமூகவியல் ஆய்வாளர் அனைவரும் வற்புறுத்திய அடிப்படை பின்வருமாறு: 'எல்லா இலக்கியங்களும் பிரசாரமே, ஆனால் எல்லா பிரசாரங்களும் இலக்கியமாகா.'

இந்த மூலாதாரமான செய்தியை அளவுகோலாய்க் கொண்டே ஆசிரியர்கள் இருவரும் பாரதியின் ஆக்கங்களை அணுகியிருக்கின்றனர். உருவம் – உள்ளடக்கம் என்று இலக்கியத்தை இருமுனைப்படுத்திக் கூறுபோடாமல் இரண்டும் இசைவுபட இணைந்ததே சிறந்த இலக்கியம் என்னும் உண்மையை மீண்டும் வலியுறுத்தியுள்ளனர். அந்த வகையில் 'கலையும் இலக்கியமும்' என்னும் அத்தியாயம் அடிப்படைகளை அலசுகிறது.

விமர்சன ரீதியில் விஷயத்தை அணுகியிருக்கும் நூலாசிரியர்கள், பாரதி 'சறுக்கும்' இடங்களையும் அங்கங்கே சுட்டியிருக்கின்றனர். குறிப்பாக, 'பாரதியும் மதமும்' என்ற கட்டுரையில் ஆழமாகவும் நிதானமாகவும் பாரதியின் கருத்துக்களின் தன்மையை ஆராய்கின்றனர். தமிழிலக்கியத்திலே பாரதிக்குச் சற்று முற்பட்டவர்களை எடுத்து விலக்கிவிட்டு,

க. கைலாசபதி

'இப்படிப்பட்ட பின்புலத்தில் படிப்படியான வளர்ச்சி, பாரதி என்ற திடீர்ப் பாய்ச்சலைப் பெறுகிறது' என்று சரியாகக் கூறுகின்றனர்.

"மதம் என்ற இரும்புக் குண்டு காலில் கிடந்து இவ்வளவு இழுத்தாலும் செயற்வீரர் என்ற இயல்பின் காரணமாக, எவ்வளவோ முன்னேறியிருக்கிறார். காலில் கிடந்த அந்தக் குண்டை அறுத்து எறிவதற்குப் பதில் அதையே கையிலே எடுத்துக் கொண்டு எதிரியை விரட்டலாம் என்று நினைத்தார்."

இவ்வாறு கூறும் ஆசிரியர்கள் மிகவும் விரிவாகவும் நுணுக்கமாகவும் பாரதியின் கூற்றுக்களை ஆராய்ந்திருக்கின்றனர். அண்மையில் இரு சாரார் பாரதி பற்றி அபிப்பிராயம் தெரிவித்து வருவதைக் காணலாம். பல்வேறு காரணங்களால் சிறிது வேகம் பெற்று வரும் இந்து தீவிரவாதிகள் பாரதியை வைதிகக் கவிஞர் என்று கூறுவர். சாதியை நிராகரிப்பதாய்க் கூறும் பகுத்தறிவாதிகளிற் சிலரோ 'பிறப்பை வைத்து ஒருவருக்குக் குணம் கற்பிக்கும்' முறையில் பாரதியை பார்ப்பனக் கவிஞர் என்கின்றனர். இதுகுறித்து இந்நூலாசிரியர்கள் குறிப்பிட்டிருப்பது சுவை பயப்பதாய் இருக்கிறது.

> பார்ப்பனக் கவி என்று புழுதிவாரி இறைப்போரும், வைதிகக் கவி என்று கட்டிப் புரள்பவரும் தங்கள், தங்கள் இயக்கங்களின் நோக்கங்களுக்காகப் பாரதியாரை அணுகித் தோல்வியை மட்டுமே தழுவிக் கொள்கிறார்கள். மாறாக, நாம் ஒருபோதும் பாரதியாரைப் பொது உடைமைக் கவிஞர் என்று சொல்லவில்லை. போர்க்குணமிக்க மனித நேயத்தோடு மாபெரும் மறுமலர்ச்சிக் கவிஞராகச் செம்மாந்து நிற்கிறார் என்றுதான் சொல்கிறோம்.

சுருங்கக் கூறுவதாயின் சமூகவியல் பார்வை என்று தலையங்கத்திலே குறிப்பிட்டிருப்பதற்கு இயைய, சமூகவியல் நோக்கில் இலக்கியத்தையும் இயக்கங்களையும் அணுகும் முறையியலைக் குறிப்பிடத்தக்க வகையில் இந்நூலிலே ஆசிரியர்கள் கையாண்டுள்ளமை பாராட்டத்தக்கதாகும். வரலாறு, சமூகவியல், அழகியல், உளவியல் இவற்றையெல்லாம் தனித்தனியாக மிகைப்படுத்தியும் குறைவாக எடைபோட்டும் குழப்பிக் கொள்ளாமல் யாவற்றையும் ஒன்றிணைத்து முழுமையான பாரதியைக் காணவும் காட்டவும் முயன்றிருக்கிறார்கள். அவர்கள் கூறியிருப்பது போல,

இத்தகைய பல்வேறுபட்ட செய்திகளையும் தொகுத்து, பாரதியை அவனது காலப் பின்னணியில் சரியாகப் பொருத்தி வைத்து ஆராய்கிற சமூகவியல் ஆய்வுகள் இன்று முற்போக்குச் சிந்தனையாளர்கள் செய்யத்தக்க முதற் காரியங்கள் ஆகும்.

அத்தகைய முயற்சியில் இந்நூல் அடியெடுத்து வைத்துள்ளது.

திறனாய்வுத் துறையில் சமீபகாலமாகத் தமிழகக் கல்லூரிகளையும் பல்கலைக் கழகங்களையும் சேர்ந்த சில இளம் விரிவுரையாளர்களும் பேராசிரியர்களும் விஞ்ஞானபூர்வமான முயற்சிகளை மேற்கொண்டு வருதல் காணக்கூடியதாய் இருக்கிறது. இந்நூலாசிரியர்களைப் போலவே கே. கேசவன், து. மூர்த்தி, அக்கினிபுத்திரன், செம்பியன் முதலிய சிலர் பாரதியுகம் குறித்துப் பெருமைப்படத்தக்க கட்டுரைகளையும் நூல்களையும் எழுதி வருகின்றனர். வளர்ந்து வரும் மார்க்சிய திறனாய்வுக்கு இம்முயற்சிகள் வளமூட்டுகின்றன என்பதில் ஐயம் இல்லை.

மல்லிகை, ஒக்டோபர் 1982

21
பாரதியியலுக்கு ஒரு பங்களிப்பு

பாரதியைப் பற்றிய நூல்கள் பலவகைப்படும். வசதிக்காக அவற்றை வகுத்துக் கூறுவதானால், பாரதியின் வாழ்க்கை, பாரதி நூல்களின் இரசனை, பாரதி பற்றிய ஆய்வு என முத்திறப்படுத்திக் குறிப்பிடலாம். (இவற்றோடு பாரதி பற்றிய கண்டனங்களையும் சேர்த்துக் கொள்ளலாம்.) நூற்றுக் கணக்கானோர் பாரதி குறித்து, பாரதியுகத்தில் எழுதியிருக்கின்றன ரெனினும், சிலர் தமது இடைவிடாத முயற்சிகளால் பாரதியியலில் சிறப்பான இடத்தை வகித்து வருகின்றனர். உதாரணத்துக்கு ரா.அ. பத்மநாபன், சிதம்பர ரகுநாதன், சீனி. விசுவநாதன் போன்றோரைச் சுட்டலாம். பழந்தமிழ்ச் செய்யுள்களையும் சில வேளைகளில் சிற்சில நாட்டார் பாடல்களையும் எடுத்துக் கொண்டு அவற்றுக்குச் சோடனை செய்து கதையளந்து கதாப்பிரசங்க முறையில் விளக்கம் கூறுவதே பெரும்பாலான தமிழ் அறிஞர்களின் புலமை வெளிப்பாடாகவும் பொழுது போக்காகவும் இருந்து வந்திருப்பதைப் போலவே, பாரதி நூல்களைப் பொறுத்த வரையிலும் பொருள் விளக்க விவரணக் கட்டுரைகளே பெருவாரியாக வெளிவந்திருக்கின்றன. பாரதியின் வாழ்க்கையையும், ஆக்கங்களையும் அவனது உலக நோக்கையும்

முழுமையான ஆய்வுக்குரியனவாகக் கருதிச் செயற்பட்டு வந்திருப்பவர்கள் விரலில் எண்ணிவிடக் கூடியவர்கள். அதாவது வரலாறு, அரசியல், பொருளியல், அழகியல், உளவியல், சமூகவியல் முதலிய துறைகளின் உதவியுடன் பாரதியியல் என்று கூறத்தக்க ஆய்வுப் பரப்பை உருவாக்கியவர்கள் வெகு சிலரே. அவர்களுள் விதந்துரைக்க வேண்டியவர் சிதம்பர ரகுநாதன்.

கூர்ந்து நோக்கினால் பாரதி ஆய்வு இன்னும் தொடக்க நிலையிலேயே இருப்பது தெளிவாகும். வ.ரா., ரா.அ. பத்மநாபன், பி. மகாதேவன் ஆகியோர் எழுதிய பாரதி சரிதங்கள் குறிப்பிடத்தக்கனவாய் இருப்பினும், ஆராய்ச்சிபூர்வமான அதிகாரபூர்வமான – வாழ்க்கை வரலாறு இன்னும் எழுதப்படவில்லை என்பதில் தவறில்லை. அதுபோலவே ஆராய்ச்சியின் விளைவாய் அமைந்த மூலபாடத்தைக் கொண்ட பாரதி நூல்களின் பதிப்பு ஒன்றுதானும் இன்னும் வெளிவந்ததாய்த் தெரியவில்லை. இவையிரண்டும் இல்லாமல், அர்த்தமுள்ள ஆய்வுகள் அதிகம் நடைபெற இயலாது என்பதை எவரும் ஒப்புக்கொண்டே ஆக வேண்டும்.

இவ்வடிப்படைக் குறைபாடுகளை மனங்கொண்டு, கடந்த முப்பது ஆண்டுகளாக பாரதி ஆய்வுகளை நடத்தி வந்திருப்பவர் ரகுநாதன். இவ்வாய்வுகளின் அடிப்படை நோக்கம் பாரதி பாடல்கள் பிறந்த சூழ்நிலை, அவற்றின் வரலாற்றுப் பின்னணி, அவற்றில் மண்டிக் கிடக்கும் குறிப்புப் பொருள், அவற்றின் சமுதாய இலக்கிய முக்கியத்துவம் முதலியவற்றை வெளிப்படுத்தி ஆய்வாளருக்கும் வாசகருக்கும் உணர்த்துவதாகும். சொல்லாராய்ச்சியும் பொருளாராய்ச்சியும் இதன்பாற்படும். பிரச்சினைகளை நுனித்து நோக்கி ஆராயும் வெற்றி ரகுநாதனின் கட்டுரைகளின் முனைப்பான அம்சமாகும். ஏறத்தாழ முப்பது வருடங்களாக நடத்தி வந்த ஆய்வுகளின் தொகுப்பாக *பாரதி: சில பார்வைகள்* (1982) என்னும் நூல் வெளிவந்திருக்கிறது என்று கூறுவது மிகையாகாது. நூலிலே பன்னிரு கட்டுரைகள் இடம் பெற்றுள்ளன. அவை எழுதப்பட்ட கால ஒழுங்கில் தரப்பட்டுள்ளன. பாரதி ஆய்வின் பரிணாமத்தின் சில போக்குகளையும், ரகுநாதன் ஆளுமையையும் அவரது பாரதி ஆர்வ விகசிப்பையும் இவற்றில் ஒருவாறு கண்டுகொள்ளக் கூடியதாக இருக்கின்றது. கட்டுரைகளின் தலைப்புகளே பொருட்பரப்பினை உணர்த்திவிடுகின்றன. முடியாத கதை, கரும்புத் தோட்டத்திலே, மாயையைப் பழித்தல் – ஒரு விசாரணை, தாயின் மணிக்கொடி, பரிசுபெறத் தவறிய பாடல், புதிய ருஷ்யாவும் பாரதியும், கிருதயுகம், பாரதியும் தாகூரும், வீடும் வெளியும், பாரதியும் தேசிய ஒருமைப்பாடும், பாரதி

பரம்பரை, பாரத சமுதாயப் பாடல் என்பன கட்டுரைகளின் தலைப்புகள். இக்கட்டுரைகள் ஒவ்வொன்றும் ஒவ்வொரு பிரச்சினையை எடுத்துக் கொண்டு அப்பிரச்சினையை வரலாற்று அடிப்படையிலும் சமூகவியல் நோக்கிலும் ஆராய்கின்றன. உதாரணமாக இரண்டொன்றை மாத்திரம் இங்குக் காட்டலாம். பாரதி பாடல்களில் “மாயையைப் பழித்தல்” என்ற தலைப்பில் ஒரு கவிதை உண்டு. ‘மாயை’ என்ற சொல்லை ஆதாரமாகக் கொண்டு முற்பட்ட பிரசுரகர்த்தாக்கள் அப்பாடலை ‘வேதாந்தப் பாடல்கள்’ என்னும் பிரிவிலும், பிற்பட்ட வெளியீட்டாளர்கள் ‘தெய்வப் பாடல்கள்’ என்னும் பிரிவிலும் அமைத்து அச்சிட்டு வந்திருக்கின்றனர். ஒட்டு மொத்தத்தில் பாரதி வேதாந்த மரபில் இயங்கி வந்தவராகையால் ‘மாயையைப் பழித்தல்’ என்னும் பாடல் வீறுகொண்ட வேதாந்தியின் குரலாக இருக்கலாம் என்று நம்மவர்களால் நியாயப்படுத்தப்பட்டும் நம்பப்பட்டும் வருகின்றது. பாரதியின் பாடல்களைக் காலஅடைவில் தொகுக்க முனைந்த ரகுநாதன் அப்பாடல் வைப்பு முறையிலே சில பொருந்தாமைகளைக் கண்டு மேற்கொண்டு ஆராய்கையிலே அப்பாடலின் பிறப்புப் பற்றிய புதிய செய்திகள் வெளிப்பட்டன. பாரதி அப்பாடலைப் பாடிய காலத்தில் இந்திய அரசியல் அரங்கில் நிகழ்ந்த வாதப் பிரதிவாதங்கள், நிதானக்கட்சியினருக்கும் தீவிரவாதிகளுக்கும் நடந்த மோதல், குறிப்பாக விபின் சந்திரபாலரின் பிரசித்திபெற்ற சென்னைப் பிரசங்கங்கள் இவற்றை நன்கு அறிந்து கொண்டாலன்றி ‘மாயை’ என்னும் சொல்லை எப்பொருளில் கவிஞர் அப்பாடலிலே பயன்படுத்தினார் என்பதை விளங்கிக்கொள்ள இயலாது. விபின் சந்திரபாலர் தனது முதலாவது சென்னைப் பேச்சிலேயே பின்வருமாறு கூறினார்:

> நாம் அறிவிலிகள் என்றும் நமக்கு அரசியல் புரியாது என்றும் நம்மிடம் கூறப்பட்டது. நாமும் அதனை நம்பிவிட்டோம். இந்த நம்பிக்கைதான் நமது பலவீனத்துக்கெல்லாம் காரணம். இது மந்திரத்தால், மாயையினால் தூண்டப்பட்டதாகும். இந்தியாவிலுள்ள இன்றைய அரசாட்சியின் இந்த மாயைத் தன்மையைக் கண்டுணர்வதில்தான் இந்தப் புதிய இயக்கத்தின் அடிப்படை இருக்கிறது. எனவே இந்தியாவின் விமோசனம் முதன் முதலில் சரியான அறிவு விசாலத்தின் மூலமே வரவேண்டும் என்று இவ்வியக்கம் பிரகடனப்படுத்துகிறது. சுயம்புவான அறிவின் மூலமே அது வேதாந்தத் துறையாயினும் சரி, அரசியல் துறையாயினும் சரி

– அத்தகைய அறிவின் மூலமே – மாயையை விலக்க முடியும். நமது அறிவையும் பண்பாட்டையும் உணர்ச்சிகளையும் விரைவுபடுத்தக்கூடிய அத்தகையதோர் லட்சியம்தான் இந்த மாயைத் தளையை வெட்டியெறிய, நம்மையெல்லாம் ஒன்றுபட்ட உறுதியோடு வழி நடத்திச் செல்லும்...

அக்காலத்தில் வெளிவந்த ஆங்கிலப் பத்திரிகைகள் எச்.எம். டொட்வெல் போன்ற ஆங்கில வரலாற்றாசிரியர்களின் நூல்கள், வங்காள தீவிரவாத இயக்க வெளியீடுகள் முதலிய பலதரப்பட்ட மூலாதாரங்களின் துணைகொண்டு ரகுநாதன் இக்கட்டுரையில் 'மாயையைப் பழித்தல்' என்னும் பாடலுக்கு நூதன – ஆனால் பொருத்தமான – விளக்கத்தை அளித்திருக்கிறார். வேதாந்தமும் அரசியலும் இரண்டறக் கலக்கும் விதத்தை நாம் கண்டு கொள்கிறோம். எந்த ஒரு ஆய்வாளனும் பெருமைப்படத்தக்க வகையில் சான்றுகளைத் துருவி ஆராய்ந்து தருக்கத்தின் அடிப்படையிலும் தகவுடைமையின் அடிப்படையிலும் உண்மையை நிறுவியுள்ளார்.

அதைப் போலவே, 'கரும்புத் தோட்டத்திலே' என்னும் கட்டுரையில், பாரதியின் உருக்கமான அப்பாடல் எழுதப்பட்ட சூழ்நிலையை நுணுக்கமாக விளக்கியுள்ளார். ஆங்கிலேயர் புகுத்திய மிருகத்தனமான அடிமை முறை ஒப்பந்தக் கூலி முறையாகும். அண்டரூஸ், ஹொய்லண்ட் முதலிய ஆங்கிலேய மனிதாபிமானிகளும், கோகலேயும் பிறரும் சட்டசபையிலும் அதற்கு வெளியிலும் நடத்திய போராட்டங்களும், பிஜித்தீவுக்கும் தென்னாப்பிரிக்காவுக்கும் தகவல் திரட்டுவதற்காகச் சிலர் சென்றமையும் பிற செய்திகளும் அக்கால ஏடுகளிலும் பிரசுரங்களிலும் இடம் பெற்றுள்ளன. அவற்றையெல்லாம் தேடிப்பெற்று பாரதியின் கவிதை நெறியின் வளர்ச்சியையும் மனத்திற்கொண்டு அற்புதமான அப்பாடல் உருவாகிய விதத்தை விவரமாக விளக்கியிருக்கிறார் ஆசிரியர்.

"கரும்புத் தோட்டத்திலே" என்ற பாடலின் பிறப்புக்குக் காரணமாக விளங்கிய மேற்கூறிய விவரங்களையெல்லாம் நாம் தெரிந்துணர்ந்து நினைவில் நிறுத்திக் கொண்டால், பாரதியின் இப்பாடலை நன்கு அநுபவிக்க முடியும். அது மட்டுமல்ல.

கரும்புத் தோட்டத்திலே – ஆ!
கரும்புத் தோட்டத்திலே!

> என்ற தொடக்க வரியிலுள்ள ‘ஆ’ என்ற ஒரு சொல், ஓரெழுத்து, நீண்ட நெடுங்காலமாக நெஞ்சை வருத்திக் கொண்டிருந்த ஏக்கத்தையும் வேதனையும் எவ்வாறு தனதுள்ளே அர்த்த கர்ப்பத்தோடு சுமந்து நின்று, அவற்றை வெடித்து வெளிப்படுத்துகிறது என்பதை நாம் காணலாம்.

தனக்கேயுரிய காம்பீர்ய நடையில் கருத்தை நிலைநிறுத்திப் பாரதி பாடலுக்குப் புதிய பரிமாணங்களைக் காட்டுகின்றார் ரகுநாதன்.

இவ்வாறே ஏனைய கட்டுரைகளும், ஒவ்வொன்றும் ஒவ்வொரு பாடலுக்கோ ஒன்றுக்கு மேற்பட்ட பாடல்களுக்கோ புதிய பொருளையும் பார்வையையும் விளக்கத்தையும் வழங்குகின்றன. எனினும் ‘தாயின் மணிக்கொடி’, ‘பரிசு பெறத் தவறிய பாடல்’, ‘கிருதயுதம்’, ‘புதிய ருஷ்யாவும் பாரதியும்’ ஆகிய கட்டுரைகள் சிறப்பாகக் குறிப்பிட வேண்டியன. இவற்றில் ரகுநாதனின் திறமை அனைத்தையும் கண்டுகொள்ளக் கூடியதாய் இருப்பதுடன் இவற்றின் அறிவுப் பங்களிப்பையும் சிறப்பாகப் பாராட்டாமல் இருக்க முடியாது. பெரும்பாலான கட்டுரைகள் அதிகாரப்பூர்வமானவை. அவற்றுக்கு மேலும் விளக்கமோ சேர்க்கையோ அவசியமில்லை. ரகுநாதன் எழுப்பிய சில வினாக்களுக்கு இனிவரும் ஆராய்ச்சிகள் விடைகாண முயலலாம். இரண்டொன்றுக்கு அண்மையில் சில விளக்கங்கள் கிடைத்துள்ளன. எடுத்துக்காட்டாக, “பரிசு பெறத் தவறிய பாடல்” என்னும் கட்டுரையில் ரகுநாதன், “செந்தமிழ் நாடென்னும் போதினிலே” என்று தொடங்கும் பாடல் பிறந்த கதையைக் கூறுகிறார். போட்டி ஒன்றுக்குப் பாரதி எழுதி அனுப்பிய பாடல் அது என்றும், ஆயினும் அப்போட்டியிற் கலந்து கொண்ட அ. மாதவையாவிற்கே பரிசு வழங்கப்பட்டதென்றும், குறிப்பிட்டு போட்டி சம்பந்தமாகப் பல முரண்பட்ட செய்திகள் கூறப்பட்டுள்ளன என்றும் சுவையான தகவல்கள் பலவற்றைத் தந்தார் ரகுநாதன். மாதவையா சிறந்த நாவலாசிரியரே யாயினும் அன்றைய சூழ்நிலையில் கவியரசர் பாரதிக்குப் பரிசு கிடைக்காமற் போனது, கவிதைகளை மதிப்பிட்டோரின் குறைபாடாக இருக்கலாம் என்றும் அபிப்பிராயம் தெரிவித்தார். ஆயினும் பரிசு பெற்ற மாதவையாவின் செய்யுள் ரகுநாதனுக்குக் கிடைக்கவில்லை. சில காலத்தின் பின் பெ.சு. மணி ‘செந்தமிழ் நாடெனும் போதினிலே’ என்னும் கட்டுரையிலே (*பாரதியாரும் தமிழ் புலவர்களும்*, 1981, பக். 158–180) அவ்விஷயத்தை மீளாய்வு செய்தது மட்டுமன்றி மாதவையா போட்டிக்கு அனுப்பிய

பாடலையும் தேடிப் பெற்று வெளிப்படுத்தினார். அப்பாடலுக்குச் சூட்டப்பட்டிருந்த பெயர் 'இந்தியக் கும்மி' என்பது ரகுநாதன் ஏனைய சான்றுகளைக் கொண்டு ஊகித்து எழுதிய முடிவையே பெ.சு. மணியும் கூறினார்.

> ஐம்பத்தொன்று சரணங்கள் கொண்ட 'இந்தியக் கும்மி'யில் கவிதைச் சுவையைத் தேடியலைந்தாலும் அது கிட்டாப் பொருளாகிறது. தேசபக்திப் பாடலின் ஆதார சுருதியாய் அமைய வேண்டிய 'உணர்ச்சி', 'இந்தியக் கும்மி'யில் போதிய அளவு இடம் பெறவில்லை.

இவ்வாறு தொடர்ந்து நிகழும் பாரதி ஆராய்ச்சிகளுக்குத் தூண்டுகோலாகவும் ரகுநாதனின் கட்டுரைகள் அமைந்துள்ளன. ஆராய்ச்சி என்பதே அதுதானே! தன்னளவில் புது ஒளி பாய்ச்சுவது மாத்திரமன்றிப் பிறர் ஒளியை நாடத் தூண்டுவதும் ஆராய்ச்சியின் பண்பாகும். அப்பண்பு ரகுநாதன் கட்டுரைகளில் அலாதியாய்க் காணப்படுகிறது. இது பெருமைப்படத்தக்க சாதனையாகையால், நூலாசிரியரே துணிந்து பின்வருமாறு கூறியிருக்கிறார்:

> இந்தக் கட்டுரைகளில் நான் தெரிவித்துள்ள கருத்துக்களிலும் முடிவுகளிலும் கருத்து வேற்றுமை கொள்பவர்கள் இருக்கலாம். எனினும் அவற்றுக்குத் துணை நிற்கும் ஆதாரங்கள் பலவற்றையும் நான் போதிய அளவுக்கு வழங்கியே இருக்கிறேன். இந்த நூலில் வாசகர்கள் பாரதியைப் பற்றிப் பல புதிய உண்மைகளையும் செய்திகளையும் நிச்சயம் காண முடியும்.

மேலே கூறிய கட்டுரைகள் முக்கியமான பாடல்கள் சிலவற்றுக்கு இன்றியமையாத சூழல் விளக்கத்தை நமக்கு அளித்திருக்கின்றனர். நீண்ட ஆராய்ச்சிகளைத் தொடர்ந்து நிகழ்த்தாவிடினும் ரா.அ. பத்மநாபன், பெ. தூரன் ஆகியோர் பாரதியின் வேறு சில பாடல்களுக்கு உரிய 'தோற்றக்' குறிப்புகளை வழங்கியிருக்கின்றனர். மிகச் சமீபத்தில் பெ.சு. மணியும் இத்துறையில் உழைத்து வருகிறார். ஏ.கே. செட்டியார் தமது *குமரி மலர்* இதழில் கிடைத்தற்கரிய பழைய பாடல்களையும் கட்டுரைகளையும் விளக்கக் குறிப்புக்களுடன் மறுபிரசுரஞ் செய்து வந்திருக்கிறார். இவையெல்லாம் ஆய்வுலகமும் பதிப்புலகமும் பயன்படுத்த வேண்டிய அருமந்த செய்திகள். வணிக நோக்கில் பாரதி நூல்களை வெவ்வேறு அளவிலும், அட்டைப் படங்களுடனும் அச்சிட்டுக் கொண்டிருப்பதை விடுத்து, இத்தகைய குறிப்புக்களின்

அடிப்படையில் பாரதி கவிதைகளைக் கால ஒழுங்கில் அமைத்துப் பதிப்பிப்பது பாரதி அன்பர்களின் – அரசின் – கடமையாகும்.

பாரதி நூற்றாண்டு விழாவின்போது நல்ல – காத்திரமான – நூல்கள் குறிப்பிடத்தக்க அளவில் வரவில்லையே என்று விசனப்பட்டுக் கொண்டிருக்கும்பொழுது ரகுநாதனின் இந்நூல் உற்சாகத்தையும் உள்ளக்கிளர்ச்சியையும் தருகிறது. உண்மையில் ரகுநாதனிடமிருந்து மேலும் சில நூல்களைத் தமிழிலக்கிய உலகம் எதிர்பார்த்து நிற்கிறது. ஆக்க இலக்கியங்களிலிருந்து ரகுநாதன் பெருமளவு ஒதுங்கிக்கொண்டாலும் இதுபோன்ற விஞ்ஞான பூர்வமான அறிவிலக்கியங்களைக் காலத்துக்குக் காலம் வழங்கினால் அதுவே காலத்துக்குத் தேவையான பங்களிப்பாகும். காலத்தின் தேவையையும் ஆசிரியரின் தகுதியையும் நன்கறிந்த மதுரை மீனாட்சி புத்தக நிலையத்தினர் அழகான முறையில் நூலை அமைத்து வெளியிட்டிருக்கின்றனர்.

மல்லிகை, நவம்பர் 1982

22

பாரதி கண்ட இயக்கவியல்

இன்று மகாகவி பாரதியையும் அவனது ஆக்கங்களையும் பின்னோக்கிப் பார்க்கும்பொழுது இருபதாம் நூற்றாண்டுத் தமிழ்ச் சமுதாயத்தின் வாழ்க்கைக் கூறுகளில் அவன் பார்வை பாயாத எதுவுமே இல்லை என்று கூறும் அளவுக்கு அவனது எழுத்து மதிக்கப்படுவதைக் காண்கிறோம். அரசியல், பொருளியல், மெய்யியல், சமூகவியல், அழகியல், அறிவியல் முதலிய துறைகள் அனைத்தையும் ஏதோ ஒரு வகையிலும் அளவிலும் அவன் தனது கூரிய பார்வைக்கு உட்படுத்தி அவற்றின் ஒளியிலே தனது சமூகத்தைப் பற்றியும் நாட்டைப் பற்றியும் கருத்துத் தெரிவித்திருக்கக் காண்கிறோம். இது புறநிலைப்பட்ட உண்மை. எனினும் உலகமே பாரதியை மகாகவி என ஒப்புக் கொள்ளத் தொடங்கியிருக்கும் இன்றைய காலகட்டத்தில் மகாகவியின் நூற்றாண்டு நிறைவு கொண்டாடப்படும் வேளையில் – அவனைக் குறுகிய வரம்புகளுக்குள் நிறுத்தி, தத்தம் வக்கிர நோக்குகளை அவன் மீது சுமத்த முற்படுபவர்களையும் பார்க்கிறோம். இந்நிலையில் பாரதியின் மேதாவிலாசத்தின் அடிப்படைகளையும் பலவிதமான வரம்புகளையும் கடந்து சென்ற அவனது அணுகுமுறையையும் நிர்ணயித்துக் கொள்வது இன்றியமையாததாகும்.

ஆரம்பத்திலிருந்தே பாரதியாரை ஆன்மிகக் கூண்டிற்குள்ளும் வேதாந்தச் சிறைக்குள்ளும் அடைத்துவிட எத்தனித்து வந்துள்ள 'மேதாவி'களை ஒருபுறமாக ஒதுக்கிவிட்டு அவனுடைய ஆக்கங்களை வாழ்க்கையின் பல்வேறு துறைகளுக்கும்

பிரச்சினைகளுக்கும் தொடர்புபடுத்தி வந்திருப்போரை நோக்கினால், கடந்த ஆறு தஸாப்தங்களுக்கு மேலாக பாரதியின் கவிதைகள் சிறப்பாகப் பின்வரும் விஷயங்களில் முக்கியத்துவம் பெற்று வந்திருப்பது புலனாகும். தேசிய ஒருமைப்பாடு, ருஷ்யப் புரட்சி, சாதியெதிர்ப்பு இவை பற்றிக் கவிஞன் கூறியவை கடந்த காலங்களில் எண்ணற்ற இயக்கவாதிகளுக்கு உணர்ச்சி ஊட்டி உந்துசக்தியாக இருந்து வந்திருக்கின்றன. வேறு பல துறைகளிலும் கவிஞர் எழுதியவை அடுத்தடுத்து வந்த தலைமுறையினருக்கும் ஆதர்ஷமாக இருந்து வந்திருப்பதைப் பலரும் அறிவர். இவ்வாறு பலதுறைகளில் வழிகாட்டியாக அமையக்கூடிய திறன் அவனுக்கு எப்படி வந்தமைந்தது? பல்வேறு துறைகளிலும் கால வழுப்பட்டவற்றைத் தயக்கமின்றித் தள்ளிவிட்டுக் காலத்துக்கு உகந்தவற்றைக் கைக்கொள்ளும் வெற்றி – அவனது சமகாலத்தவர் பலருக்கு வந்தமையாத உள்ளத் தெளிவு - அவனுக்கு எங்ஙனம் வந்து பொருந்தியது? விடை சுலபமானதன்று. ஆயினும் அதனை ஆராய்வதிலேயே பாரதியின் வரலாற்று முக்கியத்துவத்தையும் இலக்கிய மேதாவிலாசத்தின் இரகசியத்தையும் ஒருவாறு தெளிந்து கொள்ளுதல் கூடும்.

மார்க்சியத் தத்துவத்தை வளப்படுத்தியவர்களில் ஒருவரான பிளெகானவ், *வரலாற்றில் தனிநபர் வகிக்கும் பாத்திரம்* என்னும் நூலிலே ஐரோப்பிய உதாரணங்களின் அடிப்படையிலே புதிய கலை, இலக்கியச் சிந்தனைப் போக்குகளைத் தோற்றுவிக்கும் மேதைகளைப் பற்றிக் கூறுமிடத்திலே பின்வருமாறு கூறுகிறார்:

> இலக்கியத்திலும் கலையிலும் காண்கிற ஒவ்வொரு குறிப்பிட்ட போக்கின் ஆழத்தை நிர்ணயிப்பது அது எந்த வர்க்கத்தின், ஜனப்பகுதியின் ருசிகளை வெளியிடுகிறதோ அந்த வர்க்கத்திற்கோ, ஜனப்பகுதிக்கோ அது எவ்வளவு முக்கியமானதாயிருக்கிறது என்ற விஷயமும் அந்த வர்க்கமோ ஜனப்பகுதியோ வகிக்கும் சமுதாயப் பாத்திரமும்தான்.

பிளெகானவ் இரத்தினச் சுருக்கமாகக் கூறியுள்ளது நுனித்து நோக்கத்தக்கது. தனது காலத்திலும் அதனைத் தொடர்ந்தும் கலை, இலக்கியம், சமயம் முதலிய துறைகளில் ஆக்கபூர்வமான அம்சங்களை – வளர்ச்சிக் கூறுகளை – பாரதி எவ்வாறு இனங்கண்டு கொண்டான்? அவனது புரிந்துகொள்ளலின் அடிப்படை யாது?

அன்றைய சமுதாயச் சூழலில் தமிழ்ப் பண்பாடு, இலக்கியம் என்பன மாற்றம் பெற வேண்டியிருந்தன என்பதை

வரலாற்று அடிப்படையில் கிரகித்துக்கொண்டமையும், அதற்கும் மேலாக மாற்றத்தின் இயக்கவியலை உள்ளுணர்வாகப் புரிந்து கொண்டிருந்தமையுமே பாரதியின் ஆற்றலுக்குப் பிரதான ஆதாரமாகும். இயக்கவியல் என்று கூறியதுமே இயக்கவியல் பொருள்முதல்வாதத்தை நாம் எண்ணிக்கொள்ள வேண்டியதில்லை. அறிவு பூர்வமாக இயக்கவியல் பொருள்முதல்வாதத்தை பாரதியார் அறிந்திருந்தார் என்றோ, அதனை ஏற்றுக்கொண்டிருப்பார் என்றோ நாம் கருதவும் இயலாது. ஆனால் அநுபவ ரீதியாகவும் உள்ளுணர்வின் வெளிப்பாடாகவும் தனது காலத்தில் வாழ்க்கையிலே பழமைக்கும் புதுமைக்கும் பாரிய முரண்பாடுகள் உண்டென்பதையும் அம்முரணை அறுக்க வேண்டுமானால் புதியவற்றைப் படைக்க முற்பட வேண்டும் என்பதையும் தீர்க்கமாகத் துணிந்துகொண்டவர் அவர். அதே வேளையில் புதுமையைப் படைக்கும்பொழுது பழமையை முற்றிலும் புறக்கணித்து விட்டுச் சூன்யத்திலிருந்து புதுமைக்குச் சிருஷ்டித்துவிட முடியாது என்ற யதார்த்தத்தையும் உணர்ந்து கொண்டார். இதனையே மாற்றத்தின் இயக்கவியல் உணர்வு என்று கூறுகிறோம்.

இயக்கவியல் பொருள்முதல்வாதம் மார்க்சியத்தின் அடிப்படைகளில் ஒன்று. அது வரலாற்றின் ஒரு குறிப்பிட்ட காலகட்டத்திலேயே எழுந்தது. ஆயினும் இயக்கவியல் அறிவியல் அம்சங்கள் பண்டைய இந்தியா, கிரேக்கம், சீனா ஆகிய நாடுகளின் தத்துவங்களில் ஆங்காங்கே இருந்துவந்துள்ளன. முரணறு தருக்கவியல் மனுக்குலத்தின் மகத்தான சிந்தனைச் செல்வங்களில் ஒன்றல்லவா? வேத காலத்திலிருந்து இந்தியத் தத்துவ மரபில் வெளிப்படையாகவும் இலைமறைகாயாகவும் இருந்து வந்துள்ள இயக்கவியலை பாரதியார் அறிவுபூர்வமாகப் பற்றிக் கொண்டிருந்தார்; அதன் துணைக்கொண்டு நடைமுறை அநுபவத்தை ஆராய்ந்த வேளையில் இயக்கவியலுக்கு மேலும் மேலும் விளக்கங்களைக் கண்டார். அதன் வெளிப்பாட்டை அவரது ஆக்கங்களிற் காண்கிறோம்.

ஸ்ரீ வாடியா என்பவரின் 'தர்மம்' என்னும் கட்டுரையின் சாரத்தைக் குறிப்பிடும்போது பாரதியார் பின்வருமாறு கூறுகிறார்: "தர்மங்களுக்குள்ளேயே பரஸ்பர முட்டுப்பாடு அவசியம் ஏற்படத்தான் செய்கிறது. தர்ம சாஸ்திரத்தைப் பிரமாணமாகக் கொண்டால் இரண்டு பக்கமும் பேசுகிறது. இதற்குத் தீர்ப்பு என்ன? நீதி சாஸ்திரம் இன்னும் நேரே வகுத்தாகவில்லை." வாடியா என்பவரின் கருத்தை ஆதாரமாகக் கொண்டு இவ்விடத்திலே பாரதியார் பேசினாலும் முக்கியமான உண்மை ஒன்றை எடுத்துரைக்கிறார். "தர்மங்களுக்குள்ளே

பரஸ்பரம் முட்டுப்பாடு" என்னும் கூற்று ஆழமிக்கதாகும். முரண்பாடுகளைப் பற்றிய அடிப்படையை அது தொட்டுக் காட்டுகிறது. முரண்பாடுகளை விளக்கிக் கொள்ளவும் அவற்றுக்குத் தீர்வு காணவுமே இயக்கவியல் துணை புரிகிறது. இங்குத்தான் பாரதியின் சிந்தனையில் மிக முக்கியமான ஓர் அம்சத்தை நாம் கூர்ந்து கவனிக்கலாம்.

இந்தியத் தத்துவ மரபில் வந்த ஒரு கோட்பாடு சாசுவத நெறி என்பது. தர்மம், நீதி, நம்பிக்கை, சமூக அமைப்பு முதலியன சாசுவதமானவை என்பது இக்கோட்பாட்டின் முடிவு. சாசுவதம் என்றால் நித்தியம், அசையாநிலை, நிலைபேறுடைமை, மோட்சம் என்றெல்லாம் பொருள்படும். உதாரணமாக, சனாதன தர்மம் சாசுவதமானது என்றே பிராமணியம் கூறும். தத்துவக் கூறுகளைப் போலவே அவற்றுக்கு ஆதாரமான பௌதீகப் பொருளான சமுதாய அமைப்பும் சாசுவதமானது என்று சனாதனிகள் கூறுவர். தர்மம், நீதி என்பன நித்தியமானவை; அசையா நிலை பெற்றவை என்று கூறினர். பின்பு அவற்றில் மாற்றம் என்பதற்கு இடம் ஏது? இது நிலையியற் கொள்கையாகும். இதற்கு மாறுபட்டதே இயங்கியற் கொள்கையாகும். சாசுவதமானது எதுவுமே இல்லை. இயற்கையில் உள்ள அனைத்துமே இடையறாத இயக்கத்திற்கு உட்பட்டவை என்பது இவ்விவாதத்தின் அடிப்படை. பௌத்தம் போன்ற அவைதீக நெறிகள் இக்கொள்கையைக் கருத்து முதல்வாத நோக்கில் முன்வைத்தன. அவற்றின் வழியாகவே இந்தியத் தத்துவஞான மரபில் பண்டைய இயக்கவியல் முகிழ்த்தது. சாசுவதக் கோட்பாட்டின் பிடிப்பு பாரதியாரில் சிறிதளவு இருந்ததை மறுக்க முடியாததாயினும், சமூகம், கலைகள், இலக்கியம் முதலியவற்றில் மாற்றத்தை விதியாகக் கொண்ட இயக்கவியலைப் பாரதியார் உணர்வுரீதியாக ஏற்றுக்கொண்டிருந்தார் என்பதையும் மறுக்க இயலாது. பாரதியாரின் இறுதிக்காலத்தில் பாடப்பெற்றதாகக் கருதப்படும் 'உயிர் பெற்ற தமிழர் பாட்டு' இதற்கு முழுமையான வடிவம் கொடுத்துள்ளது. இக்கவிதையின் ஒவ்வொரு சொல்லிலும் இயக்கவியலின் நாதத்தைக் கேட்கலாமாயினும், எடுத்துக்காட்டாகப் பின்வரும் மூன்றையும் குறிப்பிடுதல் பொருந்தும்:

ஒன்றுண்டு மானிட சாதி – பயின்று
　　உண்மைகள் கண்டவர் இன்பங்கள் சேர்வார்
இன்று படுத்தது நாளை – உயர்ந்
　　தேற்றம் அடையும் உயர்ந்ததிழியும்,
பின்னும் ஸ்மிருதிகள் செய்தார் – அவை
　　பேணும் மனிதர் உலகினில் இல்லை;
மன்னும் இயல்பின வல்ல – இவை
　　மாறிப் பயிலும் இயல்பின ஆகும்.

காலத்திற் கேற்ற வகைகள் – அவ்வக்
காலத்திற் கேற்ற ஒழுக்கமும் நூலும்
ஞான முழுமைக்கும் ஒன்றாய் – எந்த
நாளும் நிலைத்திடும் நூலொன்றும் இல்லை.

காலம், உலகம், நிலைபேறுடைமை, மாற்றம், மனித ஒழுகலாறு இவை பற்றிய ஐயத்துக்கிடமின்றிக் கவிஞர் கூறியிருப்பவை ஊன்றிக் கவனிக்க வேண்டியவை. "எந்த நாளும் நிலைத்திடும் நூல் ஒன்றும் இல்லை" என்ற கவிவாக்கியம் தமிழிலக்கியத்திற்கு மாத்திரமன்றி, இந்தியத் தத்துவ மரபிற்கே அதிகம் பரிச்சமாயன ஒன்றன்று. உலோகாயதவாதிகளையும் இடைக்காலச் சித்தர்களைப் போன்ற நிலையில் எதிர்ப்பாளர்களையும் தவிர்த்தால் ஏனையோர் வேத வழக்கின் மாறா நிலையையும், மரபுநிலைதிரியா மாட்சியையுமே போற்றி வந்திருக்கின்றனர். அத்தகைய பின்னணியில் மாற்றமே சாசுவதம் என்று பாரதியார் உணர்ந்து அறிந்ததே அவரது ஆளுமையினதும் மேதா விலாசத்தினதும் சிறப்பியல்பு எனலாம்.

பாரதி காலத்தில் அதற்குச் சிறிது முன் பின்னாகவும், இரு போக்குகளைப் பிரதிநிதிப் படுத்தியோரைப் பெருமளவிற் காணக் கூடியதாயிருந்தது. ஒருபுறம் பழமைவாதிகள்; அவர்களே பெரும்பான்மையினர். வழி வழி வரும் சம்பிரதாயங்களையும் சடங்குகளையும் இறுகப் பற்றிக் கொண்டு முன்னோர் மொழியைப் பொன்னேபோற் போற்றுவதே இலட்சியமாக வாழ்ந்தவர்கள்; மேற்குலகிலிருந்து வருவது அனைத்துமே அநாசாரம் என்றும் ஆபத்து என்றும் எண்ணியவர்கள். உள்ளவற்றைப் பேணுவதே உத்தமமான மார்க்கம் என்று நம்பியவர்கள்; நல்லவை எல்லாம் எப்பொழுதோ நடந்து முடிந்துவிட்டவை என்றும் தற்சமயம் நடப்பது கலியின் கொடுமை என்றும் தமக்குத் தாமே சமதானம் கூறிக் கொண்டவர்கள். மறுபுறம் புதுமை நாடிகள்; ஆங்கிலேயர் வருகையாலும், ஆட்சியாலும் தோன்றிய புதிய வர்க்கத்தைச் சார்ந்தவர்கள் இவர்கள். அந்நிய மோகத்தில் அமிழ்ந்தவர்கள். மேனாட்டுப் பழக்க வழக்கங்கள், நடையுடை பாவனைகள், கல்வி முறைகள் முதலியவற்றைப் பின்பற்றுவதனாலேயே தமிழர் முன்னேற்றமடைதல் சாத்தியம் என்று எண்ணியவர்கள். பழமை யாவற்றையும் வீசியெறிந்துவிட்டு முற்றிலும் புதிய வாழ்க்கை முறையைக் கடைப்பிடித்தல் அவசியம் என்று நம்பியவர்கள். நடந்தவையெல்லாம் நாகரிகத்துக்கு முரணானவை என்றும் மேற்குலகிலிருந்து வருவனவே மக்களுக்கு நிலையான இன்பத்தை அளிக்கவல்லன என்றும் இவர்கள் உறுதியாக நம்பினர். இவ்விரு சாராரும் ஒருவரையொருவர் விலக்கித் தமது மார்க்கமே தமிழ் மக்களின் நல்வாழ்விற்கு ஏற்ற பாதை என உரிமை பாராட்டினர்.

இவர்கள் பார்வையிலும் சிந்தனையிலும் இயக்கவியலின் சாயல்கூட இருக்கவில்லை என்பதை எடுத்து விளக்க வேண்டிய அவசியமேயில்லை. முரண்பாட்டின் இரு கூறுகளை நோக்காமல் ஒன்றை மாத்திரம் பற்றுக்கோடாகக் கொண்டவர்கள் இரு சாராரும். பாரதி இவ்விரு சாராரையும் பார்த்தார்.

'ஒன்று மற்றொன்றைப் பழிக்கும் – ஒன்றின் உண்மையென்றோதி மற்றொன்று பொய்யென்னும்' அவல நிலையைக் கண்டார். இரண்டுமே நிலையியல் கண்ணோட்டத்தில் உலகை நோக்கின. இரண்டில் ஒன்று மாத்திரம் பூரண விடுதலையையோ, மாற்றத்தையோ உண்டுபண்ண முடியாது என்பதையும் கண்டுகொண்டார். "தமிழ்ச் சாதி" என்ற தலைப்பில் வழங்கும் கவிதையில் இவ்விரு சாராரின் 'பிறிது விலக்கும்' போக்கினைக் கண்டித்து இரண்டிலும் சத்தானவற்றைத் தெளிந்து மக்களின் தேவைக்கு இயைந்த வகையில் செயற்பட்டாலே உண்மையான முன்னேற்றம் என்று கூறுகிறார் பாரதியார். அக்கவிதைக்குக் கொடுக்க எண்ணியிருந்த தலைப்பு "இருதலைக் கொள்ளியினிடையே" என்று கருதவும் இடமுண்டு. பழமைப்பித்து, புதுமை மோகம் என்ற முரணை அறுக்குமுகமாகப் பாட்டின் இறுதியில் கவிஞர் பின்வருமாறு முத்தாய்ப்பு வைக்கிறார்.

மேலை நீ கூறிய விநாசப் புலவரை
நம்மவ ரிகழ்ந்து நன்மையும் மறியும்
எத்திசைத் தெனினும் யாவரே காட்டினும்
மற்றவை தழுவி வாழ்வீ ராயின்
அச்ச மொன்றில்லை.

ஒரு கவிதையிலே இயக்கவியல் நோக்கும் உணர்வும் பிழம்புருவாக அமைந்து தோன்றுவதற்கு இந்தப் பாடலைவிடச் சிறந்த உதாரணம் நவீன தமிழ்க் கவிதையுலகிலேயே காண்பது கடினம்.

இன்னொரு வகையாகச் சொல்லப்போனால் வர்க்க அடிப்படையிலே ஆராய்ந்தால் – பழமை வாதிகள், முற்பட்ட நிலமானிய வர்க்கத்தினதும், அதன் எச்சங்களினதும் தத்துவார்த்தப் பிரதிநிதிகளாக விளங்கினர். புதுமை நாடிகள் அந்நிய ஆதிக்கத்தின் விளைவாகவும் தோன்றிய தேசிய பூர்ஷ்வா வர்க்கத்தினரும் கருவாக இருந்த தரகு முதலாளித்துவத்தினதும் தத்துவார்த்தப் பிரதிநிதிகளாக இருந்தனர். அன்றைய நிலையில் இந்த நூற்றாண்டின் முதல் பத்தாண்டுக் காலப்பகுதியில் – சோசலிசக் குரல் இந்தியாவில் ஒலிக்கத் தொடங்கவில்லை. தொழிலாளர் வர்க்கம் அரசியல் அரங்கில் அடியெடுத்து வைக்கவில்லை. முதலாளித்துவத்தின் எழுச்சியும் வளர்ச்சியுமே முனைப்பாக அமையத் தொடங்கியிருந்தது. காங்கிரஸ்

மத்தியதர வர்க்கத்தினரை உற்சாகமான உழைப்பாளிகளாய்க் கொண்டிருந்தது. நிலச்சுவான்தார்களும் தேசிய முதலாளிகளும் மத்தியதர வர்க்கத்தினருமே வெவ்வேறு அளவில் அரசியல் அதிகாரத்துக்காகப் போராடிக் கொண்டிருந்தனர். இவர்களுடைய பல்வேறு தேவைகளுக்கமையவே கல்விச் சீர்திருத்தம், மதச் சீர்திருத்தம், பெண்களின் முன்னேற்றம், கைத்தொழில் அபிவிருத்தி, மொழிச் சீர்திருத்தம் முதலியன பேசப்பட்டன. (அக்குரல்களுக்குள்ளும் பழைமை – புதுமை என்ற சுருதி பேதங்கள் எழுந்தன; முரண்பாடுகளும் தோன்றின.) மொத்தத்தில், அந்த வர்க்கமும் ஜனப்பகுதியும்தான் சமுதாயத்தில் முதன்மைப் பாத்திரம் வகித்தன. அடிப்படை நோக்கில் பாரதியார் அந்த வரம்பினைக் கடந்தவரல்லர். ஆயினும் பாரதி என்ற தனிமனிதப் பாத்திரம் சில விசேட குணாதிசயங்களைக் கொண்டிருந்தமையால் சில விசேட திறமைகளை வெளிக்காட்டவும் முடிந்தது. இவ்விடத்தில் மீண்டும் பிளெகானவ் நமது நினைவுக்கு வருகிறார்.

> கறாராகச் சொன்னால் மகாபுருஷன் எனப்படுபவன் துவக்கி வைப்பவன்தான். ஏனெனில் மற்றவர்களைவிட அவன் **அதிக தூரம்** பார்க்கிறான். மற்றவர்களைவிட அவன் விஷயங்களை **அதிக ஆர்வத்துடன்** விரும்புகிறான். சமுதாயத்தின் அறிவு வளர்ச்சியின் முந்திய நோக்கினால் முன்வைக்கப்படுகிற விஞ்ஞானப் பிரச்சினைகளுக்கு அவன் விடையளிக்கிறான். சமுதாய உறவுகளின் முந்திய வளர்ச்சியால் சிருஷ்டிக்கப்பட்ட புதிய சமுதாயத் தேவைகளை அவன் சுட்டிக் காட்டுகிறான். அந்தத் தேவைகளைப் பூர்த்தி செய்வதற்கும் அவன்தான் முதன் முயற்சி செய்கிறான்... அவன் முக்கியத்துவம் அனைத்தும் இதில்தான் அடங்கியுள்ளன.

பாரதியைப் பொறுத்தவரையில் இது சிறப்பாகப் பொருந்தும். பொதுவில் தேசிய முதலாளித்துவ வளர்ச்சியையே அவன் தவிர்க்க முடியாதபடி பிரதிபலிக்கிறான். சுரேந்திரநாத் பானர்ஜி, திலகர் முதலிய அவனது வழிகாட்டிகள் அதனையே பிரதிபலித்தனர்; செயற்பட்டனர். ஆனால் "மற்றவர்களைவிட அதிக தூரம் பார்க்கிறவன்" என்ற வகையில் முதலாளித்துவத்திற்கும் அப்பால் சோசலிசப் புரட்சியையும், வரலாற்றைப் படைக்கும் பிரம்மாக்களான தொழிலாளர்களையும் இனங்கண்டு பாட அவனால் முடிந்தது. செல்வத்தைப் பற்றி ஆழமாகச் சிந்திக்க முடிந்தது. முதலாளித்துவத்தையே மறுதலிக்கும் எதிர்ச்சக்தியையும் ஓரளவிற்கு எண்ணிப் பார்க்க முடிந்தது.

அதைப் போலவே ராம்மோகன் ராயர், விவேகானந்தர், திலகர், அரவிந்தர், காந்தியடிகள் முதலியோரையெல்லாம் விமர்சிக்கும் திறனையும் துணிவையும் பெற்றிருந்தான். சீர்திருத்தங்களையும் சமூக மாற்றங்களையும் மற்றவர்களை விட அதிக ஆர்வத்துடன் விரும்பியவர் என்ற வகையில் தனது வழிகாட்டிகளாகவும் முன்னோடிகளாகவும், மூத்த சகபாடிகளாகவும் விளங்கியவர்கள் தயங்கி நின்ற படிகளைத் தாண்டி அவன் அடியெடுத்து வைத்தான். அதைப் போலவே பழைய பண்டிதர்களின் தமிழிலக்கிய இலக்கண அறிவைப் போற்றித் தலைவணங்கிய அதே வேளையில், 'அன்மொழித்தொகை பற்றிய வாதப்பிரதி வாதங்களிலும் பார்க்க, நெல் விளைச்சல் பற்றிய ஆராய்ச்சி அதிக பயனுடையது' என்று அடக்கத்துடன் அறிவுரை கூற அவனால் முடிந்தது.

இவ்வாறு பழமையின் நல்லம்சங்களையும், புதுமையின் இன்றியமையாக் கூறுகளையும் அளவறிந்து பயன்படுத்தவும் மனதாரப் போற்றி வரவேற்கவும், சொல்லால் மட்டுமன்றிச் செயலாலும் தேவையைச் சாத்தியமாக்க முற்படவும் பாரதியாருக்கு உறுதியும் தெளிவும் ஏற்பட்டிருந்தது, வரலாற்றின் ஓட்டத்தைப் பற்றி அவருக்கு இருந்த ஞானமேயாகும். காலத்தின் தேவைகளை அறிவாலும் உள்ளுணர்வாலும் தனதாக்கிக் கொண்டமையே இவரின் வெற்றிக்குக் காரணம். அதற்கு ஏதுவாக அமைந்ததே அவர் மாற்றம் குறித்து கொண்டிருந்த இயக்கவியல் விளக்கம்.

டேனை மேற்கோள் காட்டி பிளெகானவ் கூறுவதுபோல, "நாகரிகத்தின் பரிணாமத்தில் ஒரு புதிய அடிவைப்பு ஒரு கலை வடிவத்தைத் தோற்றுவிக்கும் போது, சமுதாயச் சிந்தனையை அரைகுறையாக வெளியிடுகிற பற்பல ஆற்றல்கள் அதை முழுமையாக வெளியிடுகிற ஓரிரு மகாமேதைகளைச் சுற்றிலும் தோற்றுவிக்கின்றன." ஐரோப்பிய மறுமலர்ச்சிக் காலப்பகுதியை மனங்கொண்டு பிளெகானவ் கூறியது, தமிழின் மறுமலர்ச்சிக்கு வழிகோலிய சுப்பிரமணிய பாரதிக்கும் அப்படியே பொருந்தும் என்பதில் ஐயமில்லை.

தீக்கதிர், 1982